முற்பிறவி - மறுபிறவி
உண்மையா கட்டுக்கதையா?

அரவிந்த் சுவாமிநாதன்

முற்பிறவி - மறுபிறவி உண்மையா கட்டுக்கதையா?
அரவிந்த் சுவாமிநாதன் ©

சுவாசம் பதிப்பகம்

Murpiravi Unmaiyaa Kattukkathaiyaa?
by Aravind Swaminathan ©

First edition: Dec 2024

ISBN: 978-81-979262-0-4
Title Number: Swasam 211

Published by:
Swasam Publications Private Limited,
52/2, Near B.S Mahal, Ponmar,
Chennai, Tamil Nadu – 600127
Email: swasam.publications@gmail.com

Printed by: Adyar Students Xerox, Chennai - 600 002.

To buy the book: Swasam Bookart – +91–8148066645
Website: https://www.swasambookart.com/

உள்ளே...

சமர்ப்பணம்

இந்நூல்...
முற்பிறவி, மறுபிறவி பற்றி உலக அளவில் பல
விரிவான ஆய்வுகளை மேற்கொண்ட டாக்டர்
வால்டர் செம்கிவ் அவர்களுக்கு...

முன்னுரை

தனது முற்பிறவியைப் பற்றி அறிந்துகொள்ள வேண்டும் என்ற ஆர்வம் பெரும்பாலானோருக்கு இருக்கும். நான் முற்பிறவியில் என்னவாக இருந்தேன், அப்போதைய எனது உறவுகள் இப்போது எங்கே, எப்படி இருக்கிறார்கள் என்று அறிந்துகொள்வதில் ஒரு சிலருக்கு இருக்கும் விருப்பம் இயல்பானதுதான். இன்னும் சிலருக்கோ தனது மறுபிறவி பற்றி அறிவதில் ஆர்வமிருக்கும். இந்த ஆர்வங்களை நாம் தவறு என்று சொல்ல முடியாது. இது தவிர்க்கக்கூடியதும் அல்ல. இந்துமதம் இந்தச் சிந்தனைகளுக்கும் இடமளிக்கத்தான் செய்கிறது. தொடர் துன்பங்கள் வரும்போது 'எல்லாம் நான் முன் ஜென்மத்தில் செய்த பாவம்' என்று ஒருவன் அலுத்துக்கொள்கிறான். காரணமேயில்லாமல் எதிர்கொள்ளும் பிரச்சினைகளும் துன்பங்களும் ஒருவனுக்கு அவனது முற்பிறவியைப் பற்றிய சிந்தனையைத் தோற்றுவிக்கின்றன. இது இவ்வுலகில் இயல்பாக நிகழக்கூடிய ஒன்று.

நாடி ஜோதிடம் பற்றிய ஆய்வில் நான் ஈடுபட்டபோது அதில் ஒருவரது முற்பிறவி, மறுபிறவி பற்றியும் அறியமுடியும் என்பது தெரியவந்தது. அதற்கென தனிக் காண்டங்களும் இருந்தன. அப்போதே இது பற்றி ஓர் ஆய்வை மேற்கொள்ள வேண்டும் என்று எண்ணினேன். நாடி ஜோதிடம் சொன்ன முற்பிறவி பற்றிய செய்திகள் ஆர்வமூட்டின என்றாலும் அவை விஞ்ஞானப்படி விளக்கக்கூடியதாய், நிரூபிக்கக்கூடியதாய் இல்லை. அப்போதுதான்

வெளிநாட்டில் இதுகுறித்து நிறைய ஆய்வுகள் நிகழ்ந்திருப்பதும், பல நூல்கள் வெளியாகியிருப்பதும் தெரிய வந்தது. அந்த நூல்களை வாங்கிப் படித்தேன். வெளிநாடுகள் மட்டுமல்லாது இந்தியாவிலும் இத்தகைய நிகழ்வுகள் நடந்துள்ளன என்பது டாக்டர் இயான் ஸ்டீவன்சன் மற்றும் நிம்ஹான்ஸ் டாக்டர் சத்வந்த் பஸ்ரிச்சாவின் ஆய்வு நூல்கள், கட்டுரைகள் மூலம் தெரியவந்தது.

இதுபற்றி விரிவாக அறிய மேலும் பல நூல்களை வாங்கிப் படித்தேன். வெளிநாடுகளில் இருக்கும் முற்பிறவி-மறுபிறவி பற்றி ஆராய்ச்சி செய்யும் பல குழுக்களில் உறுப்பினர் ஆனேன். அவர்கள் மூலம் நிறையத் தகவல்கள் கிடைத்தன. கருடபுராணம், புத்தர் ஜாதகக் கதைகள், கடோபநிஷத், சிலம்பு, மணிமேகலை, அருணாசல புராணம் எனப் பல நூல்களிலும் முற்பிறவி, மறுபிறவி பற்றிய செய்திகள் காணக்கிடைத்தன. அப்படிக் கிடைத்தவற்றின் மூலமும் படித்தவற்றின் மூலமும் நான் அறிந்த புரிதல்களை, சிந்தனைகளை மையமாக வைத்து இதழ் ஒன்றில் தொடராக எழுதினேன்.

அந்தத் தொடரில் சொல்லாது விடுபட்ட பல விஷயங்களைப் புதிதாகச் சேர்த்தும், மேலும் விரிவாக்கியும் இந்த நூலை உருவாக்கியுள்ளேன். முற்பிறவி, மறுபிறவி என்பது உண்மையா, உண்மையென்றால் ஏன் நமக்குப் பிறவிகள் ஏற்படுகின்றன, இதற்கு என்ன காரணம், இதுகுறித்து புராணங்கள், இலக்கியங்கள் சொல்லும் செய்திகள் என்ன, முற்பிறவி-மறுபிறவிச் சம்பவங்கள், அது பற்றிய ஆய்வாளர்களின் முடிவுகள், உண்மைகள் ஆகியவற்றைப் பற்றி இந்த நூலில் நாம் பார்க்க இருக்கிறோம். இந்நூலை முற்பிறவி, மறுபிறவி பற்றிக் கூறும் ஓர் அடிப்படை நூலாகக் கருதலாம்.

இந்த நூல் முற்பிறவி-மறுபிறவி பற்றித் தெளிவானதோர் விளக்கத்தை இதனை வாசிப்பவர்களுக்கு அளிக்கும் என நம்புகிறேன். தொடர்ந்து எனது நூல்களை நல்ல முறையில் வெளியிட்டு ஊக்கப்படுத்தி வரும் சுவாசம் பதிப்பகத்திற்கும் ஹரன் பிரசன்னா அவர்களுக்கும் என் நன்றிகள்.

அன்புடன்,

அரவிந்த்.
aravindsham@gmail.com

1

முற்பிறவி – மறுபிறவி சில உண்மைகள்

'அரிது அரிது மானிடராய்ப் பிறத்தல் அரிது' என்கிறார் ஔவை மூதாட்டி. அப்படிப்பட்ட அரிதான மானுடப் பிறவியைப் பெற்றிருக்கும் நாம் அனைவருமே இன்பமாய்த் தான் வாழ்கிறோமா? எல்லாருக்கும் நல்லதையே நினைத்து ஒழுக்கமாக வாழும் நல்லவர்கள் கஷ்டப்பட, யாருக்கும் எதற்கும் அஞ்சாது தீயசெயல்களைச் செய்யும் தீயவர்கள் சுகமாக வாழ்க்கை நடத்துவது எப்படி? அறிந்தும் அறியாமலும் ஒருவர் செய்த பாவங்கள்தான் ஒருவரது துன்பத்திற்குக் காரணம் என்றால், அந்தத் துன்பத்திலிருந்து விடுபடுவது எப்படி, அதற்கு ஏதேனும் வழியுண்டா?

இதுதான் பொதுவாக வாழ்க்கை குறித்துச் சிந்திக்கும் ஒருவருக்கு எழும் வினாவாக இருக்கும். துன்பம் அனுபவிப்பவர்களிடம் 'நீ செய்த பாவத்தினால்தான் இப்படித் துன்பப்படுகிறாய்' என்றோ, சுகமாக வாழ்பவனிடம் 'எல்லாம் நீ செய்த முன்வினை நல்வினைதான் காரணம்' என்றோ சொன்னால் அவர்கள் ஏற்றுக்கொள்வார்களா? பெரும்பாலும் மாட்டார்கள். இதைத்தான் வள்ளுவர்

> 'அறத்தாறு இதுவென வேண்டா சிவிகை
> பொறுத்தானோடு ஊர்ந்தான் இடை'

என்கிறார்.

> 'ஒருமைக்கண் தான்கற்ற கல்வி ஒருவற்கு
> எழுமையும் ஏமாப் புடைத்து'

இதுவும் வள்ளுவர் வாக்குதான்

> ‘இற்றைக்கும் ஏழேழ் பிறவிக்கும்...’என்பது ஞானியர் வாக்கு. ‘ஊழ்வினை உறுத்து வந்து ஊட்டும்’ என்கிறார் இளங்கோவடிகள்.

இப்படி இலக்கியவாதிகளாலும் ஆன்மிகவாதிகளாலும் பெரும்பாலும் ஒப்புக்கொள்ளப்பட்ட விஷயம் முற்பிறவி-மறுபிறவி எனப்படும் ஊழ்வினைக் கோட்பாடு. நல்லவர்கள் துன்பப்படுவதையும் தீயவர்கள் சுகமாக வாழ்வதையும் எந்தவிதமான கருதுகோள்களாலும் நியாயப்படுத்திவிட முடியாது, ஊழ்வினை அல்லது முற்பிறவி என்பதைத் தவிர.

அப்படியானால் பிறவிகள்?

புல், செடி, கொடி, மரம், ஊர்வன, பறப்பன, விலங்குகள் தொடங்கி மனிதன் ஆறறிவுடைய ஒரு முழுமையுடைய படைப்பாய் விளங்குகிறான். எத்தனையோ உயிர்வகைகள் இருக்க ஒருவன் மனிதனாகப் பிறவி எடுப்பதே ஒருவிதத்தில் புண்ணியம்தான்.

> ‘புல்லாகிப் பூடாய்ப் புழுவாய் மரமாகிப்
> பல் விருகமாகிப் பறவையாய்ப் பாம்பாகிக்
> கல்லாய் மனிதராய்ப் பேயாய்க் கணங்களாய்
> வல் அசுரர் ஆகி முனிவராய்த் தேவராய்...’

என்று உயிர்ப் பிறப்பின் வகைகளைச் சுட்டுகிறார் ஞானக்கவி மாணிக்கவாசகர். அவ்வகையில் பிறப்பில் மிக அரிதான இந்த மானுடப் பிறவியை எடுத்து நலமாக வாழ்வதற்குப் பதிலாக நாம் துன்பச்சேற்றில் வீழ்ந்து பலவாறாகத் துக்கப்படுகிறோம்.

முற்பிறவி-மறுபிறவி என்பது உண்மையா, உண்மையென்றால் ஏன் நமக்குப் பிறவிகள் ஏற்படுகின்றன, இதற்கு என்ன காரணம், இதிலிருந்து நாம் விடுபட முடியுமா, இதுகுறித்து புராணங்கள், இலக்கியங்கள் சொல்லும் செய்திகள் என்ன என்பது பற்றியும் சில முற்பிறவி-மறுபிறவிச் சம்பவங்கள், அது பற்றிய ஆய்வாளர்களின் முடிவுகள், உண்மைகள் ஆகியவற்றைப் பற்றியும் இனி ஒவ்வொன்றாகப் பார்ப்போம்.

உயிரின் பரிணாம வளர்ச்சியின் பல்வேறு படிநிலைகளில் உள்ள ஒன்றுதான் மானிடப் பிறவி. அதுவும் இந்தப் பிரபஞ்சத்தில் இந்தப் பூமியில் உள்ள வாழ்க்கை நிலைகளில் முதன்மையானதும் முக்கியமானதும் இறுதியானதுமாய்

உள்ளது மானுடப் பிறவிதான். அதன்பின் அவன் அடைவது ஆவி நிலை அல்லது பேய் நிலை. அதைத்தான் மாணிக்கவாசகர் 'பேயாய்க் கணங்களாய்..' என்று சுட்டுகிறார்.

அப்படி இறந்து உடலை உகுத்துச் செல்லும் உயிர் தன்னுடைய பரிபக்குவ நிலைக்கேற்ப மேல்நிலைக்குச் செல்வதோ, கீழ்நிலையை அடைதலோ நிகழ்கிறது. அந்தந்த நிலைகளை அனுபவிப்பதுடன் அதனதன் வினைகளுக்கேற்ப உடலெடுத்து அனுபவிக்கும் சூழல் உருவாகும்போது பிறவி எடுக்கின்றது. பூவுலகில் நல்லதையே நினைத்து, நல்லதையே செய்து நல்லவிதமாக வாழ்ந்தவர்கள் தங்கள் வாழ்க்கை முடிவிற்குப்பின் உயர்நிலையை அடைகிறார்கள். ஆனால் கீழான பல காரியங்களைச் செய்து, அடுத்தவரின் வாழ்வில் குறுக்கீடு செய்து, துன்பம் விளைவித்து அந்த உயிர்களின் ஆன்மப் பயணத்தில் இடையூறு ஏற்படுத்தி அதன் வளர்ச்சிக்குக் குந்தகம் செய்கிறவர்கள் கீழ்நிலையை அடைகின்றனர். சுருக்கமாகச் சொன்னால் இறப்பிற்குப்பின் ஒளிபொருந்திய பாதையில் வசிக்கும் உயிர் சொர்க்கத்தில் வசிக்கிறது என்றும், இருளில் வாழ நேரும் உயிர் நரகத்தில் உழல்கிறது என்றும் சொல்லலாம். இவை தவிர்த்துத் தான் யார் என்பதை உணர்ந்து தன்னுணர்வு பெற்று, ஆசை, விருப்பு, வெறுப்பு அறுத்த பற்றறுத்த ஆன்மாக்கள் மீண்டும் பிறவாநிலையை அடைகின்றன. ஆக, ஒருவர் செய்யும் நன்மை, தீமைக்கேற்பவே ஒருவருக்குப் பிறவி அமைகிறது என்பதுதான் உண்மை.

முற்பிறவி-மறுபிறவிகள் பற்றி கருட புராணம் என்ன சொல்கிறது என்று பார்ப்போம்.

- பிறர் சொத்துகளை அபகரித்து பிறரை ஏமாற்றி வாழ்க்கை நடத்தியவன் மறுபிறவியில் பிச்சைக்காரனாகவும் வறியவனாகவும் பிறப்பான்.

- உணவைத் தான் மட்டுமே உண்பவன், விருந்தினரைக் காக்க வைத்துத் தனித்து உணவுண்பவன், பந்தி வஞ்சனை செய்தவன் ஈயாகவும், காகமாகவும், பன்றியாகவும் பிறப்பான். ஒருவேளை உணவுக்காக அலைந்து திரிவான்.

- அடுத்தவரது வாழ்க்கையில் குறுக்கிட்டு துன்பங்கள் செய்பவன், குடும்பங்களைப் பிரிப்பவன், நல்லவர்களுக்கிடையே பகை மூட்டியவன், பிறர் வாழ்க்கை மீது பொறாமைப்பட்டு சதி செய்பவன்

மறு ஜென்மத்தில் நாயாகவும், குரங்காகவும் பிறந்து கஷ்டப்படுவான்.

- தாயைப் பழித்தவன், பிறர் வீட்டுக்குத் தீயிட்டவன், ஒழுக்கமான பெண்ணின் மீது பழி கூறியவன், பத்தினிப் பெண்களின் மீது அவதூறு கூறியவன் மறுபிறவியில் வாய் பேச இயலாதவனாகப் பிறப்பான். சாக்கடைப் புழுவாகப் பிறந்து நெளிவான்.
- பொய் சாட்சி சொன்னவன், ஆலய சொத்தைத் திருடியவன், பிறருடைய பொருட்களைக் கொள்ளை அடித்தவன் மறுபிறவியில் உடும்பாகவும், எருமையாகவும் பொதி சுமக்கும் எருதாகவும் பிறந்து துன்பப்படுவான்.
- குளம், கிணறு ஆகியவற்றைத் தூர்த்தவன் மறுபிறவியில் மீனாகப் பிறப்பான்.
- பிறருக்கு விஷம் கொடுத்து அவர்களது மரணத்துக்கு காரணமானவன் பாம்பாகப் பிறப்பான்.
- அடுத்தவரை விரட்டி, வெறுத்து ஒதுக்கியவன் மறு ஜென்மத்தில் ஆந்தையாகப் பிறந்து பிறரால் விரட்டப்படுவான்.
- ஏமாற்றி எத்திப் பிழைத்து வாழ்க்கை நடத்தியவன் நரியாகவும் மாடாகவும் பிறப்பான்.
- தனது தீய நடத்தைகள் மூலம் பிறரது மரணத்துக்குக் காரணமானவன் மறு ஜென்மத்தில் பைத்தியமாகப் பிறப்பான்.

இவ்வாறெல்லாம் பாவங்கள் குறித்தும் அதற்கான காரணங்கள் குறித்தும் கருடபுராணம் கூறுகிறது.

முற்பிறவி-மறுபிறவி சில கருத்துகள்

நாம் வாழும் இந்த வாழ்க்கையில் நம் கண்முன்னே பல நல்லவர்கள் துன்பப்படுகின்றனர். பாவங்களையே தொழிலாகக் கொண்டவர்கள் ஆடம்பரத்துடன் வசதியாக மகிழ்ச்சியாக வாழ்கின்றனர். தவறுகள் செய்யவோ, பாவங்கள் புரியவோ அவர்கள் அஞ்சுவதில்லை. நல்லவர்களைத் துன்பப்படுத்தும் கடவுள், ஏன் கெட்டவர்களைச் சும்மா விட்டு வைக்கிறார்? இது எல்லாருக்கும் எழும் கேள்வி.

நாட்டில் வன்முறை, கொலை, கொள்ளை, குண்டுவெடிப்பு, மரணம் என ஏதாவது துன்பங்கள் எப்போதும் நிகழ்ந்துகொண்டுதான் உள்ளன. ஒவ்வொரு மனிதனுக்குள்ளும் கடவுள் இருக்கிறாரென்றால் ஏன் இத்தகைய வெறிச் செயல்கள் நடக்கின்றன? இதற்குக் காரணம் என்னவாக இருக்கும்? கடவுள் ஏன் எல்லாவற்றையும் பார்த்துக் கொண்டிருக்கிறார்? என்றெல்லாம் கேள்விகள் எழத்தான் செய்கின்றன.

உண்மையில் இவற்றிற்குக் காரணம் கடவுள்தானா என்றால் இல்லையென்பதுதான் பதில். மனிதன் தன் சுய விருப்போடு செய்யும் தவறுகளுக்கும் குற்றங்களுக்கும் அதர்மங்களுக்கும் கடவுள் எங்ஙனம் பொறுப்பாக முடியும்?

யுத்தங்களும், போர்களும், மனித மரணங்களும் இன்று நேற்றல்ல,யுகங்கள்தோறும் நடந்துகொண்டுதான் இருக்கின்றன. தர்மத்திற்கும் அதர்மத்திற்குமான போராட்டமாக அவை பிறவிகள்தோறும், யுகங்கள்தோறும் தொடர்ந்துகொண்டுதான் இருக்கின்றன.

அப்படியென்றால் கடவுளுக்கு என்னதான் வேலை?

மனிதன் விரும்பிச் செய்யும் ஆசைகளை, தவறுகளை அவன் அப்படியே நடக்குமாறு விட்டுவிடுகிறான். சுருக்கமாகச் சொன்னால் மனிதனின் கர்மவினைகளில் கடவுள் தலையிடுவதில்லை. ஆனால் கலியுகத்தில் எப்போதெல்லாம் தர்மம் குலைந்து அதர்மம் தலை தூக்குகிறதோ அப்போதெல்லாம் நான் அங்கே அவதரித்து தர்மத்தை நிலைநாட்டுவேன் என்று கீதையில் கூறியதற்கேற்பக் கடவுள் ஏதோ ஒருவிதத்தில் செயல்பட்டுக் கொண்டுதான் இருக்கிறார். ஆனால் நம்மால்தான் அதை அறியவோ, உணரவோ முடிவதில்லை.

அதே சமயத்தில் மனிதன் தான் செய்த பாவங்களுக்கேற்ப அதற்கான விளைவை, தண்டனைகளை இப்பிறவியிலோ மறுபிறவியிலோ அனுபவித்தே ஆகவேண்டும். அதைத் தள்ளிப்போடலாம். ஆனால் முற்றிலுமாகத் தவிர்க்க முடியாது என்பதே உண்மை. சுவற்றில் அடித்த பந்து திரும்ப அதே வேகத்துடன் வருவதுபோல அது எப்பிறவி எடுத்தாலும் நம்மை நாடி வந்துகொண்டுதான் இருக்கும். ஆகவே பாவச் சுமைகளை, சில ஜோதிடர்கள் ஆசை காட்டுவதுபோல பரிகாரங்கள் செய்து தள்ளிப்போடுவதைவிட முற்றிலுமாக அனுபவித்துத் தீர்ப்பதுதான் அதை முழுமையாகக்

களைவதற்கான ஒரே வழி. அது இயலாவிட்டால் இறைவன் ஒருவனையே முற்றிலுமாகச் சரணடைவதுதான் இறுதி வழி.

'ஸர்வ தர்மான் பரித்யக்ஞ்ஜ்ய
மாமேகம் சரணம் வ்ரஜ!!'

என்று பகவான் கிருஷ்ணர் கீதையில் கூறுகிறார். 'எல்லாத் தர்மங்களையும் விட்டுவிட்டு முழுமையாக என்னைச் சரணடைந்தால் நான் உன்னை எல்லாப் பாவங்களில் இருந்தும் காப்பாற்றுகிறேன்' என்கிறார். ஆனால், நாம் அப்படிச் சரணாகதி அடைந்திருக்கிறோமா?

இல்லவே இல்லை. பெயருக்குக் கடவுளை வணங்கிவிட்டு வழக்கம்போல நமது செயல்களைத் தொடர்கிறோம். மேலும் சரணாகதி என்பது அவ்வளவு எளிதான காரியமும் இல்லை. அவ்வாறு கடவுள் பயமற்று சுயவிருப்புடன் பாவக் காரியங்களைச் செய்வதால்தான் பிறவிகள்தோறும் பாவ, புண்ணியங்கள் நம்மைத் தொடர்ந்துகொண்டே இருக்கின்றன. உண்மை நெறி பிறழ்ந்துபோன மானுடர்களே இதற்குக் காரணம். எல்லாம் தனக்கேவேண்டும் என்ற சுயநலம்; எல்லாம் தனக்குத் தெரியும் என்ற ஆணவம், தனக்கு எல்லாரும் அடங்கி நடக்கவேண்டும் என எண்ணும் பேராசை என இதற்குப் பல காரணங்களைச் சொல்லலாம். அந்தச் சுழற்சியே, அதன் வினைகளே, நம்மைத் தொடர்ந்து வந்து பல பிறவிகளுக்குக் காரணமாய் அமைந்துவிடுகின்றன. ஒரு சுழல்போல் விடாமல் நம்மைப் பற்றிக்கொண்டு வருத்துகின்றன.

உண்மையில் தனக்கான வினையை மனிதனே விதைத்துக் கொள்கிறான். இதில் கடவுள் என்ற பிரகிருதி எல்லாவற்றிற்கும் சாட்சியாக மட்டுமே இருக்கிறார். ஒருவன் நல்ல வாழ்க்கை வாழ்வதும், தீய வாழ்வு வாழ்வதும் அவன் கையில்தான் உள்ளது. இதைத்தான் இலக்கியம் 'தீதும் நன்றும் பிறர் தர வாரா' என்கிறது. வள்ளுவரும் 'பிறர்க்கின்னா முற்பகல் செய்யின் தமக்கினா பிற்பகல் தாமே வரும்' என்கிறார்.

ஆக, மனிதன் முற்பிறவி, மறுபிறவி பற்றிய உண்மைகளை உணர்ந்துகொண்டு, அறிந்தோ அறியாமலோ நாம் செய்யும் பாவங்களினால் ஏற்படும் விளைவுகளை அறிந்துகொண்டு, தூய வாழ்க்கை வாழ முன்வரவேண்டும். அது அவனது இப்பிறவிக்கு மட்டுமல்ல; வரும் பிறவிகளுக்கும் நன்மையைச் செய்வதாய் அமையும்.

2

இலக்கியங்களில் முற்பிறவி – மறுபிறவிச் செய்திகள்

திருக்குறள்

குறள் ஓர் அறநூல். உலகப்பொதுமறை என்றும் மனிதர்களின் வாழ்க்கைக்குத் தேவையான அனைத்து அறங்களையும் உள்ளடக்கிய நூல் என்றும் போற்றப்படுவது. இதில் பல்வேறு குறட்பாக்களில் மனிதனின் பிறவிகள் பற்றிக் குறிப்பிடுகிறார் வள்ளுவர்.

> 'ஒருமைக்கண் தான்கற்ற கல்வி ஒருவற்கு
> எழுமையும் ஏமாப் புடைத்து' *(398-கல்வி)*

என்கிறார்.

அதாவது ஒரு பிறவியில் ஒருவன் ஒன்றைக் கற்றுக்கொண்டான் என்றால் அது அவனது அந்தப் பிறவிக்கு மட்டுமல்ல; பின்னர் வரும் ஏழு பிறவிகளுக்கும் பயன் தருவதாய் அமையும் என்கிறார். இங்கே கவனிக்கவேண்டிய விஷயம் 'எழுமை' என்பது. 'அறுமை' என்று ஆறு பிறவிகளைப் பற்றியோ, 'எண்மை' என்று எட்டுப் பிறவிகளைப் பற்றியோ வள்ளுவர் சுட்டவில்லை. 'எழுமை' என்று சிறப்பித்துக் கூறியிருக்கிறார்.

'இற்றைக்கும் ஏழேழ் பிறவிக்கும்..' என்ற பாடலை இது மேலும் வலுப்படுத்துவதாய் அமைகிறது. மேலும் பிறவி என்பது ஒன்றோடு முற்றுப் பெறுவதில்லை அது தொடரும். குறைந்தது ஏழு பிறவிகள் வரைக்குமாவது அது தொடர்ந்து வரும் என்ற கருத்து

இதன்மூலம் வலுப்படுகிறது. மேற்கண்ட குறளில் மட்டுமல்ல; மேலும் பல குறள்களில் பிறவிகள் பற்றி, கர்மவினைகள் பற்றி, பிறப்பு பற்றிக் குறிப்பிட்டிருக்கிறார் வள்ளுவர்.

'எழுபிறப்பும் தீயவை தீண்டா பழிபிறங்காப்
பண்புடை மக்கட் பெறின்' *(62-மக்கட்பேறு)*

'எந்தவிதப் பழிச்சொல்லுக்கும் ஆகாத நன்மக்களை ஒருவன் பெற்றான் என்றால் அவனுக்கு ஏழு பிறவியிலும் தீவினைப் பயனாகிய துன்பங்கள் அணுகாது' என்கிறார். இதன்மூலம் ஏழு பிறவிகள் உண்டு என்பதை வள்ளுவர் ஏற்கிறார் என்பது உறுதியாகிறது. அடுத்து 'செய்ந்நன்றி அறிதல்' என்ற அதிகாரத்தில்,

'எழுமை எழுபிறப்பும் உள்ளுவர் தங்கண்
விழுமந் துடைத்தவர் நட்பு' *(107-செய்ந்நன்றி அறிதல்)*

என்ற குறளில் 'உரிய காலத்தில் தங்களுடைய துன்பத்தை நீக்கியவரின் நட்பை ஏழேழ் பிறவிகளிலும் சான்றோர்கள் மறவாமல் போற்றுவார்' என்கிறார்.

'ஒருமையுள் ஆமைபோல் ஐந்தடக்கல் ஆற்றின்
எழுமையும் ஏமாப் புடைத்து' *(126-அடக்கமுடைமை)*

என்ற குறளிலும் ஏழு பிறவிகள் பற்றிக் குறிக்கிறார்.

'குடம்பை தனித்து ஒழியப் புள்பறந்தற்றே
உடம்பொடு உயிரிடை நட்பு' *(338-நிலையாமை)*

'உறங்குவது போலும் சாக்காடு உறங்கி
விழிப்பது போலும் பிறப்பு' *(339-நிலையாமை)*

என்ற குறள்களில் பிறப்பு, இறப்பு பற்றியும்,

'ஊழிற் பெருவலி யாவுள மற்றொன்று
சூழினும் தான்முந் துறும்' *(380-ஊழ்)*

என்ற குறளில் 'ஊழ்' எனப்படும் வினையையும் அது மனிதர்களைப் பிறவிதோறும் வந்து வாட்டுவதையும் வள்ளுவர் சிறப்பாகக் குறித்திருக்கிறார். மேற்கண்ட குறள்கள் மூலம் அக்கால முற்பிறவி-மறுபிறவி பற்றிய நம்பிக்கைகளையும், வள்ளுவருக்கு அக்கருத்தில் உடன்பாடு உண்டு என்பதையும் அறியமுடிகிறது.

சிலப்பதிகாரம்

சிலப்பதிகாரம் முற்றிலுமாக முற்பிறவி-மறுபிறவிக் கோட்பாட்டை மையப்படுத்தியே கட்டமைக்கப்பட்டுள்ளது. கடவுள் வாழ்த்திலேயே இளங்கோவடிகள் இதனைத் தெரிவித்துவிடுகிறார்.

> 'அரசியல் பிழைத்தோர்க்கு அறங் கூற்றாவதூஉம்
> உரைசால் பத்தினிக்கு உயர்ந்தோர் ஏத்தலும்
> ஊழ்வினை உருத்து வந்து ஊட்டும் என்பதூஉம்
> சூழ்வினைச் சிலம்பு காரணமாகச்
> சிலப்பதிகாரம் என்னும் பெயரால்
> நாட்டுதும் யாமோர் பாட்டுடைச் செய்யுள்'

என்கிறார். இதில் 'ஊழ்வினை உருத்து வந்து ஊட்டும்' என்ற வரிகளின் மூலம் முற்பிறவிகளில் ஒருவன் செய்யும் வினை மறுபிறவியிலும் அவனைத் தொடர்ந்து வரும் என்ற உண்மையை நாம் உணர்ந்துகொள்ள முடிகிறது.

சிலப்பதிகாரத்தின் கதைச் சம்பவங்களிலும் முற்பிறவிக் கதைகள் உள்ளன.

கோவலனின் முற்பிறவி

கோவலன் - கண்ணகி இருவரும் பிழைப்பிற்காக மதுரைக்குச் செல்கின்றனர். அங்கே பொற்கொல்லனின் வஞ்சனையால் கோவலன் இறந்து விடுகிறான். கண்ணகி சீற்றத்தால் மதுரையை எரிக்கிறாள். அப்போது மதுராபுரித் தெய்வம் அவள்முன் தோன்றி, நடந்த துயரங்களுக்குக் காரணம், கோவலன் முற்பிறவியில் செய்த தீவினையே என்று கூறி அந்தக் கதையைக் கூறத் தொடங்குகிறது.

கலிங்க நாட்டில் உள்ள சிங்கபுரத்தை வசு என்ற மன்னன் ஆண்டு வந்தான். அவனிடம் உதவியாளனாகப் பரதன் என்பவன் பணியாற்றினான். வசுவின் பகைவனான குமரன் என்பவன் அருகில் உள்ள கபிலபுரத்தை ஆண்டு வந்தான். இவர்கள் இருவருக்குமிடையே அடிக்கடி போர் நடைபெற்று வருவது வழக்கம். இந்நிலையில் பகை நாடான கபிலபுரத்தைச் சேர்ந்த சங்கமன் என்னும் வணிகன், பொருளாசையால் தனது பொருள்களை விற்க மாறுவேடம் பூண்டு தன் காதலியுடன் சிங்கபுரத்திற்கு வந்தான். தனது பொருள்களை விற்று மகிழ்ச்சியோடு தனது காதலியுடன் வாழ்க்கை நடத்தினான்.

இது கண்டு பொறுக்காத வசுவின் உதவியாளன் பரதன், மன்னனிடம் அவன் கபிலபுரத்து ஒற்றன் என்று பொய் கூறி நம்பவைத்துக் கொன்று விட்டான். இதனால் சீற்றமுற்ற சங்கமனின் மனைவி 'எமக்கு இவ்வாறு மிகக் கொடிய துன்பத்தைத் தந்தவர் எவரோ, அவர் தாமும் இதே வகைத் துன்பத்தை அடைவாராக' என்று சாபமிட்டு தன் உயிரை மாய்த்துக்கொண்டாள். அவள் சாபம் பலித்தது.

முற்பிறவியில் அவ்வாறு சங்கமனைக் காட்டிக்கொடுத்த பரதன்தான், இப்பிறவியில் கோவலனாகப் பிறந்து தானும் அதேபோன்று வீண் பழியால் உயிர் துறந்தான். சங்கமனின் மனைவி அடைந்த அதே துயரத்தைப் பரதனின் முற்பிறவி மனைவியான நீயும் இப்பிறவியில் அடைந்தாய். ஒருவர் என்னதான் தவம் மேற்கொண்டாலும் தான, தருமங்கள் செய்தாலும் சாபத்தின் பலனை அடைந்தே தீரவேண்டும் என்று மதுராபுரித் தெய்வம் கூறி விடைபெற்றுச் சென்றதாகச் சொல்கிறது சிலப்பதிகாரம். முற்பிறவியில் கண்ணகியின் தாயாக இருந்தவரும், கோவலனின் தாயாக இருந்தவரும் மறுபிறவியில் அரட்டன் செட்டி என்பவருக்கு மகள்களாகப் பிறந்ததாகச் சிலம்பு கூறுகிறது. இவர்கள் புனித நீர் தெளிக்கப்பெற்று தங்கள் முற்பிறவி-மறுபிறவி பற்றிக் கூறியதாகச் சிலம்பு மூலம் அறிகிறோம்.

இதில் முக்கியமாக நாம் கவனிக்க வேண்டிய சில விஷயங்கள் உண்டு.

மறுபிறவி அடைந்த இவர்கள் தாங்களாக அந்த உண்மையை உணரவில்லை. புனித நீர் தெளிக்கப்பெற்றதன் மூலம் உணர்ந்தார்கள் என்பதால் முற்பிறவிகளை அறிய சில சம்பவங்கள், சில புறத் தூண்டுதல்கள், வாசனைகள், எண்ணங்கள் போன்றவை காரணமாக அமைகின்றன என்பதை உணர முடிகிறது. மேலும், இவர்கள் சிறுமிகள் என்பதால், சிறுவர்களால் எளிதில் தங்களுடைய முற்பிறவிகளைப் பற்றிய நினைவுகளை மீட்டுக்கொள்ள முடியும் என்ற ஆய்வாளர்களின் முடிவிற்கு இக்கருத்து வலு சேர்க்கிறது.

மேலும் சிலப்பதிகாரம் மறுபிறவி பற்றிக் கூறும் முக்கியமான கீழ்க்காணும் கருத்துகள் இங்கே உணரத்தக்கன.

'நற்றிறம் புரிந்தோர் பொற்படி யெய்தலும்
அற்புளஞ் சிறந்தோர் பற்றுவழிச் சேறலும்

அறப்பயன் விளைதலும் மறப்பயன் விளைதலும்
பிறந்தவ ரிறத்தலும் இறந்தவர் பிறத்தலும்
புதுவ தன்றே தொன்றியல் வாழ்க்கை'

என்பதும்

'பவகா ரணிபடிந் தாடுவி ராயிற்
பவகா ரணத்திற் பழம்பிறப் பெய்துவீர்'

பவகாரணி என்னும் பொய்கைக்கண் மூழ்கி ஆடுவீராயின், இப்பிறப்பிற்குக் காரணமாகவுள்ள முற்பிறவியினை உணர்வீர் என்று முற்பிறவி அறிதல் குறித்தும் அறிய முடிகிறது. வினைகள் குறித்து,

'ஒழிகென ஒழியாது ஊட்டும் வல்வினை
இட்ட வித்தின் எதிர்வந்து எய்தி
ஒட்டுங் காலை ஒழிக்கவும் ஒண்ணா
கடுங்கால் நெடுவெளி இடும்சுடர் என்ன
ஒருங்குடன் நில்லா உடம்பிடை உயிர்கள்...'

என்று வினைகள் பிறவிகள்தோறும், அவற்றை ஒழிக்க முடியாது என்று கூறுவதும் நாம் உணரத் தக்கது.

மணிமேகலை

ஐம்பெருங் காப்பியங்களுள் ஒன்றான மணிமேகலையும் முற்பிறவி உண்டு என்பதை ஒப்புக்கொள்கிறது. அதன் ஆசிரியர் சீத்தலைச்சாத்தனார் பல கதைகள் மூலம் அதனை விளக்குகிறார்.

மணிமேகலா தெய்வம் மணிமேகலையைத் தூக்கிக்கொண்டுபோய் மணிபல்லவத் தீவில் விட்டுவிடுகிறது. அங்கே மணிமேகலை தனித்திருக்கிறாள். அப்போது அங்கே ஒரு பீடம் தோன்றுகிறது. அதைத் தொழுது வணங்கும்போது மணிமேகலைக்கு அவளது முற்பிறப்பு உணர்த்தப்படுகிறது.

மணிமேகலையின் முற்பிறவி

ரவிவர்மன் என்ற மன்னன் அசோதர நாட்டை ஆண்டு வந்தான். அவன் மனைவி அமுதபதி. அவளுக்கு ஓர் அழகிய மகவு தோன்றிற்று. அவள் பெயர் லக்குமி. அதேபோன்று சித்திபுரம் என்ற நாட்டை சீதரன் என்ற மன்னன் ஆண்டு வந்தான். அவன் மனைவி நீலபதி. அவர்களுக்குத் தோன்றிய மகவின் பெயர் ராகுலன்.

தக்க பருவம் வாய்த்ததும் ராகுலனுக்கும் லக்குமிக்கும் பெற்றோர் மணமுடித்து வைத்தனர். திருமணம் செய்துகொண்ட சில நாள்களிலேயே ராகுலன் பாம்பு தீண்டி இறந்து விடுகிறான். மனைவி லக்குமியும் உடன்கட்டை ஏறி உயிர் துறக்கிறாள். அவ்வாறு உயிர் துறந்த லக்குமியே மறுபிறவியில் மணிமேகலையாகப் பிறக்கிறாள் என்கிறது மணிமேகலை. மேலும் பல காதைகள் மூலமாக அது மறுபிறவிச் சம்பவங்களை விளக்குகிறது.

ஆக, திருக்குறள், சிலம்பு, மணிமேகலை போன்ற இலக்கியங்கள் மூலம் முற்பிறவி, மறுபிறவி பற்றிய நம்பிக்கைகள் நம்மிடையே மிக ஆழமாக வேரூன்றியிருந்ததையும் அந்த நம்பிக்கை மக்களிடையே பரவலாக இருந்தமையையும் நாம் அறிய முடிகிறது.

3

புராணங்கள் கூறும் முற்பிறவி–மறுபிறவிச் செய்திகள்

புராணங்களிலும் வரலாற்று இலக்கியங்களிலும் முற்பிறவி-மறுபிறவி பற்றிப் பல்வேறு செய்திகள் காணக்கிடைக்கின்றன.

ஓர் எலி தன்னை அறியாமலேயே தினமும் தான் வசித்து வந்த ஆலயத்தின் விளக்கில் இருக்கும் எண்ணெய்யைக் குடித்து வந்தது. அவ்வாறு தினந்தோறும் அது செய்து வந்தபோது திரி தூண்டப்பட்டு கர்ப்பக்கிரகத்தினுள் சதா சர்வகாலமும் விளக்கெரிந்து பிரகாசமாக ஒளி வீசியது. தன்னை அறியாமலேயே எலி ஆலயத்தில் விளக்கெரிய வைத்ததன் புண்ணியப் பலனாக அடுத்த பிறவியில் மகாபலிச் சக்கரவர்த்தியாகப் பிறந்தது.

இறைவனை வெயில் தாக்காமலிருக்க ஒரு சிலந்தி தினந்தோறும் சிவலிங்கத்தின் மீது வலை பின்னி வழிபட்டு வந்தது. ஒரு யானை, அந்தச் சிவலிங்கத்தின் மீது சிலந்தி பின்னியிருக்கும் வலையை அறுத்தெறிந்துவிட்டு தினந்தோறும் இறைவனை வழிபட்டு வந்தது. சிலந்தி வலை பின்னுவதும், யானை அதை அறுப்பதும் தினந்தோறும் தொடர்ந்து வந்தது. இதைப் பொறுக்காத சிலந்தி ஒருநாள் யானையின் துதிக்கைக்குள் புகுந்து கடித்தது. யானை வலி பொறுக்க மாட்டாமல் கீழே துதிக்கையை அடித்து சிலந்தியைக் கொன்றது. பின் சிலந்தியின் விஷத்தால் தானும் இறந்தது. மறுபிறவியில் சிலந்தி மன்னனாகப் பிறந்தது. அந்த மன்னன் தான் கோச்செங்கணான்

என்னும் சோழன். இம்மன்னன் தனது சிவத்தொண்டால் நாயன்மாராக உயர்ந்தார். யானை, கணங்களுள் ஒன்றாக ஆனது.

இறைவனின் மீது பக்திகொண்ட நண்டு ஒன்று தினந்தோறும் இறைவனை வழிபட்டு வந்தது. மறு ஜென்மத்தில் அது அரசனாகப் பிறந்தது.

பசு ஒன்று தினந்தோறும் சிவலிங்கம் புதைந்திருக்கும் புற்றுக்குச் சென்று பால் பொழிந்து வந்தது. அந்தப் புண்ணியப் பலனால் அது மறு ஜென்மத்தில் அரசனாகப் பிறந்தது.

ஆணி மாண்டவ்யர் என்னும் முனிவர் ஒருவர் தனது முற்பிறவியில் ஈக்களை ஈர்க்கால் கொன்றதால் மறுபிறவியில் கழுவில் ஏற்றப்பட்டார். இப்பிறப்பில் அவர் துறவியாக இருந்தபோதிலும் முற்பிறப்பில் செய்த அந்தப் பாவத்திற்கான தண்டனையை, வேதனையை அவர் அனுபவிக்க நேர்ந்தது.

வைகுந்தத்தில் இறைவனின் வாயிற்காவலர்களாக இருந்த துவார பாலகர்கள், முனிவர்களை அவமதித்ததால் மறு ஜென்மத்தில் இரண்யாட்சனாகவும், இரண்யகசிபு ஆகவும் பிறந்து பின் இறைவனால் வதம் செய்யப்பட்டு மீண்டும் அப்பதவியை அடைந்தனர்.

தவளையாகப் பிறந்தாலும் இறைவனின் பெயரையே சொல்லிக் கொண்டிருந்ததால் மறுபிறவியில் அத்தவளை ஒரு முனிவராக அவதரித்தது.

முற்பிறவியில் குரங்காகப் பிறந்திருந்தாலும் இறைவனை மறவாமல் சிவபூஜை செய்த விலங்கு மறுபிறவியில் மன்னனாகப் பிறந்தது. ஆனாலும் தன் முற்பிறப்பை மறக்கக்கூடாது என்பதற்காக அவன் குரங்கு முகத்தை வேண்டிப் பெற்றான்.

முற்பிறவியில் கமலை, விமலையாகப் பிறந்த பெண்கள் இறைவனை வேண்டி வழிபட்டு மறுபிறவியில் வள்ளி, தெய்வானையாகப் பிறந்தார்கள்.

வண்டாகப் பிறந்தாலும் தினந்தோறும் இறைவனை வலம் வந்து வழிபட்டு வந்த வண்டு மறுபிறவியில் ஒரு முனிவராகப் பிறந்தது.

இவ்வாறு புராணங்களில் பல செய்திகள் முற்பிறவி-மறுபிறவி பற்றிக் காணக் கிடைக்கின்றன.

காசிராஜன் மகள் கதை

திருவிடைமருதூர் ஆலயத்தின் ஒரு கோபுர வாசலில் பட்டினத்தாரும், மற்றொரு வாயிலில் அவரது சீடர் பத்திரகிரியாரும் வசித்து வந்தனர். பத்திரகிரியார் பிச்சை பெற்று உண்ணும் உணவின் மீதத்தை ஒரு நாய் உண்டு வந்தது.

ஒருமுறை அவர்களைச் சோதிக்கும் பொருட்டு இறைவன் ஒரு முதியவர் வடிவில் வந்து பட்டினத்தாரிடம் உணவு கேட்டார். பட்டினத்தார் 'தன்னிடம் உணவைச் சேமித்து வைக்கும் பழக்கம் இல்லை என்றும் பின்புற வாயிலில் ஒரு குடும்பி இருக்கிறார், அவரிடம் செல்லுங்கள்' என்றும் கூறி அனுப்பி வைத்தார். அவரும் அவ்வாறே சென்று பத்திரகிரியாரிடம் பட்டினத்தார் சொன்னதைச் சொல்லி உணவை யாசித்தார்.

துறவியாக இருக்கும் தான், இரு கைகளாலும் யாசித்துத்தான் உணவு உண்ணவேண்டும். அதை விடுத்து உணவை உண்ணத் திருவோடு வைத்திருப்பதாலும் தன்னுடன் ஒரு நாயும் எப்போதும் உடன் இருப்பதாலுமே தன் குரு அப்படிக் கூறினார் என்பதைப் புரிந்துகொண்ட பத்திரகிரியார், கோபத்துடன் திருவோட்டை நாய் மீது வீசி எறிந்தார். நாய் இறந்தது. பத்திரகிரியாரும் மேலும் மன வைராக்கியமடைய திருத்தல யாத்திரைக்குப் புறப்பட்டார்.

பத்திரகிரியாரால் வளர்க்கப்பட்டு அவரது திருவோடுபட்டு மரணமடைந்த நாய், மறு ஜென்மத்தில் காசிராஜனின் மகளாகப் பிறந்தது. ஒரு புண்ணியத் துறவியின் எச்சில் மீதத்தை உண்டதால் அதற்கு அந்தப் பாக்கியம் கிடைத்தது.

இதுபோல ராமாயணம், மகாபாரதம் போன்ற இதிகாசங்களிலும் முற்பிறவி-மறுபிறவி பற்றிப் பல செய்திகள் காணக்கிடைக்கின்றன.

பகவான் ரமணர் வாழ்ந்த காலத்தில் நாள்தோறும் தவறாமல் அவருக்கு அன்னமிட்டு வந்த கீரைப் பாட்டியே மறு ஜென்மத்தில் பசு லக்ஷ்மியாகப் பிறந்தது என்றும், மாதவ சுவாமி என்ற அடியவரே மயிலாகப் பிறந்தார் என்பதும் அடியவர்கள் நம்பிக்கை. சப்தரிஷிகளுள் ஒருவரே விவேகானந்தராகப் பிறந்தார் என்பதும், ஸ்ரீ ஷிர்டி சாயிபாபாவின் மறு அவதாரமே ஸ்ரீ சத்யசாயி பாபா என்பதும் பக்தர்களின் நம்பிக்கை. சத்யசாயியும் அதனை உறுதிப்படுத்தியுள்ளார். அபிராமி பட்டரே மறுபிறவியில் மகான் சேஷாத்ரி சுவாமிகளாக

அவதரித்தார் என்றும் கபீர்தாஸரே, மறுபிறவியில் யோகி ராம்சுரத்குமாராக அவதரித்தார் என்றும் ஒரு கருத்து உண்டு.

அதுபோன்று, பிரகலாதனே ஸ்ரீ ராகவேந்திரராக அவதரித்தார்; இறைவனுக்கு கைலாயத்தில் நித்ய கைங்கர்யம் செய்துவந்த ஆலால சுந்தரரே, சைவ சமயக் குரவர் நால்வரில் ஒருவரான சுந்தரராக, நாயன்மாராக அவதரித்தார். நந்தியெம்பெருமானின் சீடர்களுள் ஒருவரான சுந்தரநாதர் என்பவரே திருமூலராகப் பிறந்தார். ஈசனின் வாகனமான நந்தியே மாணிக்கவாசகராக அவதரித்தார் என்பதெல்லாம் பக்தர்களின் நம்பிக்கைகளாகும்.

இதுபோன்ற புராண, இலக்கியங்கள் மூலம் முற்பிறவி-மறுபிறவி என்பது உண்மைதான் என்பதும், செய்யும் பாவ, புண்ணியங்களுக்கேற்ப அது ஒருவருக்கு வாய்க்கிறது என்பதும் தெரியவருகிறது. மேலும் மனிதராகப் பிறந்து இறப்பவர்கள் மறுபிறவியில் அதேபோன்று மனிதராகத்தான் பிறப்பர் என்றோ, விலங்குகள் போன்றவை எவ்விதப் பகுத்தறிவும் அற்றவை என்றோ நாம் முடிவிற்கு வர இயலாது. அவரவர் செய்யும் பாவ, புண்ணியங்களுக்கேற்ப அனுபவிக்கவேண்டிய கர்மவினைகளுக்கேற்பவே பிறவிகள் அமைகின்றன. அவை மனிதப் பிறவி போன்று உயர்ந்த ஒன்றாகவும் இருக்கலாம் அல்லது விலங்கினம், பறவை எனப் பரிணாம வளர்ச்சியில் மிகவும் தாழ்ந்தவையாகவும் இருக்கலாம்.

புத்தரின் வாழ்வில் நிகழ்ந்த சம்பவம் இதற்கு ஒரு சான்றாகிறது. ஒருவன் தன்னைத் தானே உணர்ந்து ஞானம் அடைவதை உபதேசித்தவர் புத்தர். புத்தர் பல்வேறு பிறவிகள் எடுத்ததாகவும் இறுதி அவதாரமாக நிகழ்ந்ததே கௌதம சித்தார்த்த அவதாரம் என்றும் புத்தரைப் பற்றிய வரலாறுகள் கூறுகின்றன. புத்தர் வாழ்வில் நடந்த கீழ்க்கண்ட சம்பவம் மூலம் மறுபிறவி பற்றிய அவரது கருத்தினை நாம் அறிந்துகொள்ளலாம்.

ஒருமுறை புத்தரின் முக்கியச் சீடரான மௌத்கல்யாயனர் மற்றும் இலட்சணர், கிருத்திரகூட மலையிலிருந்து இறங்கி வரும்போது பாம்புத் தோற்றம்கொண்ட ஒரு பேயைப் பார்க்கின்றனர். இந்த அதிசயத்தைக் கண்ட அவர்கள் புத்த பெருமானிடம் தாங்கள் கண்டதை விவரிக்கின்றனர். அதற்குப் புத்தர் ‘புதிதாகக் கறந்த பால் உடனே தயிராகாது. அதுபோலத் தீய செயல்களின் விளைவுகள் உடனே தெரிவதில்லை. அத்தீய செயல்களின் பலன்கள் நீறுபூத்த நெருப்பு போல மறைந்திருந்து பாவம் செய்த அறிவிலிகளைச் சுடுகின்றன’ (தம்மபதம்: மூடர் இயல்:*12*) என்று கூறினார்.

மேலும் அவர் அந்தப் பேயின் வரலாற்றையும் விளக்கினார் ‘முற்காலத்தில் காஸ்யப புத்தர் என்று ஒருவர் இருந்தார். அவரது காலத்தில் துறவிகள், ஊருக்குள் சென்று பிச்சை எடுத்து வாழ்ந்து வந்தனர். இவர்களை விரும்பாத ஒரு விவசாயி அந்தப் பிட்சுக்களின் குடில்களைத் தீயிட்டுக் கொளுத்தினான். அந்தத் தீய செயலின் விளைவாக அவன் தற்போது பாம்பு உருவம் கொண்ட பேயாகப் பிறப்பெடுத்திருக்கிறான்’ என்று விளக்கினார்.

மேற்கண்ட இந்தச் சம்பவத்தின் மூலம் மறுபிறவி உண்டு என்பதும், அதி பயங்கரத் தீவினைச் செயல்களைச் செய்தவர்கள் பேய்களாக அலைவர் என்பதையும் நாம் அறிந்துகொள்ள இயலுகிறது.

யாருக்கு மறுபிறவி கிடையாது என்பதை ஞானசம்பந்தர் அழகான பாடல் மூலம் விளக்குகிறார்.

‘பாலூரு மலைப்பாம்பும் பனிமதியு மத்தமும்
மேலூருஞ் செஞ்சடையான் வெண்ணூல்சேர் மார்பினான்
நாலூர் மயானத்து நம்பான்ற னடிநினைந்து
மாலூருஞ் சிந்தையர்பால் வந்தூரா மறுபிறப்பே’

(இரண்டாம் திருமுறை,
திருஞானசம்பந்தர் தேவாரம்)

வள்ளுவரும்,

‘அறவாழி அந்தணன் தாள்சேர்ந்தார்க் கல்லால்
பிறவாழி நீந்தல் அரிது’

என்று குறிப்பிட்டிருக்கிறார்.

கிறித்துவம் மறு ஜென்மக் கொள்கையை ஏற்றுக்கொள்வதில்லை.

‘மறு ஜென்ம காலத்திலே மனுஷகுமாரன் தம்முடைய மகிமையுள்ள சிங்காசனத்தின் மேல் வீற்றிருக்கும்போது, என்னைப் பின்பற்றின நீங்களும், இஸ்ரவேலின் பன்னிரண்டு கோத்திரங்களையும் நியாயந் தீர்க்கிறவர்களாகப் பன்னிரண்டு சிங்காசனங்களின் மேல் வீற்றிருப்பீர்கள் என்று மெய்யாகவே உங்களுக்குச் சொல்லுகிறேன்.’ (மத்தேயு 19:28)

‘நாம் செய்த நீதியின் கிரியைகளினிமித்தம் அவர் நம்மை இரட்சியாமல், தமது இரக்கத்தின்படியே, மறு

ஜென்ம முழுக்கினாலும், பரிசுத்த ஆவியினுடைய புதிதாக்குதலினாலும் நம்மை இரட்சித்தார்.' *(தீத் 3:5)*

என்று பைபிளில் சில இடங்களில் மறு ஜென்மம் என்ற வார்த்தை வருகிறது என்றாலும் அது உயிரின் மறுபிறவியைக் குறிப்பதாக இல்லை. அதுபோல இஸ்லாமும் மறுபிறவியை ஏற்கவில்லை. மரணத்திற்குப் பிறகு நிரந்தர மறுமை வாழ்க்கைதான் உண்டு. மறு ஜென்மம் என்பது இல்லவே இல்லை என்பதே இஸ்லாத்தின் நிலைப்பாடு ஆகும். சொராஸ்ட்ரியம், கிறித்துவம், இஸ்லாம் முதலிய சமயங்களில் மறுபிறவி என்பதைவிட மரணத்திற்குப்பின் உடலும் ஆன்மாவும் சமாதியிலிருந்து எழுப்பப்படும் என்றும், அவற்றின் செயல்களுக்கேற்ப அவற்றிற்குத் தீர்ப்பு வழங்கப்படும் என்றே வலியுறுத்தப்பெறுகிறது.

'உன்னையே நீ அறிவாய்' என்ற தத்துவத்தை வலியுறுத்திய சாக்ரடீஸ் மறுபிறவியில் நம்பிக்கை கொண்டிருந்தார். மரணத்திற்குப்பின் ஆன்மா ஹேடஸ் என்ற சூட்சும உலகிற்குச் சென்று பல நதிகளைக் கடக்கும். பின் பல்வேறு அனுபவங்களைப் பெற்று மறுபிறவி எடுக்கும் என்கிறார் அவர். இந்நதி இந்து மதத்தில் கருட புராணம் கூறும் வைதஸ்வரணி நதிக்கரையை ஒத்துள்ளது இங்குக் கவனிக்கத்தக்கது.

இதுவரை முற்பிறவி, மறுபிறவி என்பவை உள்ளன என்பதையும், அதற்கு மனிதனின் ஆசைகளும், கர்மங்களுமே காரணமாகின்றன என்பதையும் புராணம், இலக்கியங்கள் வழி பார்த்தோம். ஆனால் விஞ்ஞானம் இதனை முழுமையாக ஏற்றுக்கொள்ளவில்லை. இப்பிறவிகள் பற்றிய ஆய்வுகள் உலகெங்கும் நடந்த வண்ணம் உள்ளன. பல ஆராய்ச்சியாளர்கள் அதுகுறித்து ஆராய்ந்து பல உண்மைகளைத் தெரிவித்துள்ளனர். அவர்கள் ஆராய்ச்சிகளை, அது பற்றிய செய்திகளைப் பார்க்கலாம்

4

முற்பிறவி–மறுபிறவி ஆராய்ச்சியாளர்கள்

இந்தியாவிலும் சரி, உலக அளவிலும் சரி. இதுபோன்ற ஆய்வுகள் குறித்து இருவேறு கருத்துகள் நிலவி வருகின்றன. சிலர் இதனை உண்மை என்றும், தமது குடும்பத்திலேயே இதுபோன்ற நிகழ்வுகள் நடந்து இருப்பதாகவும், தமக்கே முற்பிறவி அனுபவங்கள் ஏற்பட்டு இருப்பதாகவும் கூறுகின்றனர். சிலரோ இதெல்லாம் சும்மா ஏமாற்று வேலை, உளவியல் காரணங்களால் மனம் செய்து கொள்ளும் கற்பனைதான் முற்பிறவி-மறுபிறவிகள் என்று கூறுகின்றனர்.

ஆய்வைப் பொறுத்தவரையில் நமது நாட்டை விட வெளிநாட்டில்தான் நிறைய ஆய்வுகள் மேற்கொள்ளப்பட்டுள்ளன. அதை ஆய்வதற்கென தனி அமைப்புகளையும் அவர்கள் நிறுவியுள்ளனர். ஆனால் இந்தியாவில் இதுபோன்ற ஆய்வுகள் வெகு குறைவு. சொல்லப்போனால் ஒரு சில ஆய்வுகள் மட்டுமே மேற்கொள்ளப்பட்டுள்ளன. அதுவும் வெளிநாட்டிலிருந்து வந்த ஆய்வாளர்களே இதில் அதிக அக்கறை காட்டியுள்ளனர். உள்நாட்டு ஆய்வாளர்களில் ஒரு சிலரைத் தவிரப் பிறர் இதுபோன்ற ஆய்வுகளில் அதிகம் ஈடுபடவில்லை. காரணம், பயம், ஆதரவின்மை, அறியாமை, நம்பிக்கையின்மை, சரியான சூழல்கள் அமையாமை எனப் பலவற்றைக் குறிப்பிடலாம்.

எழுத்தாளர் விக்கிரவாண்டி வி.ரவிச்சந்திரன் அவர்கள் இதுபோன்ற துறையில் ஆர்வம் கொண்டு சில

புத்தகங்களை எழுதியிருக்கிறார். சான்றாக அவர் எழுதியுள்ள 'முனிவர்களின் சுவடிகளும், முற்பிறவி உண்மைகளும்' என்ற நூலையும், 'முற்பிறவி-மறுபிறவி அதிசயங்கள்' என்ற நூலையும் குறிப்பிடலாம். இதுதவிர சிலர் ஆங்காங்கே நிகழ்ந்த சம்பவங்களை அடிப்படையாகக்கொண்டு சில நூல்களைப் படைத்துள்ளனர். எனவே இத்துறையில் மேன்மேலும் கவனம் செலுத்தப்பட்டு, அறிவியல்ரீதியாக ஆய்வு மேற்கொள்ளப்பட வேண்டியது அவசியமாகிறது.

வெளிநாட்டு ஆய்வாளர்கள்

எட்கர் கெய்சி

அமெரிக்க மாகாணத்தில் உள்ள ஹொப்கின்ஸ் வில்லி நகரத்தில் 1877ம் ஆண்டு பிறந்தவர் எட்கர் கெய்சி (Edgar Cayce). சிறுவயது முதலே இவருக்குச் சில அமானுஷ்யத் தோற்றக் காட்சிகளும் அமானுஷ்யக் குரல்களும் கேட்க ஆரம்பித்தன. அதுமட்டுமல்லாமல் நல்ல நினைவாற்றலும், பிறர் ஏதும் கூறாமலேயே அவர்கள் மனதில் நினைக்கும் எண்ணங்களை உணரும் ஆற்றலும் இவருக்குக் கை வந்தன. ஒரு நிறுவனத்தில் இவர் சில காலம் விற்பனைப் பிரதிநிதியாகப் பணியாற்றி வந்தார். அப்போது இவருக்குச் சில அமானுஷ்ய அனுபவங்கள் ஏற்பட ஆரம்பித்தன. அத்துடன் திடீரென்று ஒருநாள் இவருக்குப் பேசும் திறனும் போய் விட்டது. பல்வேறு மருத்துவர்களைப் பார்த்து பல்வேறு முயற்சிகளை மேற்கொண்டபோதும் பயனில்லை.

இந்நிலையில் 'செல்ப் ஹிப்னோஸிஸ்' எனப்படும் சுய ஹிப்னாடிசப் பயிற்சி மூலம் இவரது குரல் குணமானது. அது முதல் இவர் இதுபோன்ற பயிற்சிகள் மூலம் பிறருக்கு

ஏற்பட்டு இருக்கும் நோய்களைத் தீர்க்க முடியுமா என்பது பற்றி ஆராயத் துவங்கினார். ஹிப்னாடிசத்தையும் 'ட்ரான்ஸ்' எனப்படும் மயக்கநிலைப் பேச்சின் மூலமாகவும் இவர் பிறரது நோய்களைக் கண்டறிந்து குணமாக்கத் தொடங்கினார். சிலவற்றிற்கான வழிமுறைகளையும் கூற ஆரம்பித்தார். ஆனால் இவர் பிறப்பால் கிறித்துவர் என்பதால் முற்பிறவி-மறுபிறவி, கர்மவினை போன்றவை உண்மைதானா என்ற ஐயமும் ஏற்பட்டது. ஆனால் இவர் அவ்வாறு ஆராய்ந்து கூறிய தகவல்கள் எல்லாம் நூற்றுக்கு நூறு உண்மையாக இருந்ததால் மக்கள் இவர் மீது நம்பிக்கை கொண்டனர். முதலில் இவரது ஆய்வை நம்பாத மருத்துவ அறிஞர்கள்கூட இவற்றை ஏற்றுக்கொள்ளத் தொடங்கினர். 'நியூயார்க் டைம்ஸ்' இதழ் இவரைப் பற்றிக் கட்டுரை வெளியிட்டுக் கௌரவப்படுத்தியது. அதுமுதல் கெய்சி பிரபலமானார். அமெரிக்காவின் அதிசய மனிதர் (The Miracel Man of America) என்றும் போற்றப்பட்டார். இவர் தன்னை நாடி வரும் அனைவரது முற்பிறவிகளையும் கூறத் தொடங்கினார். அதற்கு ஆதாரமான நிகழ்வுகளையும் விளக்க ஆரம்பித்தார்.

முற்பிறவி-மறுபிறவி ஆய்வுகளில் எட்கர் கெய்சி தம்மை நாடி வந்திருப்பவரை முதலில் எதிரே அமரச்செய்வார். பின்பு அறையில் உள்ள அதிக ஒளி வீசும் விளக்குகளை அணைத்துவிட்டு நீல நிற ஒளியை எரியச் செய்வார். அறையில் அமைதி நிலவும். ஒரு புறத்தில் ஒலிப்பதிவுக் கருவி பேச்சினைப் பதிவு செய்யக் காத்திருக்கும். ஆழமாகச் சுவாசிக்கும் எட்கர் கெய்சி தமக்குத் தாமே செல்ப் ஹிப்னோஸிஸ் செய்து மயக்க நிலைக்குச் செல்வார். அப்போது தம்முன் அமர்ந்திருப்பவரின் முற்பிறவிகள் பற்றிய காட்சிகள் தெரிய ஆரம்பிக்கும். அந்த நபரின் முற்பிறவிப் பெயர், இடம், சூழ்நிலைகள், சம்பவங்கள், வாழ்வில் நடந்த சில முக்கியமான நிகழ்ச்சிகள் போன்றவையும், அவரது மறுபிறவி பற்றியும், முற்பிறவிக்கும் மறுபிறவிக்குமான தொடர்புகள், ஒற்றுமைகள் பற்றியும் கூற ஆரம்பிப்பார். எல்லாம் முடிந்ததும் மீண்டும் சுயநினைவுக்கு வரும்போது அவருக்குத் தாம் என்ன கூறினோம் என்பது நினைவே இருக்காது.

இவையெல்லாம் எப்படிச் சாத்தியம். எப்படி நம்புவது எனக் கேட்ட பத்திரிகை நிருபர்களுக்கு கெய்சி, இவையெல்லாம் ஏற்கெனவே பிரபஞ்சத்தில் பதிவு செய்யப்பட்டிருப்பவையே என்றும், தான் தனது ஆழ்நிலை உணர்வின் மூலம்

பின்னோக்கிப் பயணம் செய்து இவற்றைக் கண்டறிந்து கூறுவதாகவும் விளக்கினார்.

1945ம் ஆண்டு இவர் காலமாகும்வரை சுமார் 15,000 மக்களின் முற்பிறவிகளைப் பற்றி இவர் ஆய்வு செய்து எடுத்துரைத்திருக்கிறார் என்பது குறிப்பிடத்தக்கது. 1932ல் வெர்ஜீனியாவில் இவர் ஆரம்பித்து வைத்த முற்பிறவிகள் பற்றிய ஆராய்ச்சிக் கழகம் இன்றளவும் செயல்பட்டு வருகிறது. இவரது மகனான ஹக்லின் கெய்சி அதனைத் தற்போது நிர்வகித்து வருகிறார். இவரும் ஓர் ஆராய்ச்சியாளரே. இவர் எழுதிய 'வென்ட்சர் இன்வார்ட்' என்னும் ஆய்வு நூல் அமெரிக்காவின் பிரபல ஆய்வு நூல்களுள் ஒன்றாகும்.

டாக்டர் ஹெலென் வொம்பாச்

எட்கர் கெய்சி தம்மைத்தாமே செல்ப் ஹிப்னோலிஸ் செய்துகொண்டு முற்பிறவிகளைப் பற்றிய ஆய்வில் ஈடுபட்டார். ஆனால் ஆராய்ச்சியாளர்களில் சிலர் தம்மை நாடி வந்த மக்களை ஹிப்னோடைஸ் செய்து முற்பிறவிகள் பற்றிய உண்மையைக் கண்டறிந்திருக்கின்றனர். அவர்களில் முக்கியமான ஒருவர் டாக்டர் ஹெலென் வொம்பாச் (Helen Wambach).

அமெரிக்காவில் பிறந்து வளர்ந்த ஹெலெனுக்குச் சிறு வயது முதலே இதுபோன்ற ஆய்வுகளில் ஈடுபடுவது மிகவும் பிடித்தமானதாக இருந்தது. உளவியல் பற்றியும் ஹிப்னோஸிஸ் பற்றியும் ஆராய்ந்து டாக்டர் பட்டம் பெற்றார். தனது ஆய்வு விவரங்களை இவர் 'Recalling Past Lives – The evidence from Hypnosis' மற்றும் 'Life Before Life' என்ற நூலிலும் தொகுத்தளித்துள்ளார். சிகாகோவில் தனது ஆராய்ச்சி

சாலையை நிறுவிய இவர், அதன், மூலம் பலரது முற்பிறவி அனுபவங்களைக் கண்டறிந்துள்ளார்.

தம்மை நாடி வருபவரை ஹிப்னாடிச உறக்கத்திற்கு ஆழ்த்தும் ஹெலென், அவரது மூளையைத் தன் கட்டுப்பாட்டுக்குள் கொண்டுவந்து, அதன்மூலம் மனதை (ஆன்மாவை) அதன் முந்தைய பல காலகட்டங்களுக்கும் பயணப்படுமாறு செய்து, அப்போது கூறப்படும் அனுபவங்களைப் பதிவு செய்வார். இது மனத்தின் வெறும் கற்பனை என்று சிலர் மறுப்புக் கூறினாலும், அவரது ஆய்வு முடிவுகள் அந்தக் கடந்த காலச் சம்பவங்களுக்கும் நிகழ்காலச் சம்பவங்களுக்கும் உள்ள தொடர்பினை வெளிச்சம்போட்டுக் காட்டின. டைம், நியூயார்க் டைம்ஸ், ஹ்யூமன் பிஹேவியர் போன்ற இதழ்களில் இவர் இதுபற்றி நிறையக் கட்டுரைகளை எழுதியிருக்கிறார்.

தம்மை நாடி வந்தவரை ஹிப்னாடிச உறக்கத்தில் ஆழ்த்தும் இவர் கீழ்க்கண்ட பல்வேறு கேள்விகளைக் கேட்பதன் மூலம் பல உண்மைகளைக் கண்டறிவார்.

1. முற்பிறவியில் நீங்கள் யாரென்பதை உங்களால் நினைவு கூர முடிகிறதா?

2. அப்போது நீங்கள் ஆணா, பெண்ணா?

3. முற்பிறவியில் நீங்கள் இறக்கும்போது உங்களுக்கு எந்த வித அனுபவங்கள் ஏற்பட்டன?

4. நீங்கள் இப்போது இறந்து விட்டீர்கள், தற்போது எந்த நிலையில் இருக்கிறீர்கள்?

5 இறந்த உடனேயே மறுபிறவி எடுத்து விட்டீர்களா, இல்லை என்றால் அதுவரை எங்கு, எந்த நிலையில் இருந்தீர்கள்?

6. மீண்டும் பிறப்பதற்கு முன்னால் நீங்கள் என்னவாக இருந்தீர்கள் என்பதை உங்களால் உணர முடிந்ததா?

7. நீங்கள் மறுபிறவி எடுக்கவேண்டும் என்று விரும்பினர்களா, அல்லது வேறு யாரும் உங்களைக் கட்டாயப்படுத்தினார்களா? ஆம் என்றால் அவர்கள் யார்?

8. மனிதனாகவோ மற்ற உயிரினமாகவோ பிறக்கும் முடிவை எடுப்பது யார், அதனைத் தீர்மானிப்பது யார்?

9. குறிப்பிட்ட நபருக்கு, குறிப்பிட்ட காலத்தில், குறிப்பிட்ட பாலினத்தில் பிறக்கவேண்டும் என்பதை யார் நிச்சயம் செய்கிறார்கள்?

10. நீங்கள் மீண்டும் பிறக்கும்முன் தாயின் கருவறையில் இருந்த அனுபவத்தை உங்களால் நினைவுகூர முடிகிறதா?

11. நீங்கள் கருவறைக்குள் எப்போது, எப்படி நுழைந்தீர்கள் என்பதைக் கூற இயலுமா? அந்த ஞாபகம் உங்களுக்கு உள்ளதா?

12. தற்போது நீங்கள் ஒரு பெற்றோருக்குக் குழந்தையாகப் பிறந்திருக்கிறீர்கள்! உங்கள் எண்ணங்களை, அனுபவத்தை உங்களால் நினைவு கூர முடிகிறதா?

ஒரு நபரை ஹிப்னாடிச மயக்கத்தில் ஆழ்த்தி இதுபோன்ற பல கேள்விகள் கேட்டு அதன்மூலம் உண்மையைக் கண்டறிவதுதான், டாக்டர் ஹெலெனின் ஆராய்ச்சியாகும். இவரது ஆராய்ச்சிகள் வெளிப்படையாக நடந்ததனால் பரவலாகப் பலரது கவனத்தையும் பாராட்டையும் பெற்றது.

5

ஆராய்ச்சியாளர்களும் அவர்கள் கூறும் உண்மைகளும்

எட்கர் கெய்சி, ஹெலென் வெம்பாச் போன்றோர் மட்டுமல்ல மேலும் பலர் இத்துறையிலும், பிறப்பு, இறப்பு, மரணத்தின் பின் ஆன்மாவின் நிலை, உடலைவிட்டு வெளியேறிய உயிரின் பயணம், மரணத்தருவாயில் ஏற்படும் நிகழ்வுகள் என்பது பற்றியெல்லாம் விரிவாக ஆராய்ச்சி மேற்கொண்டுள்ளனர். அவர்களில் சிலரைப் பற்றியும் அவர்களது ஆய்வின் முக்கியத்துவத்தைப் பற்றியும் இந்த அத்தியாயத்தில் பார்ப்போம்.

டாக்டர் எடித் ஃபையர்

மறுபிறவி ஆராய்ச்சியாளர்களில் குறிப்பிடத்தகுந்த ஒருவர் எடித் ஃபையர் (Edith Fiore) உளவியல் துறையில் பல்வேறு ஆய்வுகளை மேற்கொண்டு டாக்டர் பட்டம் பெற்ற இவர், ஹிப்னாடிச உறக்கத்தில் மக்களை ஆழ்த்தி, அவர்களின் ஆன்மாவைப் பல்வேறு காலகட்டங்களுக்குப்

பயணப்படச் செய்து உண்மையைக் கண்டறிந்து கூறினார். குறிப்பாக இவரது ஆய்வில் மரணம் பற்றியும் மரணம் நிகழும்பொழுது ஏற்படும் அனுபவங்கள் பற்றியும் மரணம் அடைந்தபின் உயிருக்கு ஏற்படும் அனுபவங்கள் பற்றியும் மிக விரிவாக ஆராய்ந்து விளக்கியுள்ளார்.

இவையெல்லாம் கட்டுக்கதை. ஒருவிதமான 'பாரா அம்னீசியா' என்ற நிலையில் மனமும் மூளையும் இணைந்து கற்பிக்கும் உருவகத் தோற்றங்களே இவை என்று ஆரம்பத்தில் இவரது ஆராய்ச்சிக்கு எதிர்ப்புக் கிளம்பிற்று. ஆனாலும் ஃபையர் மனம் தளராமல், ஆண், பெண், குழந்தைகள், முதியோர் எனப் பலரையும், பல நாட்டைச் சேர்ந்தவர்களையும் தனது ஆய்விற்கு உட்படுத்தினார். அதன்பின் தனது ஆய்வு முடிவுகளைப் புத்தகங்களாக வெளியிட்டார். அவை பலத்த வரவேற்பைப் பெற்றன. குறிப்பாக அவரது 'You Have Been Here Before' என்ற நூல் வெளியாகி, அமெரிக்காவில் மிகுந்த பரபரப்பை ஏற்படுத்தியது. பல்வேறு அமைப்புகளில் உறுப்பினராக இருந்த இவர், முற்பிறவி-மறுபிறவி பற்றிய ஒரு முக்கியமான ஆய்வாளர் ஆவார்.

இவரது முக்கியமான ஆய்வு முடிவுகளுள் ஒன்று பிறவியின் சுழற்சி என்பதாகும். அதாவது முற்பிறவியில் ஏதோ ஒரு துறையில் மேதாவியாக விளங்கும் ஒருவர், மறுபிறவி எடுக்கும்போது, தாம் எந்தவிதமான கடின முயற்சிகளும் செய்யாமலேயே அந்த அறிவைப் பெற்று விளங்குவார். அதாவது, அதற்குத் தகுதியான வயது அல்லது காலம் வரும்போது முற்பிறவியில் பெற்ற அந்த ஞானம் சுடர்விடத் தொடங்கும் என்பதுதான் இவரது ஆய்வு முடிவுகளுள் ஒன்று.

இக்கருத்தை நாம், வள்ளுவரின்

> 'ஒருமைக்கண் தான்கற்ற கல்வி ஒருவற்கு
> எழுமைக்கும் ஏமாப் புடைத்து'

என்ற குறளோடு ஒப்புநோக்க முடிகிறது. ஒரு சிலர் இயற்கையிலேயே மழலை மேதைகளாக, கணிதம், இசை, இலக்கியம் போன்றவற்றில் குழந்தைப் பருவத்திலேயே மிகச் சிறந்த அதீத ஆற்றல்கள் பெற்று விளங்குவதற்கான காரணத்தையும் புரிந்துகொள்ள முடிகிறது. இதுமட்டுமல்ல, ஒரு பிறவியில் ஒருவருக்கு ஏற்பட்ட அதிர்ச்சி அல்லது அனுபவம் மறுபிறவியிலும் தொடர்கிறது என்றும் ஃபையர் குறிப்பிடுகிறார். ஒரு சிலருக்குத் தங்களை அறியாமலேயே

தண்ணீரைக் கண்டால் பயம் இருக்கும். ஒரு சிலருக்கு நாய் போன்றவற்றைக் கண்டாலோ அல்லது வேறு ஏதேனும் மிருகங்களைக் கண்டாலோ அச்சமாக இருக்கும். சிலர் உயரமான இடங்களுக்குச் செல்ல அச்சப்படுவர். இவை உளவியல்ரீதியாக ஆராயப்பட்டு ஃபோபியாக்கள் என்று அறிஞர்களால் கூறப்படுகின்றன.

ஆனால் காரண, காரியமில்லாமல் இவையெல்லாம் ஒருவருக்கு ஏன் ஏற்படுகின்றன என்று ஃபையர் ஆராய்ந்தபோதுதான் சில உண்மைகளை அவரால் கண்டுபிடிக்க முடிந்தது. அதாவது முற்பிறவியில் தண்ணீரில் மூழ்கி இறந்த ஒருவருக்கு அந்த அதிர்ச்சியின் பாதிப்புகள் மறுபிறவி எடுத்தபோதும் தொடர்ந்ததால் தண்ணீரைக் கண்டு அஞ்சினார். நாய் கடித்து இறந்த ஒருவருக்கு மறுபிறவியில் நாயைக் கண்டாலே அச்சமாக இருந்தது. அதுபோன்று மாடு முட்டியதால் தன் கணவனை இழந்த ஒரு பெண். மறுபிறவியில் ஆணாகப் பிறந்தும்கூட மாடுகளைக் கண்டு அஞ்சினார். அதுபோல உயரமான இடத்துக்கு அழைத்துச் செல்லப்பட்டுத் தள்ளி விடப்பட்டுக் கொலை செய்யப்பட்ட ஒருவர், மறுபிறவியில் அந்த எண்ண அலைகளின் தொடர்ச்சியால் உயரமான இடங்களுக்குச் செல்லவே அஞ்சினார்.

முந்தைய பிறவியில் சர்ச்சின் உயரமான கூரையிலிருந்து கீழே விழுந்து இறந்த ஒருவர் மறுபிறவியில் சர்ச்சிற்குப் போவதற்கே அஞ்சினார். சாத்தானால் பீடிக்கப்பட்டவர் என்று குடும்பம் இவரை ஒதுக்கி வைக்க, நண்பர் ஒருவர் மூலம் இந்தச் சம்பவத்தைப் பற்றிக் கேள்விப்பட்ட ஃபையர், சம்பந்தப்பட்ட நபரைச் சந்தித்து அவரை ஹிப்னடைஸ் செய்து அதற்கான காரணத்தைக் கண்டுபிடித்தார். அதுமட்டுமல்ல, தனது ஹிப்னாடிசச் சிகிச்சை மூலம் அந்த எதிர்மறை எண்ணத்தையும் மனத்திலிருந்து நீக்கினார். இதுபோன்ற பல விஷயங்களைத் தனது ஆய்வு முடிவுகளில் குறிப்பிட்டிருக்கும் டாக்டர் எடித் ஃபையர், தனது ஹிப்னாடிசப் பயிற்சிகள் மூலம் இப்படிப்பட்டவர்களின் பல பிரச்சினைகளை நீக்கி உதவியிருக்கிறார்.

ஃபையரின் மற்றொரு முக்கியமான முடிவு, ஒரு ஆன்மா மறுபிறவி எடுப்பதற்கான காலம் பற்றியது. ஒரு சில ஆன்மாக்கள் இறந்த மறுவினாடியே கூட மறுபிறவி எடுத்து விடுகின்றன; ஒரு சில ஆன்மாக்களோ சில ஆண்டுகள் காத்திருந்து மறுபிறவி எடுக்கின்றன. அவை ஐந்தாண்டுகளாகவோ ஐம்பது

ஆண்டுகளாகவோ, ஏன் அதற்கும் மேலேயேகூட இருக்கலாம். ஆண், பெண்ணாகவோ, பெண், ஆணாகவோகூட மறுபிறவிகள் நிகழ்கின்றன. ஒரு சில ஆன்மாக்கள் தங்களது நெருங்கிய சொந்த பந்தங்களிலும் ஒரு சில தங்களது எதிரிகள் வீட்டிலும்கூட மறுபிறவி எடுக்கின்றன என்கிறார் அவர். அதாவது முற்பிறவியில் ஒருவரால் பாதிக்கப்பட்ட ஆன்மா, மறுபிறவியில் அவரைப் பழிவாங்குவதற்காக அவரது வீட்டிலேயே மறுபிறவி எடுக்கும். அதுபோன்று மறுபிறவி எடுப்பதற்காகச் சில ஆன்மாக்கள் தகுந்த காலம் வரும்வரை பிறவாமல் காத்திருப்பதும் உண்டு. இதுபோன்று பல நுண்ணிய தகவல்களை எடித் ஃபையர் கூறியிருக்கும் விதம் ஆச்சரியப்படும் வகையில் அமைந்திருப்பதுடன், நமது கருடபுராணம், கடோபநிஷத் போன்றவை கூறும் உண்மைகளை ஒத்திருப்பது மிகுந்த ஆச்சரியத்தைத் தருவதாக உள்ளது.

இயான் ஸ்டீவன்ஸன்

முற்பிறவி மறுபிறவி பற்றிய ஆய்வு மேற்கொண்டவர்களில் மிக முக்கியமானவர் இயான் ஸ்டீவன்ஸன் (Ian Stevenson) இவரை இந்த இயலின் முன்னோடி என்றும் மறுபிறவி இயலின் தந்தை என்றும் குறிப்பிடுகின்றனர். கனடாவைச் சேர்ந்த இவர் அடிப்படையில் ஓர் உளவியல் பேராசிரியர். அமெரிக்காவின் புகழ்பெற்ற வர்ஜீனியா பல்கலைக்கழகத்தில் தலைமைப் பேராசிரியராகப் பணியாற்றியவர். தனது ஆய்விற்காகப் பல்கலைக்கழகத்தில் தனிப்பிரிவினை உருவாக்கி அதன் தலைமை இயக்குநராகப் பணியாற்றியவர் 3000க்கும் மேற்பட்ட முற்பிறவிச் சம்பவங்களை இவர் ஆராய்ச்சி செய்துள்ளார்.

கிட்டத்தட்ட இவர் மூன்று தலைமுறைகளைச் சேர்ந்தவர்களை ஆய்வுக்குள்ளாக்கியிருக்கிறார். தனது ஆய்விற்காக அமெரிக்கா, இங்கிலாந்து, பர்மா, இந்தியா, இலங்கை, துருக்கி, லெபனான் எனப் பல்வேறு வெளிநாடுகளுக்கும் பயணங்கள் மேற்கொண்டிருக்கிறார். மற்ற ஆய்வாளர்கள் ஹிப்னாடிசத்தின் உதவியோடு ஆய்வுகளை மேற்கொண்டனர். ஆனால் இவரது ஆய்வு முறை வித்தியாசமானது. முற்பிறவி அனுபவங்கள் பற்றித் தாங்களாகவே தெரிவிப்பவர்களைத் தேடிக் கண்டறிந்து, அவர்கள் கூறும் கருத்துகளைத் திரட்டி, அவற்றை அவர்கள் கூறும் முற்பிறவிகளோடு ஒப்புநோக்கி தனது ஆய்வு முடிவுகளை வெளியிட்டிருக்கிறார்.

குறிப்பாகக் குழந்தைகள் கூறும் முற்பிறவிச் சம்பவங்கள் பற்றி ஆராய்ந்து இவர் அதிகத் தகவல்களை வெளியிட்டுள்ளார். 'குழந்தைகள் தங்களைப் பற்றி அதிகம் ஏதும் தெரிந்து வைத்துக்கொள்ளாத அந்தப் பருவத்தில் அவர்களுக்கு முற்பிறவிகள் பற்றிய நிகழ்வுகள், சம்பவங்கள் ஞாபகத்திற்கு வருகின்றன. ஆனால் அவர்களுக்கு அவ்வளவு தெளிவாக அதனை விளக்கும் ஆற்றல் இருப்பதில்லை' என்று இவர் கூறுகிறார். அதனாலேயே சில சம்பவங்கள் முறையாக நிரூபிக்க முடியாமல் போயின என்றும் சில மட்டுமே நிரூபிக்கப்பட்டிருக்கின்றன என்றும் கூறுகிறார்.

குழந்தைகள் தங்கள் குடும்பத்திற்குள்ளேயே மறுபிறவி எடுக்கும்போது அதனைச் சில சம்பவங்கள், நினைவுகள் மூலம் குறிப்பிடும்போது, எளிதில் கண்டறிய முடிகிறது என்றும் இவர் கூறியிருக்கிறார். மேலும் அதே குடும்பத்தில் மறுபிறவி எடுக்கும் குழந்தைகள் முற்பிறவியில் இருந்த முன்னோரின் சாயலிலேயே பிறக்கிறது என்றும், தழும்புகள், காயங்கள் அல்லது சில உடல் அடையாளங்கள், மச்சங்கள், அவர்களது பாணிகள், நடத்தை, எழுத்து, நடை, உடை, பாவனை போன்றவை அம்முன்னோர்களுக்கு இருந்தவாறே இக்குழந்தைகளுக்கும் இருக்கிறது என்றும் தனது ஆய்வு முடிவில் இவர் கூறியிருக்கிறார்.

அதுமட்டுமல்ல யார் எங்கு மறுபிறவி எடுத்தாலும் முற்பிறவியில் இருந்த அவர்களது. உடல் அமைப்பும், பழக்கவழக்கங்களும் செயல்பாடுகளும் மறுபிறவியிலும் தொடர்கின்றன என்பதைப் பல ஆய்வுகளின் மூலம் நிரூபித்திருக்கிறார். இவை வியப்பிற்குரிய ஒரு நிகழ்வாக உள்ளது. இவ்வாறு இவர் ஆராய்ந்து கூறிய முற்பிறவி-மறுபிறவிச் சம்பவங்களையும் மற்ற விவரங்களையும் நாம் பின்னால் விரிவாகப் பார்ப்போம்.

6

ஆய்வாளர்களும் அவர்களது ஆய்வுகளும்

சென்ற அத்தியாயத்தில் முற்பிறவி-மறுபிறவி பற்றி ஆய்வு செய்த சில ஆராய்ச்சியாளர்களைப் பற்றிப் பார்த்தோம். தற்போது மேலும் சில ஆய்வாளர்களையும், அவர்களது கருத்துகளையும் காண்போம்.

கரோல் பவுமேன்

கரோல் பவுமேன் (Carol Bowman) என்னும் பெயர் கொண்ட இப்பெண்மணி மறுபிறவிகள் பற்றி, குறிப்பாகக் குழந்தைகளுக்கு ஏற்படும் மறுபிறவி நினைவுகள் பற்றி ஆய்வு செய்துவருகிறார். இவர் விஞ்ஞானபூர்வமாகவும் உளவியல் பூர்வமாகவும், ஆராய்ந்து வருவதால் இவரது ஆய்விற்கு நல்ல வரவேற்பு உள்ளது. தனது ஆய்வு முடிவுகளை

‘Return from heaven’ என்ற நூலிலும் ‘Children’s Past Lives’ என்ற நூலிலும் மிக விரிவாகக் குறிப்பிட்டிருக்கிறார்.

இவர் தனது ஆய்வின்போது சம்பந்தப்பட்டவரை அமைதியான நிலையில் அமரச் செய்து, சில சப்தங்கள், சில வாசனைகளால் மனத்தில் தோன்றும் எண்ணங்களைக் குறித்துவைத்து, அதனை ஆராய்ச்சி செய்வார். இவரது ஆய்வில் கனவுகளுக்கும் எண்ணங்களுக்கும், மனத் தோற்றங்களுக்கும் அதிக முக்கியத்துவம் கொடுக்கிறார். ஒரு குழந்தையின் நடத்தையில் பெற்றோரது மரபியல் சார்ந்த பண்புகள் மட்டுமல்ல; அக்குழந்தையின் முற்பிறவி அனுபவங்களுக்கும் மிக முக்கியப் பங்குண்டு என்பதைத் தனது ஆய்வின் மூலம் இவர் நிரூபித்திருக்கிறார்.

பல ஆண்டுகளுக்கு முன்பு நிகழ்ந்த ஒரு முற்பிறவிச் சம்பவத்தைப் பற்றி இப்போது பார்ப்போம்.

தாய் தந்தை, மகள் என அன்பான குடும்பம் மகள் சிறு பெண். மற்றவர்களைப் போலவே அவளும் வளர்ந்து வந்தாள் என்றாலும் சமயங்களில் புரியாத சில வார்த்தைகளைப் பேசுவாள். அது ஆங்கிலம் போன்று இருந்தாலும் உச்சரிப்பு மாறுபட்டிருந்ததால் குழந்தை உளறுகிறது என்று பெற்றோர் பொருட்படுத்தவில்லை. ஒருமுறை அக்குழந்தையின் அத்தை அந்த வீட்டிற்கு வந்திருக்கிறார். அத்தை மீது அந்தக் குழந்தைக்குப் பாசம் அதிகம். வீட்டில் யாருமில்லாத நேரத்தில் அத்தை ஒருமுறை தலைவலியால் மிகுந்த அவதிப்பட அது கண்டு அக்குழந்தை மிகவும் பதற்றமடைந்தது. தலைக்குத் தடவிக்கொள்ள அத்தை குழந்தையிடம் தலைவலித் தைலத்தைக் கேட்டாள். உடனே குழந்தை வேகவேகமாக உள்ளே சென்று ஒரு பெரிய பாட்டிலுடன் வெளியே வந்தாள். அதை அப்படியே அத்தையின் தலை மீது கவிழ்த்தாள். ‘உனக்கு. எல்லாம் சரியாகப் போய்விடும்’ என்றுகூறி தலையைத் தடவிக் கொடுத்தாள்.

அத்தை அதிர்ந்துபோனாள். காரணம், அந்தக் குழந்தை கொண்டு வந்து அவள் தலையில் ஊற்றியது பெட்ரோல். குழந்தையின் தந்தை தனது மோட்டார் சைக்கிளுக்காக வைத்திருந்தது. குழந்தையின் கையில் தீப்பெட்டி வேறு இருந்தது.

அத்தை அதிர்ச்சியுடன் குழந்தையிடம் காரணம் கேட்க, தான் இப்படித்தான் பொறுக்க முடியாத வயிற்றுவலியால் முன்பு இருந்ததாகவும், அப்போது இதே போல ஒரு பாட்டிலில் இருந்ததைத் தலையில் ஊற்றிக் கொளுத்திக் கொண்டதாகவும். அப்போது அவளுடைய அத்தை உடனிருந்து தன்னைக் காப்பாற்ற முனைந்ததாகவும் குழந்தையான சிறுமி திக்கித் திணறிச் சொன்னாள்.

அத்தை அதிர்ந்து போனார். அவருக்கு ஒன்றுமே புரியவில்லை. பின்னர்தான் அவருக்குப் பல வருடங்களுக்கு முன்னால் அவள் அருகில் உள்ள நகரம் ஒன்றில் வசித்து வந்தபோது, அவளுடைய தோழி, பொறுக்க முடியாத வயிற்றுவலி காரணமாகத் தீக்குளித்துத் தற்கொலை செய்துகொண்டது நினைவுக்கு வந்தது. அந்தத் தோழிதான் தற்பொழுது மறுபிறவியில் இந்தப் பெண்ணாகப் பிறந்திருக்கிறாள் என்பதை உணர்ந்து கொண்டாள். இதுபோன்ற அதிசயப்படத்தக்க நிகழ்வுகள், ஆங்காங்கே நிகழ்ந்துகொண்டுதான் உள்ளன. ஆனால் அது அதிகம் வெளியே தெரிவதில்லை.

ஜிம்டக்கர்

முற்பிறவி-மறுபிறவி பற்றி ஆராய்ந்த வெளிநாட்டு அறிஞர்களுள் முக்கியமானவர் ஜிம் டக்கர் (Jim B.Tucker). இவர் தனது அனுபவங்களை ஆராய்ந்து ‘Life Before Life’ என்ற நூலில் விரிவாகப் பதிவுசெய்திருக்கிறார். முற்பிறவி-மறுபிறவி பற்றிய ஆய்வுகளில் இவருடைய ஆய்வு குறிப்பிடத்தக்க ஒன்றாக விளங்குகிறது. புதிரான பல கேள்விகளுக்கு விடையளிப்பதாக இந்நூல் அமைந்திருக்கிறது.

இது தவிர ஜோசப்ஹெட் மற்றும் சில்வியா க்ரான்ஸ்டன் (Joseph Head and Sylvia Cranston) என்பவர்கள் இணைந்து Reincamation: The Phoenix Fire Mystery மற்றும் Reincarnation: An East-west Anthology, Reincarnation in world thought என்ற நூல்களை

எழுதியுள்ளனர். மைக்கேல் டல்போட் (Michael Talbot) என்பவர் 'Your Past Lives' என்ற நூலை 1987ல் வெளியிட்டிருக்கிறார். மற்றும் நோயல் லங்லே (Noel Langley) 'Edgar Cayce on Reincarnation' என்ற நூலையும், ரோகர்வுல்கெர் (Roger Woolger) 'Other Lives Other Selves' என்ற நூலையும் எழுதியுள்ளனர். டாக்டர் லியான்ஸ் (Dr. Liyans) என்பவரும் ஹிப்னாடிசத்தைப் பயன்படுத்தி முற்பிறவிகள் பற்றி ஆராய்ந்துள்ளார். Haraldson Keil போன்றோரும் உலகெங்கிலும் பயணம் செய்து பல்வேறு ஆய்வுகளை மேற்கொண்டு பல கட்டுரைகளைத் தந்துள்ளனர்.

ருத் மோன்ட்கோமேரி (Ruth Montgomery) 'A World Beyond' என்ற நூலை எழுதியிருக்கிறார். அதில் ஆவிகள் குறித்தும், முற்பிறவி-மறுபிறவி குறித்தும் பல சுவாரஸ்யமான விஷயங்களைச் சொல்லியிருக்கிறார். அந்த நூல் உண்மையில் இறந்துபோன ஆர்தர் போர்ட் என்பவர் சொல்ல, ருத் மோன்ட்கோமேரி மீடியமாக இருந்து எழுதிய நூலாகும். மரணம், ஆவிகள் உலகம், மரணத்திற்குப் பின்னான வாழ்க்கை பற்றியெல்லாம் அந்த நூல் மிக விரிவாகப் பேசுகிறது.

இந்தியாவில் ஆராய்ச்சிகள்

இந்தியாவில் அதிக அளவில் ஆய்வுகள் மேற்கொள்ளப்படவில்லை என்றாலும் ஒரு சில ஆய்வாளர்களின் தீவிர முயற்சியால் குறிப்பிடத்தக்கச் சில ஆய்வுகள் மேற்கொள்ளப்பட்டுள்ளன. அவர்களுள் குறிப்பிடத்தகுந்தவர் ராஜஸ்தான் பல்கலைக்கழகத்தில் பேராசிரியராகப் பணியாற்றிய ஹெச்.என். பானர்ஜி என்பவர். அவர் இது பற்றிய ஆய்விற்காக உலகமெங்கும் பலமுறை பயணம் மேற்கொண்டிருக்கிறார். தன்னுடைய ஆராய்ச்சி அனுபவங்களைப் புகழ்பெற்ற பத்திரிகைகளில் ஆய்வுக் கட்டுரைகளாக வெளியிட்டிருக்கிறார். வடமாநிலத்தைச்

சேர்ந்த பேராசிரியர் வசந்த்ராவ் என்பவரும் ஹிப்னாடிசம் மூலம் இதுபற்றி ஆய்வு செய்துள்ளார்.

இந்தியாவில் முற்பிறவி-மறுபிறவி பற்றிய ஆய்வுகளை மேற்கொள்வதற்காக 'The Foundaţion of Rencarnation and Spiritual Research' என்ற அமைப்பு அலகாபாத்தில் தோற்றுவிக்கப்பட்டு 1985 முதல் செயல்பட்டு வந்தது. ஜமுனா பிரசாத் என்பவர் இதன் ஒருங்கிணைப்பாளராக இருந்தார். இவருடன் 'American Seceity of Psychic Research' ஆய்வாளர் கார்லிஸ் ஒசிஸ் என்பவரும் இணைந்து பல்வேறு ஆய்வுப் பணிகளை மேற்கொண்டனர்.

டாக்டர் சட்வந்த் பஸ்ரிசா

இத்தகைய முற்பிறவி-மறுபிறவி பற்றிய இந்திய ஆய்வாளர்களுள் குறிப்பிடத் தகுந்தவர் டாக்டர் சட்வந்த் பஸ்ரிசா. Para Psychology துறையில் மிகுந்த ஆர்வம் கொண்ட இவர், அது சம்பந்தமாகப் பல்வேறு ஆய்வுகளை மேற்கொண்டுள்ளார். பெங்களூரில் உள்ள NIMHANS (National Institute of Meantal Health and Neuro Sciences - Deemed University) Clinical Psycology என்னும் துறையில் துறைத்தலைவராகவும் தனிப் பேராசிரியராகவும் பணியாற்றினார். இவர் டாக்டர் இயான் ஸ்டீவன்ஸன் அவர்களுடன் இணைந்து 400க்கும் மேற்பட்ட முற்பிறவி, மறுபிறவி பற்றிய ஆய்வுகளைச் செய்திருக்கிறார். இந்து, முஸ்லிம் சீக்கியர்கள், ஜெயின்ஸ் எனப் பல மதங்களைச் சேர்ந்தவர்களையும் இவர்கள் இருவரும் ஆய்வுக்கு உட்படுத்தியுள்ளனர். அதுபற்றிய விவரங்களைக் கட்டுரைகளாகவும், புத்தகங்களிலும் Nimhansன் செய்தி இதழ்களிலும் வெளியிட்டுள்ளனர்.

7

பிறப்பு, இறப்பு, கர்மா

முற்பிறவி-மறுபிறவி பற்றிய ஆராய்ச்சிகளையும் அதுபற்றிய சம்பவங்களையும் பார்க்கும் முன்னால் நாம் கர்மா பற்றியும் பிறப்பு, இறப்பு பற்றியும் மிக விரிவாகத் தெரிந்துகொள்ள வேண்டியது அவசியமாகிறது.

கர்மா என்றால் என்ன?

நாம் செய்யும் செயல்கள் அல்லது வினைகளே கர்மா எனப்படுகிறது. அவை நல்லவையோ அல்லது தீயவையோ அதற்கேற்ற பலன்களை நமக்குத் தருகிறது. நாம் செய்யும் தீய செயல்கள் அதிகமானால் நாம் அவற்றால் பாதிப்படைய நேரிடுகிறது. நல்ல செயல்களைச் செய்தால் அதற்கேற்ற நல்ல பலன்கள் நம்மை வந்தடைகிறது. அதாவது ஒவ்வொருவரின் செயல் வினைக்கும் அதற்கேற்றாற்போல் பலன் கிட்டும் என்பதைக் குறிப்பதற்குக் கர்மா சென்ற சொல் பயன்படுத்தப்படுகிறது. அதே சமயத்தில் நாம் செய்யும் செயல்களின் விளைவினை அனுபவிக்கும் அளவுக்கு நமக்கு ஆயுள் போதாதபோது மறுபிறவி ஏற்படுகிறது. அதாவது நமது ஆயுளின் அளவை விட நாம் அனுபவிக்கவேண்டிய வினைகளின் அளவு அதிகமாக இருக்கும் பட்சத்தில் பிறவி என்பது தொடர்கதையாகிறது.

உண்மையாகப் பார்த்தோமானால் ஒருவரின் அனைத்துச் செயல்களின் பயன்கள், அவரவர் முற்பிறவிச் செயல்பாடுகள் உட்பட அனைத்தையும்

அவரவரது கர்மவினையே தீர்மானிக்கின்றது. கர்மா எனும் தத்துவம் இந்துமதம், பௌத்தம், சமணம், தியாசஃபி என அனைத்திலும் மிக விரிவாகவே விளக்கப்பட்டுள்ளது. கிறித்துவம் தீய கர்மாவின் விளைவினை 'பாவத்தின் சம்பளம் மரணம்' என்று கூறுகின்றது. 'Every action has an equal and opposite reaction' என்கிறது விஞ்ஞானம். 'ஆசையே அனைத்திற்கும் காரணம்' என்கின்றன. பௌத்தமும், சமணமும்.

'தக்கார் தகவிலர் என்பது அவரது
எச்சத்தாற் காணப் படும்' என்கிறது குறள்.

ஒருவரது இறப்பிற்குப்பின், அவரது ஆத்மா முற்பிறவிகளின் மொத்தக் கர்மப் பதிவுகளுடன் அடுத்த உலகுக்குச் செல்கிறது. அங்குத் தன் கர்மாவுக்கான பயன்களை அனுபவித்தபின், இந்த உலகுக்குத் திரும்புகிறது. எப்படிக் கர்மவினைகள் ஒருவருடைய செயலின் தேர்வின் அடிப்படையில் அமைகிறதோ, அதுபோலவே, மறுபிறவியும் அவரவர் தேர்ந்தெடுப்பதுதான்'

அதாவது 'ஒருவரது கர்மாவே அவரது பல பிறவிகளுக்குக் காரணமாகிறது' என்கிறது யஜுர் வேதம். *(பிரகதாரண்ய உபநிஷத் 4.4.6. பகுதி)*

நாம், நமது என்று எந்தவிதச் சுயச் சார்பும் அற்று செயல்களைச் செய்யவேண்டும் என பகவத் கீதை வலியுறுத்துகிறது.

'ப்ரஹ்மண்யாதாய கர்மாணி
ஸங்கம் த்யக்த்வா கரோதிய:।
லிப்யதே நஸ பாபேந பத் மபத்ர
மிவாம்ப ஸா!!'

விளக்கம்: எவன் ஒருவன் எல்லாப் பற்றுக்களையும் நீக்கிவிட்டு அனைத்தும் இறைவனுக்கே என்று சரணாகதி உணர்வோடு பணிகளைச் செய்கிறானோ, அவனைப் பாவம் தீண்டுவதில்லை.

'ஸர்வ தர்மாந் பரித்யஜ்ய
மாமேகம் ஸரணம் வ்ரஜ!
அஹம் தவா ஸர்வபாபேப்யோ
மோஷயிஷ்யாமி மா ஸுச!!'

விளக்கம்: எவன் தனது எல்லாத் தர்மங்களையும் துறந்துவிட்டு, நான் ஒருவனே சரண் என்று என்னை அடைக்கலமாகப்

புகுகிறானோ நான் அவனை எல்லாப் பாவங்களிலிருந்தும் விடுவிப்பேன்.

கர்மாவின் வகைகள்

மறுபிறவியானது, 'பிறப்பு, இறப்பு, மறுபிறப்பு' எனும் இயற்கையான பிறவிச் சூழலின் ஒரு பகுதியாக விளங்குகிறது. நமது செயல்களின் விளைவை. முற்றிலுமாக அனுபவித்துத் தீர்த்த பின்புதான், நாம் முக்தி அல்லது மீண்டும் பிறவா நிலையை அடையமுடியும். நாம் அனுபவிக்கும் இத்தகைய கர்மாவில் மூன்று வகைகள் உண்டு. அவை சஞ்சித கர்மா, பிராரப்த கர்மா, ஆகாம்யகர்மா என்பனவாகும்.

சஞ்சித கர்மா

சஞ்சித கர்மா என்பது மனிதன் முன் பிறவிகளில் சேகரித்த கர்மவினை. அது இந்தப் பிறப்பில் வந்து பலனளிக்கும். மனிதனுக்கு இதன் மேல் சற்றும் அதிகாரம் கிடையாது. நடக்க வேண்டியவை நடந்தே தீரும். அதை யாராலும் மாற்ற முடியாது; இதுதான் விதி. அனுபவித்தே தீர்க்கவேண்டிய ஒன்றுதான் சஞ்சித கர்மா

பிராரப்த கர்மா

ஒரு மனிதன் தான் எடுத்துள்ள பிறவியில், தான் செய்யும் காரியங்களைப் பொறுத்து அமைவது பிராரப்த கர்மா. இதன்மேல் மனிதனுக்கு ஓரளவு கட்டுப்பாடு உண்டு. சுதந்திரம் உண்டு. தன்னுடைய அறிவின் மூலம் சுயேச்சையாகத் தன்னுடைய குணாதிசயங்களைத் திருத்தி அமைத்துக்கொள்ளலாம். தீய வழியில் மனம் செல்லாமல் தவிர்க்க முயற்சிக்கலாம். தன்னுடைய ஒழுக்கத்தினால், நற் சிந்தனையால் நற்காரியங்களைச் செய்வதன் மூலம் நமது வினைகளைக் குறைத்துக்கொள்ளலாம். அதாவது நமக்குமுன் இருக்கும் பாதைகளில் நாம் செல்லவேண்டிய பாதையைத் தேர்ந்தெடுக்கும் சுதந்திரம் நமக்கு இருக்கிறது. இதுதான் பிராரப்த கர்மா எனப்படுகிறது. இதன்மூலம் நல்வினையோ, தீவினையோ அதற்கு நாம் மட்டுமே உரிமை உடையவர்களாக ஆகிறோம்.

ஆகாம்ய கர்மா

பிராரப்த கர்மாவைக்கொண்டு நாம் செய்யும் நல்வினை, தீவினைகளால் நமக்கு ஏற்படுவது ஆகாம்ய கர்மா. ஆகவே,

நாம் எப்போதும் நற்சிந்தனையுடன், நற்செயல்களைச் செய்யும்போது கர்மவினைகளால் நாம் அதிகம் பாதிப்படைய வேண்டியதில்லை. இதுதான் நமது மறுபிறவிக்கும் முக்தி நிலைக்கும் காரணமாகிறது.

மூவகைக் கர்மாவும் அனுபவித்துத் தீர்க்கப்பட்ட பின்பு, அதாவது இக்கர்ம பூமியில் அனுபவிக்கவேண்டிய அனைத்தையும் அனுபவித்தபின், நாம் மீண்டும் இங்கு வந்து பிறந்து ஆத்மானுபவம் எய்த வேண்டியதில்லை. இதைத்தான் பகவான் ரமணர் தம்மை நாடி வரும் பக்தர்களிடம் 'எல்லாப் பாரத்தையும் இறைவன்மீது போட்டுவிட்டு அமைதியாக இருங்கள். புதிய வாசனைகளைச் சேர்த்துக் கொள்ளாதீர்கள்' என்று கூறியிருக்கிறார்.

கர்மாவும் பிறவிகளும்

முற்பிறவிகளில் நாம் செய்த செயல்களுக்கேற்ப அதன் பலாபலன்களை அனுபவிக்கப் பிறவியானது ஏற்படுகின்றது. கர்மாக்களைப் பொறுத்தவரை நற்செயல்கள் அதிகமானாலும் அவற்றை அனுபவிக்கவேண்டும். நற்செயல் புரிந்தவர்கள் இறந்த பின்னால் சொர்க்கம் செல்வர் என்பதும் பாவங்கள் புரிந்தவர் நரகக் குழியில் வீழ்வர் என்பதும் நம்பிக்கை. பொதுவாக இந்தப் பூமியானது 'கர்ம பூமி' எனப்படுகிறது. கர்மாக்களை, அது நல்வினையோ, தீவினையோ அதை அனுபவிக்கவே பிறவிகள் ஏற்படுகின்றன என்பதே உண்மை.

ஆனால் அப்பிறவிகள் மானிடப் பிறவிகளாகத்தான் இருக்கவேண்டும் என்ற நிச்சயமில்லை. மனிதனாகவும் பிறக்கலாம். மாடாகவும் பிறக்கலாம். அவ்வாறு பிறப்பது ஒரு சிலருக்குத் தன் நிலையிலிருந்து கீழே வீழ்வதாக இருக்கலாம். ஒரு சிலருக்கோ எஞ்சிய வினைகளை அனுபவிப்பதற்காக அப்பிறவிகள் ஏற்படலாம். உதாரணமாகச் சொன்னால் ஒரு சில ஆன்மாக்கள் பரிணாம வளர்ச்சியில் ஓரறிவு உயிர், ஈரறிவு உயிர் போன்றவற்றிலிருந்து தம் நிலை உயர்ந்து ஐந்தறிவு உயிராக ஒரு நாயாகவோ அல்லது மாடாகவோ அல்லது வேறு எதுவாகவோ பிறக்கலாம். சில ஆன்மாக்கள் தாம் செய்த தீவினையினால் மாடாகவோ, தெருநாயாகவோ, கழுதையாகவோ இன்ன பிறவாகவோ பிறக்கலாம். இது அவர்கள் தம் வளர்ச்சியில் (அதாவது ஆன்ம வளர்ச்சியில்) வீழ்ச்சியாகும். இது அவரவர்கள் செய்யும் அதிகப்படியான தீவினைப் பயனால் நிகழ்வதாகும்.

ஒரு சிலர் எஞ்சிய கர்மவினையை (மிகுதியாக இருக்கும் நல்வினையை) கழிப்பதற்காகவும் பிறப்பதுண்டு. சான்றாகப் பணக்காரர் வீட்டில் பிறந்திருக்கும் நாய், செல்லப் பூனைகள் போன்றவற்றைச் சொல்லலாம். ஒரு வேளை உணவிற்காகத் தெரு நாய்கள் சண்டையிட்டுக் கொண்டிருக்க, சில நாய்கள் சொகுசு பங்களாவில் சுகமாக வலம் வர முற்பிறவியில் அவர்கள் செய்த தங்கள் கர்மவினைகளே காரணம் என்பது பரவலான ஒரு நம்பிக்கை. இந்தக் கர்மாவை ஏற்று நடத்துவது கிரகங்கள் என்ற நம்பிக்கை இந்து மதத்தில் உண்டு. கிரகங்களைப் ப்ரீதி செய்தும் பரிகாரங்கள் செய்தும் நமது கர்மவினைகளைப் போக்கிக்கொள்ளலாம் என்பது தொன்றுதொட்டுப் பின்பற்றப்பட்டு வரும் ஒரு வழக்கம். ஆனாலும் சில வகைக் கர்மவினைகளை அனுபவித்துத்தான் தீர்க்க வேண்டுமேயன்றி பரிகாரங்களால் தள்ளிப்போட இயலாது. என்பதும் நம்பிக்கையாக உள்ளது. இது போன்றவற்றைச் செயல்படுத்துவதற்காக வேதங்களில் கர்ம காண்டம் என்ற பிரிவு உள்ளது.

நல்வினையும் தீவினையும் சமமாகி வினைகளே இல்லாத நிலைக்கு ஓர் ஆன்மா உயரும்போதுதான் அதற்கு மீண்டும் இக்கர்ம பூமியில் பிறக்கவேண்டாத நிலை உருவாகிறது. ஆகவே நற்செயல்களை அதிகம் புரிந்தாலும் சரி, தீயவற்றை அதிகம் செய்தாலும் சரி அவற்றின் அளவுகளைப் பொறுத்து மறுபிறவி ஏற்படுகிறது என்பதே உண்மை. மனிதர்கள் மட்டுமல்ல; அமரர் உலகில் வாழும் தேவர்களுக்கும் கர்மவினைகளால் பாதிப்பு ஏற்படுவதுண்டு. கடவுளுக்கும்கூட கர்மவினை என்பது உண்டு. பிரம்மாவின் தலையைக் கொய்ததால் சிவனின் கையில் அது கபாலமாக ஒட்டிக்கொண்டு பிரம்மஹத்தி தோஷம் பீடித்ததையும், மகிஷனை வதம் செய்ததால் பார்வதி தேவிக்குத் தோஷம் ஏற்பட்டதையும், இராவணனை வதம் செய்ததால் ஏற்பட்ட தோஷத்தை இராமர் சிவலிங்கம் ஸ்தாபித்து வழிபட்டதையும் நாம் புராண வாயிலாக அறிகிறோம்.

ஆக கர்மவினை என்பது ஒரு சட்டம் போன்றது. அந்தச் சட்டத்தை மீறுபவர்கள் யாராக இருந்தாலும் அதற்கேற்ற பலனை அனுபவித்தே ஆகவேண்டும் என்பதே உண்மை.

கர்மா என்றால் என்ன என்று கேட்டதற்கு ஒரு கதை மூலம் பதில் கூறினார் ஸ்ரீ ராமகிருஷ்ண பரமஹம்சர்.

தெருக்கூத்து பார்க்க வேண்டுமென்று ஒருவன் ஆவல்கொண்டான். எனவே தன்னுடைய பாயையும்

கையோடு எடுத்துக்கொண்டு கூத்து நடக்கும் இடத்திற்குச் சென்றான். அங்கே கூத்து இன்னமும் ஆரம்பிக்கவில்லை என்பதை அறிந்தவன், தன் பாயை விரித்து அங்கேயே படுத்துக்கொண்டான். அப்படியே தூங்கிப்போய் விட்டான்.

அவன் கண் விழித்துப் பார்க்கும்பொழுது கூத்து நடந்து முடிந்து விட்டிருந்தது. கூத்து நடந்து முடிந்து விட்டதை அறிந்துகொண்டவன் வேறு ஒன்றும் செய்ய முடியாமல் தன் பாயையும் சுருட்டிக் கையோடு எடுத்துக்கொண்டு போய்விட்டான். பல மனிதர்களின் உலகியல் வாழ்வும் இப்படித்தான். அனுபவம் பெறுவதற்காகப் பிறப்பெடுக்கும் அவர்கள், எந்தவித அனுபவமும் பெறாமல் மீண்டும் மறு பிறப்பெடுக்கச் சென்று விடுகின்றனர். அவர்கள் கையோடு கொண்டு வந்துவிட்டுக் கையோடு கொண்டு செல்லும் பாய்தான் கர்மா.

அவர் கூறிய இந்தக் கதை கர்மா பற்றி மிக அழகாக விளக்கிக் கூறுவதாய் அமைந்துள்ளது. கர்மாவின் விதிகள் மாற்றமுடியாதவை. நாம் உண்மையிலேயே மனம் வருந்தினால் இறைவனின் கருணையால் அதனது பிடியிலிருந்து சற்றே விடுபடலாமே தவிர முற்றாகத் தவிர்க்க இயலாதவை. அதே சமயம் அரவிந்தர் போன்ற மகான்கள் கூறும் கருத்தையும் நாம் எண்ணிப் பார்க்க வேண்டியுள்ளது.

‘இந்த உலகியலில் ஒருவன் துன்பமாகவே அனுபவித்துக்கொண்டிருக்கிறான் என்றால் அதற்குக் காரணம் அவன் செய்த பாவம்தான் என்பது எல்லா நேரத்திலும் பொருந்தாது. சில சமயங்களில் ஒருவன் மேல்நிலைக்கு உயர்வதற்கும் அவன் ஆன்மாவைப் பக்குவப்படுத்துவதற்கும் இறைவன் துன்பங்களைத் தருவதுண்டு’ என்கிறார் ஸ்ரீ அரவிந்தர். இக்கருத்தும் மிக முக்கியமானது.

அதேபோன்று உலகில் ஒருவன் தொடர்ந்து இன்பங்களையே அனுபவித்து வருவது அவன் நல்லவன் என்பதினால் மட்டுமல்ல; போக வாழ்க்கை மூலம் அவன் மேன்மேலும் பாவங்களைச் செய்து, மீள முடியாதவாறு வீழ்ச்சியடையவும் கூட அம்மாதிரி நடக்கலாம் என்ற உண்மையையும் புரிந்துகொள்ள வேண்டும். பொதுவாக நான், எனது என்று தன்னைக் கர்த்தாவாக எண்ணிக்கொண்டு செயல்களைச் செய்யாதபொழுது அவனைக் கர்மவினைகள் பாதிப்பதில்லை என்பது மகான்களின் கூற்று. ஆகவே இன்பங்களைக் கண்டு

நாம் மகிழ்ந்துவிடவும் கூடாது. துன்பங்களைக் கண்டு துவண்டுவிடவும் கூடாது. இதைத்தான் வள்ளுவரும்

'இன்பத்துள் இன்பம் விழையாதான் துன்பத்துள்
துன்பம் உறுதல் இலன்' என்று கூறியிருக்கிறார்.

கணியன் பூங்குன்றனாரும் 'தீதும் நன்றும் பிறர் தர வாரா' என்று கூறியிருக்கிறார். ஆக நமக்கு ஏற்படும் நன்மை, தீமைகளுக்கு முழுக்க முழுக்க நாம்தான் காரணம் என்பதை உணர்ந்து வாழ்க்கை நடத்த வேண்டியது மிக மிக அவசியமாகிறது.

சரி, இந்தக் கர்மாவை எப்படி வெல்வது எனக் கூறுகிறார் பகவான் ரமணர்.

'கர்மா ஒருவரை இரண்டு விதங்களில் பாதிக்கிறது. கடந்த கால நிகழ்வுகள், ஒருவர் செய்த வினைகள், வெற்றி, தோல்வி, அதற்கான முயற்சிகள், அதனால் அடுத்தவருக்குச் செய்யும் துன்பம் போன்றவற்றால் வரும் கர்மா ஒருபுறம். எதிர்காலத் திட்டங்கள், ஆசைகள், லட்சியங்கள், அதை அடைவதற்காகச் செய்யும் முயற்சிகள், அதனால் விளையும் கர்மாக்கள் மறுபுறம். நிகழ்வது எதுவாக இருந்தாலும் அதை மனதளவில் எந்த எதிர்ப்பும் எதிர்பார்ப்பும் இல்லாமல் அப்படியே ஏற்றுக்கொள்வதும், எது நிகழ்வதாக இருந்தாலும் அது கடவுளின் விருப்பத்தால் மட்டுமே நிகழ்கிறது என்ற மனப்பக்குவத்தோடு இருப்பதுமே கர்மாவை வெல்வதற்கான வழி' என்கிறார் ரமண மகரிஷி.

அதாவது, செய்பவன் நான், என்னால்தான் இது நடக்கிறது என்னும் கர்த்ருத்வ புத்தியை விட்டு விட்டு கர்மங்களில் பற்றற்று, அவற்றின் பலனையும் எதிர்பாராமல் செயலாற்றுபவனை கர்மா பாதிப்பதில்லை என்பதே அவர் அறிவுரையின் சாரம்.

8

மரணம், மரணத்தின் பின்...

மரணம். மானுட வாழ்வின் தவிர்க்க இயலாத ஓர் அம்சம். இந்த உலகில் உயிர்களாகப் பிறப்பெடுத்தவை அனைத்தும் ஒருநாள் மரணித்துத்தான் ஆகவேண்டும். இது இயற்கை விதி. இதை யாராலும் மீற முடியாது. இதைத்தான் ஆதிசங்கரர், 'புனரபி ஜனனம் புனரபி மரணம்' எனக் குறிப்பிட்டிருக்கிறார்.

மரணத்தின் விளக்கம்

உடலிலிருந்து உயிர் பிரிந்து செல்வதே மரணம் என அழைக்கப்படுகின்றது. உடலின் மூலம் நடக்கும் அனைத்துச் செயல்களுக்கும் காரண, காரியச் சாட்சியாய் இருக்கும் ஆத்மாவே உயிர் அல்லது ஜீவன் எனப்படுகிறது. ஆனால் இதனைக் கடவுள் மறுப்பாளர்கள் ஒப்புக்கொள்வதில்லை. உயிர் என்ற ஒன்று தனித்து இல்லை என்பதே அவர்கள் கூற்று. விஞ்ஞானிகளும், இதயத்துடிப்பு நின்று போதலையே மரணம் என்கின்றனர். உடலை இயக்கமற்றதாக்கும் மூளைச்சாவும் ஒரு விதத்தில் மரணத்திற்கு ஒப்பானதுதான். மத நூல்கள் பலவும் உயிரின் தன்மை பற்றிக் கூறுகின்றன. 'உடம்பாற் அழியின் உயிராற் அழிவர்' என்கிறார் திருமூலர். வள்ளுவரும் தனது குறட்பாக்களில் உயிருக்கும் உடம்பிற்கும் உள்ள தொடர்பையும், அது நீங்குவதைப் பற்றியும் விளக்கியிருக்கிறார்.

மரணம் வாழ்க்கையின் முடிவா?

மரணம் என்பது வாழ்க்கையின் முடிவல்ல. அது ஒரு தொடர்ச்சி. கிட்டத்தட்ட ஒரு நீண்ட, நெடிய

தூக்கத்தைப் போன்றதுதான் மரணம் என்பது. பயன்படுத்த முடியாத பழைய நலிந்த, கிழிந்த சட்டையை நாம் தூக்கி எறிவதுபோல, ஆன்மாவானது நைந்த உடலைத் தூக்கி எறிந்துவிட்டு புதிய உடலை நோக்கிப் பயணிக்கிறது. இதுவே மரணம் எனப்படுகிறது. இதுவே உலக இயற்கை. அதே சமயம் விபத்து, கொலை, தற்கொலை போன்றவற்றால் ஏற்படும் மரணங்களுக்கு இந்நிலை பொருந்தாது. அது விதியின் அடிப்படையில் செயல்படுத்தப்படுகிறது.

உண்மையில் மரணம் என்பது உடலைச் சார்ந்து இயங்கும் உயிரின் பிரிவே. பிறப்பும் சரி, இறப்பும் சரி ஆன்மாவின் பயணத்தில் ஒருவித அனுபவ வெளிப்பாடுதான். ஓர் ஊரிலிருந்து நாம் மற்றொரு ஊருக்குச் செல்வது போலத்தான் மரணமும். இந்த உலகில் இதுவரை கை, கால்கள் என ஐம்புலன்களால் வாழ்க்கை வாழ்ந்தவர்களுக்கு, அதிலிருந்து கிடைக்கும் விடுதலையே மரணம். இறப்பிற்குப்பின் ஐம்புலன்களுக்கு வேலையில்லை. ஏனென்றால் புலன்களுக்கு அப்பாற்பட்ட வாழ்க்கை அது. கண், காது, மூக்கு, தொடுதல் ருசி என அனைத்தையும் கடந்த, ஆனால் இவை அனைத்தையுமே உணரக்கூடிய ஒரு நிலை மரணத்திற்குப்பின் ஜீவனுக்கு ஏற்படுகிறது. அதுவே ஆவி நிலை.

அணுக்களின் கூட்டமைப்பில் இவ்வுடல் உருவாகிறது. அணுக்களின் சிதைவினால் உடல் அழிகிறது. அதுவே மரணம் என்று கூறுபவர்களும் உண்டு. ஆனால், அணுக்களுக்கு அழிவு என்பதே இல்லை. ஒன்று மற்றொன்றாக மாறுமேயன்றி முற்றிலுமாக இல்லாமல் போய்விடாது. அதைப்போன்று மனிதன் இறந்துவிட்டாலும் அவன் உயிர் ஆவி நிலையை அடைகிறது. அது அதற்கேற்ற ஓர் வசிப்பிடத்தில், வேறு ஒரு பரிமாணத்தில் தனது வாழ்க்கையைத் தொடருகிறது. ஆக உடலின் அழிவு மரணம் என்று கருதப்பட்டாலும் ஆன்மா அழிவதில்லை. அது பரிபக்குவ நிலையை அடையும்வரை, அதாவது அந்த ஆன்மா தோன்றியதற்கான காரண, காரியங்களை அறிந்து, அவை அனைத்தும் நிறைவேறும்வரை அது மறுபடி பிறந்து, இறந்து அழிந்துகொண்டுதான் இருக்கும்.

இதை கடோபநிஷத் ‘ஸஸ்யமிவ மர்த்ய : பச்யதே ஸஸ்யமிவா ஜாயதே புன:!!’ என்கிறது. அதாவது மனிதன் செடிகொடிகளைப் போலவே அழிகிறான். பின் மீண்டும் செடி, கொடிகளைப்போலவே பிறக்கிறான் என்கிறது. இந்தப் பிறப்பு, இறப்புச் சுழற்சியிலிருந்து ஆன்மா விடுபடுதலே முக்தி அல்லது

மோட்சம் என அழைக்கப்படுகிறது. அந்த நிலையை ஆன்மா அடையும்வரை இச்சுழற்சி தொடர்ந்துகொண்டேதான் இருக்கிறது. அது சிலருக்கு ஓரிரு பிறவிகளிலேயே அமைந்து விடுகிறது. சிலருக்கு ஓ ராயிரம் பிறவிகள் எடுத்தாலும் அமைவதில்லை. உடலையே உண்மை, உலகியல் தரும் இன்பமே உண்மையான இன்பம் என நினைத்து, உடலையே ஜீவனாகக் கருதி வாழ்வதாலேயே இந்நிலை ஏற்படுகிறது. இந்நிலையிலிருந்து விடுபடத்தான் ஞானிகளும், யோகிகளும் ஆன்ம விசாரத்தையும், தியானம், யோகம், தவம் போன்ற வழிமுறைகளையும் அறிவுறுத்தினர்.

பகவான் ரமண மகரிஷி, தன் மனைவி இறந்து விட்டதாகக் கூறி வருந்திய பக்தர் ஒருவருக்கு மரணம் என்பது பற்றி விளக்கமளிக்கும்போது, 'இறந்தவர்களுக்காக ஏன் வருத்தப்படவேண்டும். இறந்தவர்கள் எல்லோருமே பந்தத்திலிருந்து விடுபட்டவர்கள். அவர்களோடு இருந்த பந்தம் இல்லாமல் போனதாலேயே, மீண்டும் அந்தப் பந்தத்தை ஏற்படுத்திக் கொள்ளவேண்டும் என்று மனம் எண்ணுவதாலேயே இந்த வருத்தங்கள் எல்லாம் ஏற்படுகின்றன. இதற்குக் காரணம், 'தான்' என்னும் அகங்காரம்தான். உங்களுடைய அகங்காரம் இறந்தால் துன்பம் ஏது? அகங்காரம் இறந்தவர்கள் மற்றவர்கள் இறப்பிற்காக வருத்தப்பட மாட்டார்கள். உடலுக்காக, உருவத்தின் அழிவுக்காக வருந்த வேண்டியதில்லை' என்று சொல்லியிருக்கிறார்.

இயற்கையான மரணம் நிகழும்போது முதலில் மூச்சானது ஒடுங்கத் தொடங்குகின்றது. அதுவரை இடகலை, பிங்கலை எனப் பயணப்பட்ட மூச்சானது தற்போது மாறி மாறி, வேகமாகவும், சமயங்களில் மிக மிக மெதுவாகவும் வெளிப்படுகிறது. அதனால் புலன்களும் தங்கள் செயல்பாடுகளில் ஒடுங்குகின்றன. இருதயம் வேகமாகத் துடிக்கிறது. வியர்வைச் சுரப்பிகள் அதிகம் சுரக்கின்றன. காது அடைக்கின்றது. கண்கள் ஒளியிழக்கின்றன. உடல் மெல்ல மெல்லத் தனது இயல்பான உணர்ச்சியை இழக்கின்றது. நாபிக்கமலத்திலிருந்து வெளிவரும் மூச்சு மெல்ல மெல்ல அடங்கி இதயத்திலிருந்து வெளிவரத் தொடங்குகின்றது. பின் அதுவும் அடங்கித் தொண்டைக்குழிக்குள் வந்து நிற்கின்றது. பிராணனானது வெளியேறத் துடிக்கின்றது. ஐம்புலன்களின் வழியாக அது வெளியேற முயற்சிக்கிறது. சிலருக்கு மூக்கு வழியாக, வாய் வழியாகப் பிராணன் வெளியேறுகிறது.

சிலருக்குக் காது வழியாக, கழிவு உறுப்புகள் வழியாக வெளிச் செல்கிறது. சிலருக்குக் கண்கள் வழியாகப் பிராணன் வெளியேறுகிறது. ஞானிகளுக்கு சஹஸ்ராரம் திறந்துகொண்டு, கபாலத்தைப் பிளந்துகொண்டு பிராணன் வெளிச் செல்கிறது.

அவ்வாறு உயிர் துறக்கும் வேலையில் ஞானிகள் இல்லாத சாதாரண மனிதர்களுக்கு அதுவரை தாங்கள் செய்த செயல்களும், நல்வினை, தீவினைகளும் ஒரு காட்சியாகத் தோன்றுகின்றன. உயிரானது இத்தகைய எண்ணங்களை, உடலால் அனுபவித்த கர்மவினைகளை, அதன் எச்சங்களை, வாசனைகளைச் சுமந்துகொண்டு உடலைவிட்டுப் பிரிந்து செல்கிறது.

மரணத்தின் பின்

மரணத்தின் பின் என்ன ஏற்படுகிறது என்பதை அறியவேண்டுமானால் முதலில் மரணத்தை எதிர்கொள்ள வேண்டும். ஆனால் பலரும் மரணம் என்ற ஒன்று வரும் முன்பு பயத்திலேயே இறந்து விடுகின்றனர். ஆகவே உண்மையான மரண அனுபவம் என்பது பலருக்கு வாய்ப்பதில்லை. மரணத்தின்போது உயிர் பிரிந்து சென்றதும் அந்த உடல் சடலமாகிறது. ஆனால் உடலைப் பிரிந்த உயிரோ குழப்ப நிலையை அடைகிறது. சில உயிர்கள் பக்குவம் பெற்றிருப்பதால் தாங்கள் இறந்து விட்டதை உணர்ந்துகொண்டு விடுகின்றன. ஆனால் மற்ற உயிர்கள் அவ்வாறு அறியாது. குழப்பும்கொள்ளும். அப்போது அந்த உயிரோடு முன்பு தொடர்புடைய பிற உயிர்கள், உறவினர்களின் ஆவிகள் தோன்றி அது இறந்து விட்டதையும், வேறு நிலையை அடைந்து விட்டதையும் எடுத்துரைக்கும். அதன் பின்னர் இறந்த அந்த உயிரின் பயணம் தொடங்கும்.

நல்லவர்களாய் காலம் கழித்தவர்கள் ‘ஒளிப்பாதை’ வழியே செல்கிறார்கள். தீமையே புரிந்தவர்கள் ‘இருள் பாதை’ வழியே செல்கிறார்கள். அவரவர் செய்த தீவினைகளுக்கேற்ப அந்த இருள் பாதை மிகக் கொடியதான ஒன்றாக இருக்கிறது. உயிர் பல்வேறு இடர்ப்பாடுகளை அப்பயணத்தின்போது சந்திக்கிறது. வேதனைகளை அனுபவிக்கிறது. பின்னர் உயிர்கள், தாம் செய்த நல்வினை, தீவினைகளுக்கேற்ப அந்தந்த உலகங்களை அடைகின்றன. பிரம்ம லோகம், சத்ய லோகம், பிதுர் லோகம், புண்ணிய லோகம் போன்றவை மிக உயர்ந்த ஜீவன்களுக்கு முனிவர்களுக்கு, ரிஷிகளுக்கு ஞானிகளுக்கு வாய்க்கின்றது.

சாதாரண மானுடர்களுக்கு 'ஆவிகள் உலகம்' வாய்க்கின்றது. தீச்செயல் புரிந்தவர்களுக்கு 'நரகம்' என்று சொல்லக்கூடியதான இருள் உலகமான 'பாவ லோகம்' அமைகின்றது. அவற்றில் அவை வெகு காலம் உழல்கின்றது. தமது பாவத்தின் சுமைகளைப் போக்கிக்கொள்ள இயலாமல் வருந்துகிறது. துன்பங்களை அனுபவிக்கின்றது. சில ஆவிகள் தாம் செய்த தவறுகளுக்கு வருந்தி மீண்டும் பிறவி எடுத்து, பாவங்களைப் போக்கிக்கொள்ள விரும்புகிறது. இவ்வாறு இவற்றில் அவை வெகு காலங்கள் இருந்து பக்குவங்கள் அடைந்து பின்னர் மீண்டும் மறுபிறவி எடுக்கின்றன.

ருத் மோன்ட்கோமேரி என்ற ஆவியுலக மீடியம் 'A World Beyond' என்ற நூலை எழுதியிருக்கிறார். அந்த நூல் உண்மையில் இறந்துபோன ஆர்தர் போர்ட் என்பவர் சொல்லச் சொல்ல, ருத் மோன்ட்கோமேரி மீடியமாக இருந்து எழுதிய நூலாகும். மரணம், ஆவிகள் உலகம், மரணத்தின் பின்னான வாழ்க்கை பற்றியெல்லாம் அந்த நூல் மிக விரிவாகப் பேசுகிறது. மரணத்திற்குப் பின் தனக்கு என்ன நடந்தது என்பதை, அதில் ஆர்தர் போர்ட் கீழ்க்கண்டவாறு சொல்கிறார்.

'இறுதியில் அந்தக் கடைசி நெஞ்சு வலியின் பின்னர் எனக்கு நேரம் நெருங்கி விட்டதை உணர்ந்தேன். நான் இந்தக் கணத்தை ஆவலுடன் எதிர்பார்த்ததால் உயிர் விடுதலையை வரவேற்றேன். எனது உயிர், களைத்துப்போன உடலிலிருந்து வெளியேறியபோது நான் எனது சூட்சுமச் சரீரத்தில் இலகுவாக நுழைந்தேன். எனக்குக் காற்றில் மிதப்பதைப் போலிருந்தது. அந்த உணர்வு விளக்க முடியாதது. ஒரு தடங்கல்களுமில்லாமல், ஒரு தடைகளுமில்லாமல், ஒரு வேதனைகளுமில்லாமல் ஆனால் முன்னிருந்ததைப் போலவே அதே இடத்தில் எப்போதும் இருந்ததைப்போல இருப்பது எவ்வளவு பேரானந்தம். எந்த நேரத்திற்கும் எந்த இடத்திற்கும் ஒரு பிரயாணச் சீட்டோ, நடந்து செல்லவோ தேவையில்லாமல் நினைத்த உடன் சென்று வரக்கூடிய அதிசயமான சுதந்திரம். அது நான் சிறுவயதுப் பையனாகச் சுதந்திரமாகச் சுற்றித் திரிந்ததை விடவும் நன்றாக இருந்தது. காரணம், எனது சுதந்திரத்தைத் தடுப்பதற்கு இங்கு ஒரு தடையோ, தடங்கலோ இல்லை. நாம் எங்கே போக நினைக்கிறோமோ அங்கே நாம் இருப்போம்' என்கிறார்.

9

ஆவிகள் உலகம்

ஆவிகள் என்ற பெயரைக் கேட்டாலே பெரும்பாலோருக்கு ஒருவித அச்சம் ஏற்படும். சிலர் அதெல்லாம் வெறும் மூடநம்பிக்கை எனக் கூறுவர். ஆனால் இறந்த தங்கள் முன்னோர்களைக் குல தெய்வமாக வணங்குவர். இல்லாவிட்டால் இறந்தவர்களது நினைவு நாளில் சிலைகளுக்கு மாலையிட்டு, அவர்கள் நினைவாக அன்னதானங்கள் செய்து போற்றுவர். இதுவே நீத்தார் கடன் எனத் தமிழில் கூறப்படுகின்றது. கடவுள் இல்லை, ஆவிகள் இல்லை என்று கூறுபவர்கள், சிலைகளுக்கு மாலையிட்டு வணங்குவதும், நினைவு நாள் கொண்டாடுவதும் உருவ வழிபாட்டை ஒத்ததே! வழிபாட்டின் அடிப்படையே நினைவைப் போற்றுதலும், நன்றி உணர்வுடன் இருத்தலும். இதையே பக்திமான்களும் செய்கின்றனர். நாத்திகர்களும் செய்து வருகின்றனர். இனி ஆவிகள் பற்றியும் ஆவிகள் உலகம் பற்றியும் பார்ப்போம்.

ஆவிகள்

மனிதன் இறந்தபின் அவன் உயிரானது அடையும் நிலையே ‘ஆவிநிலை’ எனப்படுகிறது. இந்த ஆவி நிலையில் அவனுக்குப் புலன்களின் உதவி தேவைப்படுவதில்லை. காலம், இடம், நேரம் என அனைத்தையும் கடந்த இந்த ஆவிகளால் நினைத்த நேரத்தில் நினைத்த இடத்தில் தோன்ற முடியும். தங்களது சக்திகளுக்கு ஏற்ப இவ்வகை ஆவிகள் பிறர் மனத்தில் தாக்கங்களை ஏற்படுத்தவும் இயலும்.

இவ்வகை ஆவிகள் கூட்டம் கூட்டமாக வாழ்கின்றன. பெரும்பாலும் ஒத்த கருத்துடைய ஆவிகள் ஒன்றாகச் சேர்ந்து வசிக்கின்றன. ஆன்மாவின் பரிபக்குவ வளர்ச்சியில் இந்த ஆவி நிலை அதனை மேலும் வளர்க்க உதவுகிறது.

ஆவிகள் உலகம்

கூட்டம் கூட்டமாக வசிக்கும் இந்த ஆவிகள் தங்கள் பக்குவத்திற்கேற்பவும், ஆன்ம வளர்ச்சி மற்றும் நற்கருமங்களுக்கேற்பவும் பல்வேறு நிலைகளில் வசிக்கின்றன. இவற்றை பொதுவாகப் பாவ லோக ஆவிகள், புண்ணிய லோக ஆவிகள், மத்திம உலக ஆவிகள் என மூன்று வகையாக ஆவியுலக ஆராய்ச்சியாளர்கள் குறிப்பிடுகின்றனர். இது தவிரச் சுவர்க்கம், நரகம் மற்றும் இந்திரலோகம், சத்யலோகம், வருண லோகம், குபேரலோகம், கோலோகம், யமலோகம், பாதாள லோகம் என ஏழு வகை உலகங்கள் உள்ளதாகப் புராணங்கள் குறிக்கின்றன. அவரவர் செய்த பாவ, புண்ணியங்களுக்கேற்பவும், அந்த ஆன்மாவின் தவ ஆற்றலை (பரிபக்குவம்) பொறுத்தும் மனிதன் இறந்த பிறகு இவ்வகை உலகங்களை அடைவதாக நம்பப்படுகிறது.

இந்த ஆவிகள் உலகம் கொடிய பாவம் செய்தவர்களுக்கு மிகவும் துன்பத்தைத் தரும் ஒன்றாக இருக்கும். பேராசைகொண்ட அவர்கள், உயிருடன் இருந்த காலத்தில் தங்கள் உடலாகிய

காரணச் சரீரம் மூலம் பல்வேறு தீச்செயல்களைச் செய்திருப்பர். பிறரைத் துன்புறுத்திப் பல இன்பங்களை அனுபவித்திருப்பர். தற்போது உடலாகிய காரணச் சரீரம் இல்லாததால் அவர்களால் அதுபோன்ற இன்பங்களை நுகர முடியாது. ஆகவே அவர்கள் இறந்த பிறகும் அதே நினைவுடன் இருப்பர். தங்களைப் போன்ற தீய ஆவிகளுடன் கூட்டாக வசிப்பர். அவற்றில் சில ஆன்மாக்கள் தாங்கள் இறந்து விட்டோம் என்ற உண்மையைக்கூட உணராது இருக்கும். சில ஆன்மாக்கள் தங்கள் ஆசைகளை நிறைவேற்றிக்கொள்வதற்காக பலவீனமான மனம் கொண்டவரது உடலைப் பயன்படுத்திக்கொள்ளும். அவர்களைப் பீடித்து தங்களது எண்ணங்களை நிறைவேற்றிக்கொள்ளும். இதனையே பேய் பிடித்தல் என்று கூறுகின்றனர்.

ஒருவர் இறந்த பின்பு, உயிருடன் இருக்கும்போது அவர் யாரிடமெல்லாம் அதிகப் பற்று வைத்திருக்கிறாரோ அவர்களின் கண்களுக்கு அவர் ஆவியாகத் தென்படுவதற்கு வாய்ப்பு இருக்கிறது. அதேசமயம் ஆவிகளைப் பார்த்து பயம் கொள்கின்றவர்களும் இருக்கின்றனர். அத்தகைய எண்ணம் கொண்டவர்களின் கண்களுக்கு ஆவிகள் தென்படும்பொழுது அவர்கள் அதிர்ச்சிக்குள்ளாகின்றார். சிலர் உளவியல்ரீதியாகப் பாதிப்படைகின்றார். சிலருக்குத் தீய ஆவிகளின் ஆக்கிரமிப்பு ஏற்படுகிறது. ஒரு சிலர் அதிர்ச்சியால் மரணமடைந்தும் விடுகின்றனர். இதையே மக்களில் சிலர் பேய் அடித்து விட்டதென்று கூறுகின்றனர்.

நம்மோடு வாழ்ந்து மறைந்தவர்களில் சிலர், தங்களது வினைப்பயன் காரணமாக உடல் கிடைக்காமல் அடுத்த பிறவி எடுக்க முடியாமல் தவித்துக் கொண்டிருப்பார்கள். உடல் இல்லையென்றாலும் உணர்வின் தாக்கத்தால் பசி, தூக்கம் என்று நாம் அனுபவிக்கும் எல்லா அவஸ்தைகளையும் அனுபவித்துக்கொண்டுதான் இருப்பார்கள். அவர்களுடைய வாரிசு மற்றும் உறவினர்களான, அவர்களுடைய இந்தப் பசியைப் போக்கக் கடமைப்பட்டவர்களான நாம், அதைச் செய்யாமல் விடும்போது அது நமக்குச் சாபமாக வந்து சேருகிறது. இதனையே ‘பித்ரு தோஷம்’ என்றும் ‘பித்ரு சாபம்’ என்றும் கூறுகின்றனர். இதனை நிவர்த்திக்க இறந்தவர்களின் நினைவு நாளில் அன்னதானம் போன்ற நற்கருமங்களைச் செய்வதுடன், அதன் புண்ணியப் பலன் அனைத்தும் இறந்த நம் முன்னோர்களுக்கே செல்லவேண்டும் என இறைவனிடம்

பிரார்த்திக்கவேண்டும். அவர்களின் நினைவாக ஆலயங்களில் தீபமேற்றுவது இறந்தவர்களுக்கு மேலும் மேலும் நன்மையைத் தரக் கூடியதாகும்.

ஆவிகள் உலகம் பற்றி ஆர்தர்போர்ட் என்பவரின் ஆவி, மீடியம் ருத் மோன்ட்கோமேரி மூலம் எழுதிய 'A World Beyond' என்ற நூலில் கீழ்க்கண்டவாறு சொல்கிறது.

'உண்மையில் மக்கள் அங்கே பிரார்த்தனை செய்வது இங்கே எங்களுக்கு நன்மையைச் செய்கிறது. அந்தப் பிரார்த்தனைகளால் உருவாக்கப்படும் அன்பு உணர்வலைகளை எங்களால் உணரமுடிகிறது. அது எங்கள் நிலையை நாங்கள் உணரவும், உயர்த்திக்கொள்ளவும் உதவுகிறது' என்கிறது. மேலும் அந்த நூலில் ஆர்தர் போர்டின் ஆவி குறிப்பிட்டிருக்கும் விஷயங்கள், ஆவிகள் உலகம் பற்றியும் மரணத்தின் பின்னான நிலையைப் பற்றியும் விரிவாக அறிந்துகொள்ள உதவியாக உள்ளது.

அந்த நூலின் மூலம் கீழ்க்காணும் உண்மைகளை நம்மால் உணர முடிகிறது.

- ஆவிகள் உலகத்தில் காலம், நேரம் என்பது இல்லை. தங்கு தடையின்றி ஆவிகள் எந்த நேரத்திலும் பூமியின் எப்பகுதிக்கும் சென்று வர முடியும்.
- ஆவிகளுக்கு இவ்வுலகில் நடக்கும் எல்லா விஷயங்களும் தெரிந்திருக்கும் என்பது உண்மையில்லை. சக்தி வாய்ந்த புண்ணிய ஆத்மாக்களைத் தவிரப் பிற ஆவிகள் சாதாரண மனிதர்களின் அறிவு எவ்வகையில் செயல்படுமோ அவ்வகையிலேயே செயல்படும். சில விஷயங்களை மட்டும், தாங்கள் இருக்கும் சூழலால் சிலவாறாகக் கணித்துச்சொல்ல முடியுமே தவிர எல்லாவற்றையும் ஆவிகள் மூலம் அறிந்து கொள்ளுதல் என்பது சாத்தியமானதல்ல.
- உறக்கத்திலேயே உயிர் நீக்கும் ஆன்மாக்கள் சிலகாலம் உறக்கத்திலேயே இருக்கும். அவை தன்னையும், தன் நிலையையும் உணரும்வரை அந்நிலை நீடிக்கும்.
- அந்த ஆத்மாவானது மற்றவர்களைப் பலவாறாகக் கொடுமைப்படுத்தியிருந்தால் அது நீண்ட ஆழமான தூக்கத்திலாழும் அல்லது அது பாவத்தால் சூழப்பட்டிருந்தால் தான் விட்டுவிட்டு வந்தவர்களைப் பலவிதங்களில் தொந்தரவு செய்யும்.

- சில நேரங்களில் அந்த ஆத்மா தான் ஆவியுலகுக்கு வந்துவிட்டதை உணர்வதில்லை. அப்படியான நேரத்தில் அந்த ஆத்மா அந்தரத்தில் அலைந்துகொண்டு ஏன் இங்கு ஒருவரும் தன்னைக் கவனிக்கவில்லையென்று யோசித்துக் குழம்பிக் கொண்டிருக்கும்.

- ஒருவர் எந்தவயதில் இறப்பைத் தழுவியிருப்பினும் ஆவியுலகத்தில் இளமையாகவே இருப்பார்.

- மரணம் என்பது நமது வரவுக்காகத் திறந்து வைக்கப்பட்டிருக்கும் வாயிலே தவிர வேறல்ல; அது ஒரு மிகச்சிறிய மாற்றம். அவ்வளவுதான். அதைக்கண்டு அஞ்சத் தேவையில்லை. அது புதிதானதுமில்லை.

- சிலர் எண்ணுவதுபோல பிறப்பில் தொடங்கி இறப்பில் முடிவதல்ல மானிட வாழ்க்கை. நாம் இல்லாத நாளே கிடையாது. நாம் என்றும் தொடர்ந்து இருந்துகொண்டே இருக்கிறோம். ஆனால் நாம் அடிக்கடி உருவங்களிலும் நிலைகளிலும் மாறுதலடைந்து கொண்டிருக்கிறோம். நாம் என்றும் அழியாத ஆன்மாவாக இருக்கிறோம்.

- ஒரு பிறப்பு முடிந்து ஆவியுலகத்திற்கு வரும்போது வித்தியாசமான அனுபவம் பெற்றவர்களாகவே வருவர். இங்கு ஒருவர் தொடர்பு கொள்வதோ, வேலை செய்வதோ, வளர்ச்சியுறுவதோ அல்லது வெற்றியடைவதோ எல்லாம் எண்ணங்களின் மூலமாகத்தான்.

- பக்குவப்பட்ட ஆன்மாக்கள் மேலுலகம் சென்றவுடன், அதற்குமுன் தாங்கள் அங்குச் செய்துவந்த ஆன்ம முன்னேற்றப் பணிகளை மீண்டும் விட்ட இடத்திலிருந்து தொடர்வார்கள். அதற்கு அங்கு முன்னமே அந்த நிலையில் இருக்கும் ஆன்மாக்கள் உதவியாக இருப்பார்கள்.

என்றெல்லாம் பல விஷயங்களைச் சொல்லியிருக்கிறது ஆர்தர் போர்ட்டின் ஆவி.

மேலும் அந்த நூலில் ஆவியுலக வாழ்க்கை பற்றி, 'உண்மையில் இங்கே எங்களது வாழ்க்கைக்கும் அங்கே உங்களது வாழ்க்கைக்கும் பெரிதாக வித்தியாசம் ஒன்றுமில்லை. ஏனென்றால் நாம் வேறொரு உலகத்திலில்லை. இங்கேயேதான் இருக்கிறோம். உங்களுடனேதான் இருக்கிறோம். வாஷிங்டனிலுள்ள உனது (ருத் மோன்ட்கோமேரி)

வரவேற்பறையில் நான் இருந்ததைப் போலவேதான் இப்போதும், இக்கணத்திலும் இருக்கிறேன். ஆனால் நாங்கள் வேறு ஒரு பரிணாமத்தில் இருக்கிறோம். நீங்கள் உலகத்தின் ஒரு பகுதியாக எப்படி இருக்கிறீர்களோ அதுபோலவே நாமும் இருக்கிறோம். ஒரே வித்தியாசம் என்னவென்றால் நாங்கள் பூதவுடலை உதறியதால் ஜடப்பொருட்களுக்கான அடிப்படை விதிகள் எங்களைக் கட்டுப்படுத்துவதில்லை. அவ்விதிகள் உங்களைக் கட்டுப்படுத்தி உங்களின் இயக்கங்களைத் தடை செய்வதைப்போல் எங்களைக் கட்டுப்படுத்துவதில்லை. நாம் ஆத்ம ரூபத்தில் இருப்பதால் ஜடப்பொருட்களின் ஊடாகக்கூட எங்களால் செல்லமுடியும். ஏனென்றால் எங்களைப் பொறுத்தவரை அவையெல்லாமுமே எண்ண வடிவங்கள்தான். பெரும்பாலும் நாம் அவற்றை உருவங்களாகப் பார்க்காமல் எண்ண வடிவங்களாகவே பார்ப்பதால், அவை எங்களைத் தடை செய்யாது.

நாங்கள் விரும்பினால் எண்ண வடிவாலான இல்லங்களில் வசிக்க முடியும். அல்லது ஆற்றங்கரை போன்ற நீர்நிலைகளினருகே சூரிய வெளிச்சத்துடன் கூடிய மலைச்சரிவுகளில் எங்களால் வாழமுடியும். எங்களைப் போன்ற ஒத்த எண்ணங்கள் உடையவர்களுடன் ஒன்றாக வசிக்க முடியும். நாம் இருக்க விரும்புமிடத்தில் எங்கு இருப்பதென்றாலும் இருக்கலாம். எங்களுக்கு வசிப்பிடம் என்று தனியாக ஒன்று தேவையில்லை. நாங்கள் காற்றைப்போல சுதந்திரமாக நினைத்த கணத்தில் நினைத்த இடத்திற்குப் போக முடியும். எல்லாம் ஒரே பிரபஞ்சமே. நாம் வேறெங்குமில்லை. நீங்களிருக்குமிடத்திலேதான் உள்ளோம். ஒரேயொரு வித்தியாசம், நாம் வாழும் முறை வேறு. நீங்கள் வாழும் முறை வேறு. நாம் உங்கள் படுக்கைகளில் படுக்கமாட்டோம். உங்கள் நாற்காலிகளில் உட்காரமாட்டோம். ஆனால் ரத்தமும் தசையுமாக உலவும் மக்களிடையேயே நாங்களும் எங்களது பணிகளைச் செய்துதான் வருகிறோம். ஆனால் தேவையற்ற தலையீட்டைத் தவிர்ப்போம்.' என்று சொல்லப்பட்டிருக்கிறது.

ஆவி உலக ஆராய்ச்சிகள்

ஆவி உலகம் பற்றி உலகெங்கிலும் ஆராய்ச்சிகள் நடந்த வண்ணம் உள்ளன. சில சமயம் ஆய்வாளர்களது கருத்துகள் சில ஒன்றுக்கொன்று மாறுபட்டும் உள்ளன.

உதாரணமாக ஆவி உலகம் பற்றி ஆராய்ந்த வெளிநாட்டவர் ஒருவருக்கு ஆவி கூறிய தகவல்கள்:

'ஆவியுலகத்தில் (A,B,C,D) என நான்கு பகுதிகள் உள்ளன. ஏ, பி பகுதியில் இருப்பவர்கள் எல்லா உலகத்தையும் பார்க்கமுடியும். நினைத்த நேரத்தில் எங்கும் செல்லமுடியும். இவர்கள் புண்ணியம் செய்தவர்கள். பி பகுதியிலிருந்து ஏ பகுதிக்குச் செல்லமுடியும். பி பகுதியில் வாழ்பவர்கள் தங்களது நல்ல எண்ணங்கள் மூலம் ஏ நிலைக்கு உயரமுடியும். இருள் பகுதியில் இருப்பவர்கள் பேய்கள், தீய ஆவிகள் என அழைக்கப்படுகின்றனர். எதிர்காலத்தைப் பற்றிச் சரியாகக் கணித்துச்சொல்கிற சக்தி ஏ, பி பகுதியில் உள்ளவர்களுக்கு உண்டு. மற்ற பகுதிகளில் உள்ளவர்கள் சொல்வது சரியாக இருக்காது. சமயங்களில் சில தீய ஆவிகள் வந்தும் உண்மைபோல் பேசிக் குழப்பிவிடுவதும் உண்டு. ஆவி உலகிலும் சட்ட திட்டங்கள் உள்ளன. அங்குப் பிறர், ஒருவருக்குக் கெடுதல் செய்தால் தண்டனை உண்டு. கடவுளின் ஆணைப்படி பரிசுத்த ஆன்மாக்கள் ஆவி உலகைப் பொறுப்பேற்று நடத்துகின்றன. ஆவி உலகில் உள்ள ஆவிக்கு வளர்ச்சி உண்டு. குழந்தையாக இருக்கும் ஆவி, வெகு காலத்திற்குக் குழந்தை மனநிலையிலேயே இருப்பதில்லை. தனது அனுபவம், ஆர்வத்திற்கேற்ப அவை வளர்ச்சி அடையும். ஆவிகளுக்கு நினைத்த மாத்திரத்தில், நினைத்த இடத்திற்கு அதிவேகமாகச் செல்லக்கூடிய சக்தி உண்டு. பிராணிகளுக்கு எனத் தனி உலகம் உண்டு. தனிச் சட்ட திட்டங்களும் உண்டு.' இவையே ஆய்வாளருக்கு ஆவி கூறிய தகவல்கள்.

ஆவிகள் பற்றியும் தேவதைகள் பற்றியும் கண்ணதாசன் தனது அர்த்தமுள்ள இந்துமதம் நூலில் குறிப்பிட்டிருக்கிறார்.

'வாழ்வாங்கு வாழ்ந்த பலர், தேவதைகளாகக் கருதப்பட்டனர். முத்தன், முனியப்பன், காடன், மதுரை வீரன் என்பன போன்ற ஆண் தெய்வங்களும் ஆலையம்மன், எல்லையம்மன், படவேட்டம்மன் போன்ற பெண் தேவதைகளும், ஏதோ ஒரு காலத்தில் வாழ்ந்து மடிந்தவர்களாக இருக்கவேண்டும்' என்கிறார் அவர்.

மேலும் 'அதுபோல் ஆண் தெய்வங்களிலும் கோபத் தெய்வங்களாகக் காட்சியளிப்போர், ஒருகாலத்தில் வீரர்களாக வாழ்ந்திருக்கவேண்டும். ஒருவேளை, பயங்கரமான குணம் படைத்தவர்களாகவும் வாழ்ந்திருக்கலாம். அவர்களது ஆவியை அமைதிப்படுத்துவதற்கே பலி கொடுக்கும் பழக்கமும் வந்திருக்கலாம். பெண் தேவதைகளிலும் சில ருத்ர தேவதைகள் பயங்கரமான குணம் படைத்தவர்களாக இருந்து வாழ்ந்து, அமைதி இல்லாமல் இறந்து போனவர்களாக இருக்கலாம். அவர்களை அமைதிப்படுத்தவே பலி கொடுக்கும் பழக்கம் வந்திருக்கலாம். அவரவர்களுடைய சுற்றத்தினர், தங்கள் குலத்தில் வாழ்ந்த ஒருவனுக்கோ ஒருத்திக்கோ எழுப்பிய இந்தச் சிறு ஆலயங்கள், நாளடைவில் ஊராரின் நம்பிக்கைக்கு உரியனவாகி, தெய்வங்களாகி இருக்கவேண்டும்' என்று அவர் தெரிவிப்பது, தமிழர்களின் தொன்மையான சிறு தெய்வ வழிபாட்டிற்கும் ஆவி வழிபாட்டிற்கும் வலுச் சேர்ப்பதாயும் அவற்றுக்கிடையே உள்ள தொடர்பை விளக்குவதாயும் அமைந்துள்ளது.

கண்ணதாசன் கூறும் ஆவி உலக அனுபவமும் வியக்கத்தக்கது. அவர் 'இறந்து போனவர்களுடைய ஆவி தங்களுக்குப் பிரியமானவர்கள் உடலில் புகுந்து பேசுவதும் உண்டு. வேறு உடல்களை மீடியமாகக்கொண்டு பேசுவதும் உண்டு. எனக்கே இதில் அனுபவம் உண்டு. 1941ம் ஆண்டு என் உடன் பிறந்த நாலாவது சகோதரி இறந்து போனார். அவருக்கு இரண்டு பெண்களும் ஒரு பையனும் உண்டு. அந்தப் பெண்களில் மூத்த பெண் மீது, என் சகோதரியின் ஆவி வந்து பேசுவது உண்டு. ஏதாவது முக்கியமான பிரச்சினைகளைப் பற்றிப் பேசிக்கொண்டிருக்கும்போது என் சகோதரியின் ஆவி தன் மகள் உடம்பில் வந்து பேசும். அந்தப் பெண்ணுக்கு நான் மாமன்! சாதாரண நேரங்களில் 'மாமா' என்றழைக்கின்ற அந்தப் பெண், ஆவி வந்து அழைக்கும்போது, 'தம்பி' என்றழைக்கும். மற்ற உறவினரையும் என் சகோதரி எப்படி அழைப்பாரோ அப்படியே அழைக்கும். குரலும் என்

சகோதரியின் குரலாகவே இருக்கும். இதை நான் பலமுறை கண்டிருக்கிறேன். ஆவி வந்து சொன்ன விஷயங்களெல்லாம் நடந்திருக்கின்றன' என்று அவர் கூறியிருப்பது நம்மை வியப்பிலாழ்த்துகிறது.

பிரபல விஞ்ஞானி தாமஸ் ஆல்வா எடிசன் ஆவியுலக ஆராய்ச்சியில் மிகவும் ஆர்வம் கொண்டிருந்தார். அவர் ஒரு கருவியைக் கண்டுபிடித்திருந்ததாகவும், அதன் மூலம் ஆவிகளின் உதவிகளைப் பெற்று பல்வேறு கண்டுபிடிப்புகளை அவர் உலகிற்கு வழங்கியதாகவும் ஒரு கருத்துண்டு. Electronic voice phenomenon என்ற கருவி மூலம் ஆவிகளின் குரல்களை ஆராய்ச்சியாளர்கள் பதிவு செய்துள்ளனர். சிலர் புதிய கருவிகள் மூலம் ஆவிகளைப் புகைப்படமெடுத்தும் உள்ளனர்.

மாத்யூ மானிங் என்ற ஆய்வாளர் ஹிட்லரின் ஆவியுடன் பேச முயற்சி செய்து அதில் வெற்றி பெற்றுள்ளார். அதுபோன்று ராவ்டிவ் என்ற ஆய்வாளரின் நண்பரான ரேமாண்ட் கேஸ் என்பவரும் ஆவி உலக ஆய்வில் ஆர்வத்துடன் ஈடுபட்டார். ஒருநாள் அவர் ஆவிகளின் குரலைப் பதிவு செய்ய முனைந்திருந்தார். அவர் காதுகளுக்கு ஒன்றுமே கேட்கவில்லை. பின் பிளேயரில் போட்டுக் கேட்டபோது அதில் ஆவிகளின் குரல் பதிவாகியிருப்பதை உணர்ந்தார். திரும்பத் திரும்பப் போட்டுக் கேட்டவர் அதிர்ச்சியடைந்தார். காரணம், 'அதில் ராவ்டிவ் தன் மரணத்தை நெருங்கிக் கொண்டிருக்கிறான்' என்ற ஒலிப் பதிவாகி இருந்தது. அப்போது ராவ்டிவ் நல்ல உடல்நிலையில் இருந்தார். மரணத்திற்கான எந்த அறிகுறியும் இல்லை. அதனால் ரேமாண்ட் அதைப் பெரிதாக எண்ணவில்லை. ஆனால் அனைவரும் அதிர்ச்சியடையும்படி திடீரென ஒருநாள் ராவ்டிவ் மரணமடைந்தார். கருவியில் பதிவாகி இருந்தது ஆவியின் குரல்தான் என்றும், அது முன்னெச்சரிக்கை செய்யவே வந்தது என்றும் பின்னர் மாத்யூ உணர்ந்துகொண்டார். இது ஆய்வாளர்களால் ஆச்சரியமான ஒன்றாகக் கருதப்படுகிறது.

10

ஆவி உலக அனுபவங்கள்

ஆவி உலகம் பல்வேறு அதிசயங்களைத் தன்னகத்தே கொண்டது. மனிதனின் மறுபக்க வாழ்வை ஆவியுலகவாசிகள் மூலம் கேட்டறிந்ததாக மதுரை ஆதீனம் சோமசுந்தர தேசிகர், மறைமலையடிகள் உட்படப் பல அறிஞர்கள் தங்கள் நூல்களில் விளக்கியுள்ளனர்.

ஆவியுலகில் என்ன நடக்கிறது என்பதை ஆர்தர் போர்ட்டின் ஆவி கீழ்க்கண்டவாறு கூறியிருக்கிறது.

'புதிதாக இவ்வுலகிற்கு வருபவர்களை நாங்கள் அன்புடன் அரவணைப்போம். தியான முறைகளின் மூலமோ அல்லது மேலுலகங்களைப் பற்றிய ஆராய்ச்சிகளின் மூலமோ இப்படிப்பட்ட ஒரு மாறுதலுக்கு அவர்கள் தங்களைத் தயார்ப்படுத்திக் கொண்டிருந்தால் தவிர மற்றவர்களுக்கு இங்கே வந்ததும் அது மிகுந்த ஆச்சரியமாக இருக்கும். அவர்களுக்குப் பசித்தால் நாம் உணவை உண்டாக்கிக்கொடுப்போம். உண்மையில் அது எண்ண வடிவங்களால் ஆனதாகவே இருக்கும் ஆனாலும் அது அவர்களுக்கு உண்மையான உணவாகவே தோன்றும். அவரும் அதை உண்டு பசியாறுவார். அதுபோல அவருக்குத் தாகமாக இருந்தால் குடிப்பதற்குத் தண்ணீர் கொடுப்போம். அதுவும் எண்ண வடிவால் ஆனதே!

சிலர் தான் இறந்துவிட்டோம் என்பதை உணர்ந்திருந்தாலும், தனக்கு உடல் இல்லை என்பதை

அறிந்திருந்தாலும் இன்னும் தனக்கு உணவும் குடிநீரும் தேவையில்லை என்பதை உணராமல் இருப்பார். அவரது உறவினர்களைத் தனக்குத் தெரிந்தவர்களைத் தேடுவர். சில உறவினர்கள் இன்னும் பூவுலகில் வாழ்ந்து கொண்டிருப்பர். சிலர் இங்கிருப்பர். சிலர் மேலும் உயர்ந்த நிலைகளுக்குப் போயிருப்பர். சிலர் தாழ்நிலையில் இருக்கலாம். சிலர் பூவுலகில் பிறந்திருக்கவும் கூடும். அதனால் உறவினர்களை நண்பர்களைக் காணாது இவர்கள் குழம்புவர். அப்படிப்பட்ட ஒன்றும் புரியாத குழப்பநிலையில் உள்ளவர்களுக்கு நாம் ஆறுதல் சொல்வோம். ஆற்றுப்படுத்துவோம்.

நாளடைவில் படிப்படியாக அவர்களுக்கு விஷயங்கள் விளங்கத்தொடங்கும். மெள்ள மெள்ள உண்மை புரியும். பின் அவரவர்கள் தங்களுக்கேற்ற ஓர் எண்ண உலகை உருவாக்கிக்கொண்டு அங்கே வசிக்கத் துவங்குவர். சிலர் இயற்கையெழில் நிறைந்த கிராமப்பகுதிகளை விரும்புவர். சிலர் பெரிய நகரங்களிலிருக்க விரும்பினால் உடனடியாக அங்கேயிருப்பார்கள். நாங்கள் சிலகாலத்திற்கு அவர்கள் விருப்பப்படியே விட்டுவிடுவோம். பின்னர் அவர்கள் இந்த வாழ்க்கையில் சலிப்புற்றுத் தமது இன்றைய உண்மை நிலையைப் பற்றி ஆராயத் தொடங்குவர். அப்போது நாங்கள் அவர்களுக்கு உதவி செய்வோம். உண்மையை உணர வைப்போம். முடிவற்ற சுழற்சியில் மீண்டும் மீண்டும் இணைந்து, இறுதியில் நாம் இடையிலே நம்முடன் சேர்த்துக் கொண்ட குறைபாடுகளைக் களைந்து இறைவனில் ஒரு பகுதியாகும்வரை இந்தப் பிறப்பு, இறப்புச் சுழற்சிகள் தொடரும்.'

ஸ்ரீ அரவிந்தர், ஸ்ரீ அன்னை போன்ற மகான்களும்கூட ஆவிகள் குறித்து ஆய்வுகள் செய்துள்ளனர். அவர்களது அனுபவங்கள் சிலவற்றைப் பார்ப்போம்.

ஸ்ரீ அரவிந்தரும் ஆவியும்

ஸ்ரீ அரவிந்தர் புதுச்சேரியில் தங்கியிருந்த சமயம். அடிக்கடி வ.ரா, பாரதியார், ரங்கசுவாமி அய்யங்கார் ஆகியோர் அரவிந்தரை மாலையில் சந்தித்துப் பேசுவர். அப்பேச்சுக்கள் வெறும் அரசியல் மட்டும் இல்லாமல் ஆன்ம சாதனை, தெய்வ உபாசனை, வழிபாடு, தரிசனம், சூட்சுமவாசிகளின் தன்மை எனப் பலதரப்பட்டதாய் இருக்கும். சில சமயம் ஆவிகள் பற்றியும் அவர்கள் வசிக்கும் உலகம் பற்றியும் பேச்சு திரும்பும். அரவிந்தருக்கு அதில் பெரிதாய் ஆர்வம் இல்லாவிட்டாலும் நண்பர்களுக்காக அவ்வப்போது அவ்வாய்வில் ஈடுபடுவார்.

அரவிந்தர் பரோடாவில் இருக்கும்பொழுதே ஆட்டோமேட்டிக் ரைட்டிங் முறையில் ஆவிகளுடன் பேசுவதில் நல்ல தேர்ச்சி பெற்றிருந்தார். ஒருமுறை சகோதரர் பரீன் உதவியுடன் அவ்வாய்வில் ஈடுபட்டபோது, அரவிந்தரின் தந்தையின் ஆவி அங்கே தோன்றியது. தான் முன்பு பரீனுக்குக் கொடுத்திருந்த தங்கக் கைக் கடிகாரத்தை அடையாளம் காட்டியதுடன், சுவரில் சுண்ணாம்புப் பூச்சிற்குள் மறைந்திருந்த ஒருவரின் படத்தையும் அடையாளம் காட்டியது. அதன்மூலம் வந்திருப்பது தங்கள் தந்தையின் ஆவிதான் என்பதை அரவிந்தர் உணர்ந்துகொண்டார். மற்றுமொருமுறை ராமகிருஷ்ணரின் ஆவி வரவழைக்கப்பட்டது. அது கேள்விகளுக்குப் பதில் எதுவும் கூறாமல் 'கோவில் கட்டுங்கள், கோவில் கட்டுங்கள்' என்று கூறிவிட்டு மறைந்து விட்டது.

ஸ்ரீ அரவிந்தர் ஆவிகளின் வழிகாட்டுதல் மூலம் 'ஆட்டோமேடிக் ரைட்டிங்' முறையில் 'யோக சாதனம்' என்ற நூலை எழுதினார். பின்னர் அந்த நூலை அவர் திரும்பப் பெற்றுக்கொண்டு விட்டார். இதுபோன்ற ஆய்வுகள் மூலம் சாதகர்களுக்கு எந்தப் பயனும் விளையாது என்று கருதிய அவர் இவற்றை ஊக்குவிக்கவில்லை. மேலும் ஸ்ரீ அரவிந்தர் அலிப்பூர் சதி வழக்கில் கைதாகிச் சிறையில் வசித்தபோது அவர் முன் விவேகானந்தரின் ஆவி தோன்றி, அவரது பணி நாட்டு விடுதலையை விட ஆன்ம விடுதலையே என்று வலியுறுத்தியதாக அவரது வரலாறுகளிலிருந்து அறிந்துகொள்ள முடிகிறது.

ஸ்ரீமத் பாம்பன் சுவாமிகளும் சொர்க்க, நகரங்களும்

பாம்பன் சுவாமிகள் முருக பக்தர். அவர் தம் கனவில் ஆவியுலகவாசிகளையும், சொர்க்கம் மற்றும் நரக மக்களையும் கண்டதாகத் தமது நூலில் குறிப்பிட்டுள்ளார்.

ஒருநாள் நடுநிசியில் சுவாமிகள் ஒரு கனவு கண்டார். அக்கனவில் அவர் ஒரு காட்டுப்பாதை வழியே நடந்துகொண்டிருந்தார். சுற்றிலும் கற்றாழை, கள்ளிச் செடிகள். வறண்ட மணற்பாங்கான அந்தப் பாதையின் ஓரத்திலே கரிய நிறமுடைய சிலர் கூச்சலிட்டுக்கொண்டு நின்றுகொண்டிருந்தனர். சுவாமிகளைப் பார்த்ததும், கீழே இருந்த கல்லையும் மணற் துகளையும் அள்ளி வீசி எறிந்தனர். இதைக் கண்டு திகைத்துப்போய் அவர் நின்றுகொண்டிருந்த பொழுது, ஒளியுடைய தேகமுடைய மூவர் சுவாமிகள் அருகே வந்தனர். தங்களுடன்

வருமாறு கூறி உடன் அழைத்துச் சென்றனர். அந்தப் பாதை நீண்டுகொண்டே சென்றது. இறுதியில் பல வண்ண நிறமுடைய மலர்களும், செடி, கொடிகளும் இருந்த பகுதிக்கு சுவாமிகள் அழைத்துச் செல்லப்பட்டார். அங்கே இனிய நறுமணம் கமழ்ந்து கொண்டிருந்தது. மக்களும் ஒருவர் மீது ஒருவர் அன்புடையவராய் காணப்பட்டனர். அது சொர்க்கம், நரகம் பற்றிய கனவு என்றும், தான் அதைப் பற்றிக் கவலைகொள்ளத் தேவையில்லை என்பதை உணர்த்துவதற்காகவே அக்கனவு வந்தது என்றும் சுவாமிகள் பின்னர் உணர்ந்து கொண்டார்.

சுவாமி திரிகுணாதீதானந்தரின் ஆவி அனுபவம்

சாரதா பிரசன்னர் என்ற இயற்பெயர் கொண்டவர் சுவாமி திரிகுணாதீதானந்தர். ராமகிருஷ்ணரின் சீடர்களுள் ஒருவர். சுவாமி விவேகானந்தரின் அன்புக்குப் பாத்திரமானவர். இவர் இறை நம்பிக்கை கொண்டவர் என்றாலும் பேய், பிசாசு போன்றவற்றில் நம்பிக்கை இல்லாதிருந்தார். ஆகவே அதுபற்றிய ஆய்வுகளில் சில காலம் ஈடுபட்டார். பேய் ஒன்றிருக்குமானால் அதை நேரில் காணவேண்டும் என்று உறுதியுடன், பேய் இருப்பதாகச் சொல்லப்பட்ட வீடுகளுக்கெல்லாம் சென்று தேடினார். இரவில் தங்கினார். இவரது கண்களுக்கு எந்தப் பேயும் தட்டுப்படவில்லை.

ஒருநாள் வராகநகர் மடத்துக்கு அருகிலான ஆள் நடமாட்டம் இல்லாத ஒரு வீட்டில் பேயிருப்பதாகவும் இரவு அங்கே சென்று தங்கினால் பேயைக் காணலாம் என்றும் சிலர் கூறினர். சுவாமிகளும் மிகுந்த ஆர்வத்துடன் யாரிடமும் சொல்லிக் கொள்ளாமல் இரவில் அந்த வீட்டில் போய்த்

தங்கினார். நள்ளிரவு நெருங்கியது. சுவாமி பேயை எதிர் நோக்கிக் காத்திருந்தார். சற்று நேரம் சென்றது. அப்போது அவர் அமர்ந்திருந்த அதே அறையின் மூலையில் மங்கலான வெளிச்சம் ஒன்று தோன்றியது. பின் அது கொஞ்சம் கொஞ்சமாகப் பிரகாசம் அடைந்தது. அந்த வெளிச்சத்தின் மத்தியில் கண்கள் இரண்டு தோன்றின. புகைபோலத் தெரிந்த உருவம் ஒன்று மிகுந்த கோபத்துடன் சுவாமிகளை நோக்கி மெல்ல நகர்ந்து வந்தது.

சுவாமிகளின் ரத்தம் அச்சத்தால் உறைந்தது. உடல் வியர்த்து ஒழுக ஆரம்பித்தது. நாக்கு உலர்ந்தது. அச்சத்துடன் சுவாமிகள், தனது குருதேவரான ஸ்ரீ ராமகிருஷ்ண பரமஹம்சரை மனதார வேண்டிக்கொண்டார். உடனே குருதேவரின் உருவம் திரிகுணாதீதானந்தரின் முன் தோன்றியது. அவரது கரங்களைப் பாதுகாப்பாகப் பற்றிக்கொண்டு 'மகனே! ஏன் இவ்வாறெல்லாம் உயிருக்கு ஆபத்தான விஷயங்களைத் தேடி ஓடுகிறாய்? எப்போதும் என்னையே நினைத்துக்கொண்டிரு. அது போதும்' என்று கூறிவிட்டு மறைந்துவிட்டது. அந்த மாயக்கண்களும் உடனே மறைந்து விட்டன.

ஸ்ரீ அன்னையும் ஆவிகளும்

பக்தர்களால் அன்புடன் 'மதர்' என்றும் 'அன்னை' என்றும் அழைக்கப்படுபவர் ஸ்ரீ அன்னை. பிரான்ஸில் பிறந்த இவர் இந்தியாவையே தனது வாழ்விடமாகத் தேர்ந்தெடுத்துக்கொண்டு பக்தர்களின் ஆன்ம முன்னேற்றத்துக்கு உழைத்தவர். அன்னை தனது இளவயதில் ஆவிகளுடன் பல அனுபவங்களைப் பெற்றுள்ளார்.

அன்னை ஜப்பானில் தங்கியிருந்த சமயம். திடீரெனக் கொடிய நோயால் பாதிக்கப்பட்டார். மிகக் கடுமையான காய்ச்சல் ஏற்பட்டுவிட்டது. மருத்துவர் வந்து பல மருந்து, மாத்திரைகளைத் தந்தார். பலனில்லை. நோய் குணமாகவில்லை. அன்று இரவு அவருக்கு ஒரு வித்தியாசமான அனுபவம் ஏற்பட்டது. ஒரு கரிய உருவம் ஒன்று தலையில்லாத முண்டமாய் அன்னை அருகே வந்தது. அவர் மேல் அமர்ந்து அவரை மூச்சு விட முடியாமல் அமுக்கியது. அன்னை கொஞ்சமும் அஞ்சாமல் தனது ஆன்மச் சக்திகளை ஒன்று திரட்டினார். அந்தத் தீய சக்தியுடன் போராடி அதனை விரட்டி அடித்தார்.

மற்றொருமுறை அன்னை தனது இல்லத்தில் உறங்கிக்கொண்டிருந்தார். அப்பொழுது புகை மூட்டம் போன்ற

ஓர் உருவம் தன் வீட்டை நோக்கி வருவதை உணர்ந்தார். அது தன்னைத் தாக்கவும் தனது வீட்டைத் தீயிட்டு அழிக்கவுமே வருகிறது என்பதை உணர்ந்துகொண்டார். உடனே தனது அதீதச் சக்தியைப் பயன்படுத்தி, அது தன்னைத் தாக்காமல் இருக்குமாறும், வீட்டைத் தீயிட்டு அழிக்காமல் இருக்குமாறும் செய்து தடுத்துவிட்டார். அதனால் கோபம்கொண்ட அந்த ஆவி சற்றுத் தொலைவில் வசித்த மக்களுக்குப் பாதிப்பை ஏற்படுத்தியதுடன் அவர்கள் வீடுகளைத் தீப்பற்றச் செய்துவிட்டு மறைந்துவிட்டது.

இதனால் அன்னை மிகவும் மனம் வருந்தினார். இதுபோன்ற துன்பங்கள் நிகழ்வதற்கான காரணத்தை ஆராய்ந்தார். அப்போதுதான் அவருக்குச் சில உண்மைகள் தெரியவந்தன. முதல் உலகப் போரினால் எதிர்பாராமல் மரணமடைந்தவர்கள், தலை முதலியன வெட்டப்பட்டு உயிரிழந்த பல அப்பாவி இளைஞர்களின் ஆவியே இவற்றிற்கெல்லாம் காரணம் என்றும், அமைதியடையாமல் தாங்கள் இறந்துவிட்டோம் என்பதுகூடத் தெரியாமல் அலைந்து திரிந்த அந்த ஆவிகளே பலரது உயிரிழப்பிற்குக் காரணமாக அமைந்தன என்பதையும் அன்னை கண்டறிந்தார். தனது ஆன்ம பலத்தின் மூலம் அன்னை அந்த ஆன்மாக்களுக்குச் சாந்தி ஏற்படுத்தினார். அதன்பின் அந்த நோய் வேறு யாரையும் தாக்கவில்லை. ஜப்பானை விட்டு மறைந்தது.

மற்றொரு முறை அன்னை கப்பலில் பிரான்ஸுக்குப் பயணம் செய்து கொண்டிருந்தார். அப்போது படு பயங்கரமான சூறைக்காற்று அன்னையின் கப்பலைத் தாக்கியது. பயணிகள் மிகவும் அச்சப்பட்டனர். கப்பல் கவிழ்ந்து விடும் நிலைமை ஏற்பட்டது. அன்னையின் ஆசானான தியோன் என்பவர் சூறைக்காற்றை அடக்கி, பயணிகளுக்கு உதவுமாறு அன்னையிடம் வேண்டிக்கொண்டார். உடனே அன்னை தனது தூல உடலைக் கீழே கிடத்திவிட்டு, சூட்சும உடலில் வெளியே வந்தார். அங்கே சில ஆவிகள் அங்கும் இங்குமாய் கப்பலைச் சுற்றி ஆட்டம் போட்டுக்கொண்டிருப்பதைக் கண்டார். அவை தாங்க இயலாத வெறியுடனும் மிகுந்த ஆக்ரோஷத்துடனும் எப்படியும் கப்பலைக் கவிழ்த்து விடுவது என்ற உறுதியில் தீவிரமாகச் செயல்பட்டுக்கொண்டிருந்தன. அந்த உருவங்களுக்கு ஆதரவாய் மேலும் பல ஆவிகள் உதவிக்கு வந்த வண்ணம் இருந்தன. அன்னை மெள்ள அந்த ஆவிகளின் அருகே சென்று ‘இதோ பாருங்கள்! இந்தப் பயணிகள் மிகவும்

அப்பாவிகள். இவர்களை நீங்கள் ஏன் தொந்தரவு செய்கிறீர்கள், இவர்கள் உங்களுக்கு என்ன தீங்கு செய்தார்கள்? இந்தக் கப்பலை அழித்தொழிக்க உங்களுக்கு அனுமதி அளித்தது யார்? இந்தக் காரியத்திற்காக நீங்கள் இறைவனின் கருணைக்குப் பதிலாகச் சாபத்தைத்தான் பெறப்போகிறீர்கள். உடனே இந்த இடத்தைவிட்டு வெளியேறுங்கள், கப்பல் செல்ல வழி விடுங்கள். இல்லாவிட்டால்' என்று சீற்றத்துடன் கர்ஜித்தார் அன்னை. அன்னையின் சீற்றத்தைக் கண்டு அஞ்சிய அந்த ஆவிகள் உடனடியாகக் கீழ்ப்படிந்தன. மெள்ள அந்த இடம் விட்டுச் சென்றன. இவ்வாறு அளவற்ற ஆற்றல் பெற்றவராக ஸ்ரீ அன்னை விளங்கினார்.

11

முற்பிறவி–மறுபிறவி சில செய்திகள்

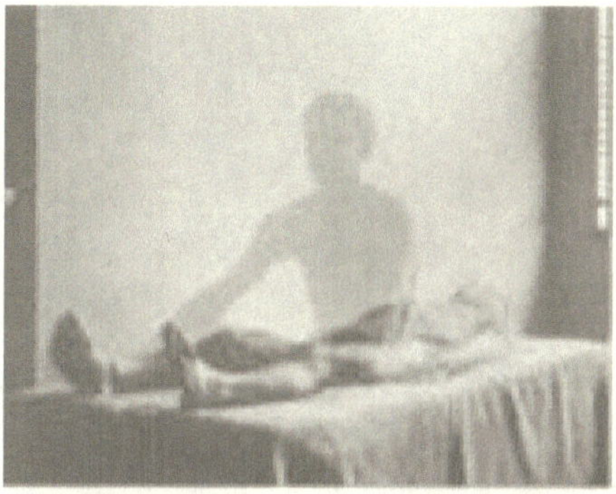

மனிதன் இறந்த பிறகு அவனது ஆன்மா மேலுலகம் செல்கிறது. அங்கு அது செய்த பாவ, புண்ணியங்களுக்கேற்பவும் ஆன்மாவின் பக்குவநிலைக்கேற்பவும் சூட்சும உலகங்களில் வசிக்கிறது. மறுபிறவி எடுத்துத் தங்கள் கர்மவினைகளைத் தீர்த்துக்கொள்ள வேண்டிய ஆன்மாக்கள், அதற்கான காலம் வரும்வரை காத்திருக்கின்றன. ஆன்மாவின் தகுதிக்கேற்பப் பல்வேறு வளர்ச்சிகளையும் அவை பெறுகின்றன. இயல்பிலேயே நல்லவர்களாக வாழ்ந்து மறைந்தவர்கள், மீண்டும் மறுபிறவி எடுத்துத் தங்கள் கர்மக் கணக்கைக் கழிக்கவேண்டியவர்களாக இருந்தால் அவர்கள் மேலும் நல்லவர்களாக அங்கு ஆகிறார்கள். அதுபோன்று தாங்கள் செய்த தீவினைகளுக்கு உண்மையாகவே அஞ்சி மனம் வருந்தும் ஆன்மாக்கள் நல்ல பக்குவத்தை அடைகின்றனர். இந்தப் பக்குவமானது அவர்களது மறுபிறவிகளின்போதும் தொடர்ந்து அவர்களை

நல்வழிப்படுத்துகிறது. அதாவது மறுபிறவியில் இவ்வகை ஆன்மாக்கள் நற்சிந்தனையுடன் நேர்மையான வாழ்க்கை வாழ முனைகிறது. இவர்களின் வாழ்வில் சஞ்சித கர்மாவும், பிராரப்த கர்மாவும் செயலாற்றுகின்றன. இவர்கள் நல்ல மனப் பக்குவம் பெற்று தீயவழிகளில் செல்லாததால் ஆகாம்ய கர்மாவினது பாதிப்புகள் அதிகம் நேர்வதில்லை. விளக்கமாகச் சொன்னால் இவர்கள் மனிதர்களின் முற்பிறவி-மறுபிறவிச் சுழற்சியில் அதன் அடுத்த கட்டத்திற்குப் பரிணாம வளர்ச்சியுறுகிறார்கள் என்று சொல்லலாம்.

மறுபிறவி - சில செய்திகள்

சாஸ்திரங்களிலும், கருட புராணம், கடோபநிஷத் போன்றவற்றிலும் கூறப்படும் மறுபிறவி பற்றிய உண்மைகள் சிலவற்றைப் பார்ப்போம்.

- பிறந்த யாருக்குமே இறப்பு என்பது தவிர்க்க முடியாத ஒன்று. ஆனால் அந்த உண்மையை உணராமல் தனது வீடு, தனது சொத்துகள், தனது மனைவி, குழந்தைகள் இவற்றைவிட்டுப் பிரிகிறோமே என்ற எண்ணத்துடனும், மேலும் இந்த உலகியல் இன்பத்தை அனுபவிக்கவேண்டும் என்ற ஆசையுடனும் மரணிப்பவர்கள் கட்டாயம் மறுபிறவியை அடைகிறார்கள்.

- தற்கொலை செய்துகொள்பவர்கள் இருள் உலகில் பல்வேறு வேதனைகளை அனுபவித்துவிட்டு மீண்டும் தங்களது கர்மக் கணக்கை நேர் செய்ய மறுபிறவி எடுக்கிறார்கள்.

- அளவற்ற ஆசைகளுடன் அற்ப ஆயுளில் இறப்பவர்களும் கொலை, விபத்து முதலியவற்றால் மரணிப்பவர்களும் தீராத நோயினால் இறப்பவர்களும் சில காலம் ஆவியுலகில் வாழ்ந்து பின்னர் மறுபிறவி எடுக்கிறார்கள். ஒருசிலர் உடனேயே மறுபிறவி எடுப்பதும் உண்டு. இதற்கான விதியை இறை தீர்மானிக்கிறது.

- எல்லா ஆசைகளும் தீர்ந்தாலும் சில கர்ம எச்சங்களை மட்டும் கழிக்க இயலாமல் அதற்கேற்றவாறு உடல்நிலை, ஆயுள் நிலை இடம்தராது இறந்து போனவர்கள் மீண்டும் மறுபிறவி எடுக்கிறார்கள். அவர்கள் சில காலம் மட்டுமே பூமியில் வாழ்ந்துவிட்டு, அதாவது தங்களது கர்மக் கணக்குகளை நேர்செய்துவிட்டு மரணிக்கிறார்கள். அவர்களுக்கு மீண்டும் மறுபிறவி ஏற்படாது.

- பொதுவாகப் பூமியில் அனுபவிக்கவேண்டிய அனைத்தையும் அனுபவித்து முடிந்தவருக்கு மீண்டும் மறுபிறவி ஏற்படுவதில்லை. இது கர்ம பூமியாதலால் தங்களது கர்மத்தை அனுபவிக்கவே உயிர்கள் பிறப்பெடுக்கின்றன. அவற்றை முற்றிலுமாக அனுபவித்துவிட்டு, இனி அனுபவிக்க சஞ்சித கர்மா, பிராரப்த கர்மா, ஆகாம்ய கர்மா என ஏதும் இல்லாதவர்களுக்கு மறுபிறவி ஏற்படுவதில்லை.

- இவ்வுலக ஆசைகள் ஏதும் இல்லாமல், பற்றற்ற வாழ்க்கை வாழ்பவர்களுக்கும், தவயோகிகளுக்கும் மறுபிறவி இல்லை.

- சிறந்த தவத்துடனும் பக்தியுடனும் வாழ்ந்து, இறைவன் ஒருவனையே தங்கள் பற்றுக்கோடாகக்கொண்டு,தாங்கள் செய்யும் செயல்கள் அனைத்தையும் இறைவனுக்கே அர்ப்பணித்து வாழ்பவர்களுக்கு மறுபிறவி இல்லை.

- தாங்கள் செய்த பாவக்கணக்கும், புண்ணியக் கணக்கும் சரியாகிக் கழிக்க ஏதும் கர்மவினைகள் இல்லாதவருக்கு மறுபிறவி ஏற்படுவதில்லை.

- தன்னலம் கருதாது வாழ்ந்து மறைந்த மகான்களுக்கு மறுபிறவி இல்லை. இறைவனின் கட்டளைப்படி மட்டுமே அவர்களது அவதாரம் நிகழும்.
- பந்தம், பாசம், மோகம், அகந்தை, காமம் போன்ற மன அழுக்குகளிலிருந்து விடுபட்டு, இவ்வுலக வாழ்வை வெறுத்து, இறைவனையே சதா தியானித்து, அவன் நாமத்தையே எப்போதும் கூறி வரும் உண்மையான பக்தர்களுக்கு மறுபிறவி ஏற்படுவதில்லை.

இதுபோன்ற பல காரணங்கள் மறுபிறவி எடுப்பது பற்றி நமது சாஸ்திரங்களில் கூறப்பட்டுள்ளன. இதில் முக்கியமான உண்மை என்னவென்றால் பிறவி எடுத்த அனைவரும், அதாவது நமது சாஸ்திரங்கள் கூறும் முறைப்படி பரமாத்மாவிலிருந்து பிரிந்து வந்த ஜீவாத்மாக்கள் அனைவரும், ஏதாவது ஒரு காலத்தில் அந்தப் பரமாத்மாவோடு இணைந்துதான் ஆகவேண்டும். அது ஒரு பிறவியிலும் நிகழலாம் அல்லது அதற்கு ஓராயிரம் பிறவிகள் எடுக்க வேண்டியும் வரலாம். அது அந்த ஆன்மாவின் பரிபக்குவத்தைப் பொறுத்தே நிகழ்கிறது. விஞ்ஞானப்படிப் பார்த்தால் பிரபஞ்சப் பேரியக்கச் சக்தி என்ற பரம அணுவிலிருந்து பிரிந்து வந்த அணு என்னும் துகள், மீண்டும் அந்தப் பரம அணுவோடு ஒன்றிணைவதே முக்தி அல்லது வீடுபேறு எனப்படுகிறது.

சான்றாகத் தேவ சாபம் பெற்ற விஷ்ணுவின் துவாரபாலகர்கள் ஹிரண்யகசிபு, ஹிரண்யாட்சன் என்ற அரக்கர்களாகப் பிறந்து, பல கொடுமைகள் செய்து, பின் விஷ்ணுவால் அழிக்கப்பட்டு மீண்டும் தங்கள் நிலையை அடைந்ததைக் குறிப்பிடலாம்.

மறுபிறவியில் மற்றுமொரு முக்கியமான விஷயமும் உண்டு. மனிதர்களுக்கும் மற்ற உயிர்களுக்கும் மட்டும்தான் மறுபிறவி

என்பதில்லை. தேவர்களும், கந்தர்வர்களும், இன்ன பிற சூட்சும உலகங்களில் வசிப்பவர்களும் தங்கள் பிழை காரணமாகவோ, சாபம் காரணமாகவோ, இச்சைகள் காரணமாகவோ பூமியில் மனிதனாகவோ, சமயங்களில் விலங்குகளாகவோ பிறவி எடுக்கவேண்டி வரலாம். இதனை நமது புராண இலக்கியங்கள் தெளிவாக எடுத்துக் காட்டுகின்றன.

அருணாசல புராணம் கூறும் ஒரு கதையைப் பார்ப்போம்.

வஜ்ராங்கதன் என்னும் மன்னன் தமிழ்நாட்டின் தென்பகுதியை ஆண்டு வந்தான். ஒருமுறை அவன் தனது குதிரை மீது ஏறி அருணாசலம் என்று அழைக்கப்படும் திருவண்ணாமலையை நகர்வலம் வந்து கொண்டிருந்தான். வேட்டையாடுவதற்காக அருணாசலத்தின் காட்டுப்பகுதிக்குச் சென்ற அவன் அங்கே ஓர் அழகான புனுகுப் பூனையைக் கண்டான். அதன் உடல் பொன் போல் ஒளி வீசியது. அற்புதமான நறுமணம் அதன்மீது கமழ்ந்து கொண்டிருந்தது. அதைக் கண்டு ஆச்சரியப்பட்ட அவன், அதனை அடையும் ஆவலுடன் வேகமாகத் துரத்தினான். அப்பூனையும் காட்டிலிருந்து வெளியே ஓடியது. மன்னனும் விடாமல் அதைத் துரத்தினான்.

மலையை முழுவதுமாகச் சுற்றி வந்த அந்தப் பூனை திடீரெனக் கீழே விழுந்து இறந்தது. அதேசமயம் மன்னனைச் சுமந்து வந்த குதிரையும் களைப்புற்றுக் கீழே விழுந்து இறந்தது, மன்னனும் மயக்கமுற்றுக் கீழே விழுந்தான். அவன் கண் விழித்துப் பார்த்தபோது பூனையும் குதிரையும் பொன் உடல் பெற்று, கந்தர்வர்களாகி நின்று கொண்டிருந்தனர். ஆச்சரியமுற்ற மன்னன் அதற்கான காரணத்தை வினவ கந்தர்வர்கள் நடந்தவற்றை விவரித்தனர்.

'மன்னா, நாங்கள் வித்யாதரர்கள். ஒருமுறை துர்வாச முனிவர் தவம் செய்துகொண்டிருந்த, ஒரு வனத்திற்குள் நுழைந்தோம். அங்குள்ள பூக்களைப் பறித்தும் செடி, கொடிகளை ஒடித்தும் மிதித்தும் வனத்தை நாசம் செய்தோம். அப்போது அங்கே வந்த மகரிஷி நடந்ததையறிந்து கடும் கோபத்துடன் எங்களைப் பூனையாகவும் குதிரையாகவும் பிறக்கும்படிச் சபித்தார். நாங்கள் அறியாமல் செய்த பிழையை மன்னிக்கவேண்டி அவரிடம் யாசித்தோம். அவரோ, 'அறியாமல் செய்த தவற்றுக்குப் பரிகாரம் உண்டு. ஆனால் தெரிந்தே ஆணவத்துடன் செய்த தவற்றுக்கு மன்னிப்புக் கிடையாது. குறிப்பிட்ட காலம்வரை அதனை அனுபவித்த பின்னரே

உங்களுக்குச் சாப விமோசனம் உண்டாகும். நீங்கள் இருவரும் அருணாசலம் சென்று வசியுங்கள். வஜ்ராங்கதன் என்ற மன்னன் மூலம் பிற்காலத்தில் உங்களுக்குச் சாப விமோசனம் ஏற்படும்' என்று கூறினார். அதன்படி நாங்கள் இங்கே வந்து வசித்தோம். இப்போது உன்னால் மலை வலம் வந்து அந்தச் சாபத்திலிருந்து மீண்டோம்' என்று கூறி வானகம் சென்றனர்.

இந்தப் புராணக் கதையின் மூலம் சாபத்தின் காரணமாகத் தேவ உலகினர் பூமியில் வந்து பிறக்க, வாழ நேர்கிறது என்பதை அறிகிறோம். சிலம்பு, மணிமேகலை போன்ற நூல்களிலும் இதுபோன்ற சம்பவங்கள் கூறப்படுகின்றன. காத்தவராயன் கதை, ரம்பையின் கதை போன்ற புராணக்கதைகளின் மூலமும் நாம் இதனை அறிய நேர்கிறது. ஆக, மறுபிறவி என்பதும், பூவுலக வாழ்க்கை என்பதும் மனிதர்களுக்கு மட்டுமல்ல பல்வேறு சூட்சும உலகங்களில் வசிப்பவர்களுக்கும் நிகழக்கூடியது என்பதையும் அவர்கள் தங்களது பாவங்களைப் போக்கிக்கொள்ளவும் மேலும் தங்கள் நிலையை உயர்த்திக்கொள்ளவும் அது உதவிகரமாக இருக்கிறது என்பதையும் இதன்மூலம் அறியமுடிகிறது.

மறுபிறவி எடுக்கும்வரை சூட்சும உலகங்களில் உயிரினது வாழ்க்கை தொடர்கிறது என்று பார்த்தோம். அது தனது கர்மச் செயல்களுக்கு ஏற்பப் பல்வேறு வளர்ச்சி அல்லது வீழ்ச்சி நிலைகளை அடைகிறது. நன்மைகள் புரிந்து, பிறர் நன்மைக்காகவே வாழ்ந்தவர்கள் மறுபிறவி எடுக்கும்வரை ஆவி உலகங்களில் அவருக்குப் பல்வேறு நற்பயிற்சிகள் அளிக்கப்படுகின்றன. இங்குப் பயிற்சி என்பது ஆன்மாவின் வளர்ச்சியையும், இறைவனை அடைவதற்கான அதன் தகுதி உயர்வையுமே குறிக்கும். அதுபோல கடும் தீச்செயலைச் செய்தவர்கள் இருள் உலகில், நரகங்களில் கடும் துன்பத்தை அனுபவிக்கவேண்டி வருகிறது. சிலருக்கு மறுபிறவியும் அடைய முடியாமல், தங்கள் கர்மாவைக் கழிக்க உடலும் கிடைக்காமல் பேயாக மாறி அலையவேண்டிய நிலையும் ஏற்படுவதாகக் கூறப்படுகிறது.

அதுபற்றி ஆர்தர்போர்டின் ஆவி சொல்வதைப் பார்ப்போம். 'கொலை, போர் போன்றவற்றினால் எந்த வித ஆயத்தமுமில்லாமல் தங்கள் தரப்பில் எந்தப் பிழையுமில்லாமல் திடுமென மேலுலகிற்கு வருபவர்களுக்கு உதவி செய்ய இங்கே பலர் இருக்கின்றனர். அவர்கள், அப்படி வருபவர்களை ஆற்றுப்படுத்தி உண்மையை உணரச் செய்கின்றனர்.

ஆனால், தற்கொலை செய்துகொண்டு இங்கே வருபவர்கள் பெரும் மனப்போராட்டத்துடன்தான் இருப்பார்கள். ஏனைய உயிர்களைக் கொல்வதற்கு எப்படி ஒருவருக்கு உரிமையில்லையோ அதுபோல தன்னுயிரைக் கொல்தற்கும் ஒருவருக்கு உரிமையில்லை. ஏனெனில் அனைவரும் கடவுளின் ஒரு பகுதியே. தற்கொலை செய்தவர்கள் கூடிய விரைவில் தங்களைத் தற்கொலைக்குத் தூண்டிய காரணங்களை உணர்ந்து அவற்றிலிருந்து விடுபடுவார்கள். அப்படி நடந்ததற்கான காரணங்களை விளங்கிக் கொள்ளும்போது விபத்தினால் இங்கு வந்தவர்களைப் போலவே இவர்களும் மிக விரைவில் புதிய சூழலுக்குத் தங்களைத் தயார்ப்படுத்திக்கொள்வார்கள்.

ஆனால் எல்லோருக்கும் அப்படி நிகழ்ந்துவிடுவதில்லை. காரணம், சிலர் தங்கள் பிரச்சினையிலிருந்து தப்பித்துக்கொள்ளத் தங்கள் உடலை அழித்தால் ஆத்மாவும் அழியும் என்று நினைத்துத் தங்கள் உடலைத் தாங்களே அழித்துக்கொள்கிறார்கள். ஆனால் அவர்களின் ஆத்மாவை அவர்களால் அழிக்க முடியாதாகையால் அவர்களின் பிரச்சினை முன்னைவிட அதிகமாகிவிடுகிறது. ஏனென்றால் எந்தப் பிரச்சினையும் தற்கொலை செய்வதால் தீராது. அது அடுத்த பிறவி வரும்வரை தள்ளிப்போடப்படும். அவர்களை நாங்கள் இங்கே 'மிகவும் கஷ்டப்படும் ஆத்மாக்கள்' என்று அழைப்போம். ஒவ்வொரு கணமும் அவர்கள் தங்களைத் தாங்களே அழித்துக்கொண்டதை எண்ணி வேதனைப்பட்டுக்கொண்டும், உடம்புடனிருக்கும் போதே பிரச்சினையைத் தீர்த்துக்கொள்ளாததை எண்ணி வருந்திக் கோபப்பட்டுக்கொண்டும் இருப்பார்கள்.

அதேபோல் பிறரைக் கொலை செய்த கொலையாளிகளுக்கும் இதே மாதிரியான பிரச்சினைகள்தான் இருக்கும். தன்னால் கொலையுண்டவரும் அங்கே இருக்கும் வாய்ப்பு உள்ளதால், அவர்களுடைய வாழ்க்கையை, மகிழ்ச்சியைத் திரும்ப அவர்களுக்கு அளிக்க இயலாததால் மிகவும் குழப்பமான மனநிலையில் இவர்கள் இருப்பார்கள். இவர்கள் மிக நீண்ட காலம் இருள் உலகிலிருந்தும், மனவேதனைகளுக்கு உட்பட்டும் இறுதியில் தனது மனதைத் தனது அடுத்த பிறவிக்குப் பக்குவப்படுத்திக்கொள்வார்கள். அடுத்த பிறவியில் அவர் தான் சம்பாதித்து வைத்திருக்கும் கர்மாவைத் தீர்ப்பதற்கு முயல்வார்' என்கிறது ஆர்தர் போர்டின் ஆவி.

12

முற்பிறவி – மறுபிறவிச் சம்பவங்கள்

ஒருவர் மரணமடையும்போது அவரது பரு உடல் மட்டுமே மரணமடைகின்றது. அவர் நுண்ணுடல் அல்லது ஆவி எனப்படும் 'ஆன்மா' மரணமடைவது இல்லை. அது குறிப்பிட்ட கால இடைவெளியில் மீண்டும் பிறக்கிறது. இடைபட்ட காலத்தில் அதன் நிலைப்பாடு என்ன? அதன் உணர்வுகள் என்ன? அது எங்கே, என்னவாக இருந்தது என்பது பற்றியெல்லாம் ஆய்வாளர்கள் ஆராய்ச்சி செய்திருக்கிறார்கள். குறிப்பாக 'CONVERSATIONS WITH A SPIRIT' என்னும் நூலில் ஆய்வாளர் Dolores Cannon இறந்துபோன ஆவிகளுடன் பேசி பல அதிசயச் சம்பவங்களைத் தெரிவித்துள்ளார்.

முற்பிறவிச் செயல்களும் வாசனைகளும் எண்ணங்களாக நமது மூளையில் பதிவு பெற்று, அந்த வாசனை உணர்வுகளோடுதான் நாம் பிறக்கிறோம். அந்த வாசனைகளை நம்மையும் அறியாமல் சிந்தனைகளாக, செயல்களாக உருப்பெற்று நல்ல வினைகளையோ அல்லது தீய வினைகளையோ உருவாக்குகின்றன. அதாவது மனிதரின் மனம் கட்டுப்படுத்தப்பட்டு, சில நேரங்களில் அவனது உண்மையான விருப்பமின்றியே சிந்தனைகளாலும் உணர்வுகளாலும் இயங்குகிறது. மனிதர்களின் விருப்பு, வெறுப்புகளும், சமூக நம்பிக்கைகளும் இத்தகைய செயல்பாடுகளுக்கு ஊக்கமளிக்கின்றது. அவற்றிற்கேற்பவே அவன் வினையாற்றுகிறான். அந்த வினைகளினாலேயே அவனுக்கு 'கர்மா'

ஏற்படுகிறது. அதனால்தான் கீதை, 'பலனை எதிர்பார்க்காமல் உன் கடமையைச் செய்; பற்றற்று வாழ்க்கை நடத்து' என்கிறது. பகவான் ரமணர் போன்ற மகரிஷிகளும் புதிதாக வாசனைகளைச் சேர்த்துக்கொள்ளாமல் உங்கள் கடமைகளைச் செய்யுங்கள் என்று வலியுறுத்துகின்றனர். ஆகவே ஒருவனின் மறுபிறவி என்பதில் அவனுடைய முந்தைய பிறவிகளின் நடத்தைக்கும் மிக முக்கியப் பங்கு இருக்கிறது என்பது உண்மை.

இனி வெளிநாடுகளில் நடந்த ஆச்சரியமளிக்கும் சில முற்பிறவி மறுபிறவிச் சம்பவங்களைப் பார்ப்போம். இச்சம்பவங்கள் நம்மை வியப்பின் உச்சிக்கே அழைத்துச் செல்லக்கூடியவை. மேலும் இவையெல்லாம் பலவகையாக ஆய்வுகள் செய்யப்பட்டு ஆதாரபூர்வமாக நிரூபிக்கப்பட்டவை.

விபத்தில் இறந்த விமானியின் மறுபிறவி

இந்தச் சிறுவனின் பெயர் ஜேம்ஸ் லெய்னின்கர். தந்தை ப்ரூஸ், தாய் ஆண்ட்ரியாவுடன் அமெரிக்காவின் பிட்ஸ்பர்க் மாகாணத்தில் வசித்து வந்தான். வழக்கம் போல மற்ற சிறுவர்களைப் போலவே இவன் வளர்ந்து வந்தான். இரண்டு வயதான போதுதான் அந்தச் சம்பவம் நிகழ ஆரம்பித்தது. இரவு நேரத்தில் தூக்கத்தில் உளற ஆரம்பித்தான் ஜேம்ஸ். குழந்தை தூக்கத்தில் கனவு கண்டு ஏதோ உளறுகிறது எனப் பெற்றோர் பேசாமல் இருந்து விட்டனர். ஆனால் நாளாக நாளாக அவன் இரவு நேரத்தில் உளறுவதும், உடல் களைப்புறுவதும் வழக்கமாயிற்று. 3 வயது ஆன சமயத்தில் அவன் நடவடிக்கைகளிலும் மாற்றம் தென்பட்டது. மற்ற குழந்தைகளுடன் விளையாடுவதைவிட இரு கைகளையும் விரித்துக்கொண்டு விமானம்போல் அங்கும் இங்கும் ஓடுவதும் சுற்றுவதும் வாடிக்கையாயிற்று. அதுமட்டுமல்லாமல் விமானம்

சம்பந்தப்பட்ட பல தொழில்நுட்ப விஷயங்களையும் சிறுவன் கூற ஆரம்பித்தான்.

ஒருமுறை அவனது தாயார் ஆண்ட்ரியா அவனுக்கு ஒரு விமானப் பொம்மையை வாங்கிப் பரிசளித்தார். அதன் கீழ்ப்புறம் உருண்டையாக இருப்பதைப் பெட்டி என்று கூறினார் அவர். ஆனால் ஜேம்ஸோ அது தவறு என்றும், அதன் பெயர் 'டிராப் டேங்க்' என்றும் குறிப்பிட்டான். தாய்க்கு ஆச்சரியம் தாங்கவில்லை. அவன் தந்தையிடம் இதைத் தெரிவித்தார். அவர் தனது நண்பருடன் பேசிச் சரிபார்த்ததில் அது உண்மைதான் என்று தெரியவந்தது. விமானம் பற்றி ஏதுமே அறியாத சிறுவன் எப்படி இதையெல்லாம் இவ்வளவு சரியாகச் சொல்கிறான் என்று பெற்றோர் வியப்புற்றனர். தொடர்ந்து விமானம் பற்றிப் பல விஷயங்களைப் பேச ஆரம்பித்தான் சிறுவன் ஜேம்ஸ்.

நாள்கள் நகர்ந்தன. ஒருமுறை கனவில் ஜேம்ஸ் வழக்கம்போல் கூச்சலுடன் சப்தமிட்டு உளற ஆரம்பிக்கவும், தாயார் ஆண்ட்ரியா அவனை உடனடியாக எழுப்பிக் காரணம் வினவினார். 'விமானம் தீப்பற்றி விட்டது. அதில் உள்ள இளைஞன் எவ்வளவோ முயன்றும் வெளியே வர முடியவில்லை' என்று கூறினான் ஜேம்ஸ். ஆண்ட்ரியாவுக்கு பயமாகவும், ஆச்சரியமாகவும் இருந்தது.

சிறுவன் ஜேம்ஸ் டி.வி கூட அதிகம் பார்ப்பதில்லை. அப்படியே பார்த்தாலும் அவன் குழந்தை விளையாட்டு நிகழ்ச்சிகளைத்தான் அதிகம் பார்ப்பான். விமானம் பற்றியோ, தீப்பிடிப்பது பற்றியோ, போர்கள் பற்றியோ அவன் ஏதும் அறிந்திருக்க முடியாது. அப்படி இருக்கும்போது போர், விமானம், சண்டை, தீ விபத்து போன்ற விஷயங்களைப் பற்றி ஜேம்ஸ் அடிக்கடி கூறிக் கொண்டிருப்பது ஆண்ட்ரியாவுக்கு ஆச்சரியத்தை வரவழைத்தது. ஒருவேளை அவனுக்குத் தனது முற்பிறவி நினைவுகள் வருகின்றனவோ என்ற சந்தேகமும் அவருக்கு ஏற்பட்டது. ஆகவே முற்பிறவி-மறுபிறவி பற்றி ஆய்வுகள் செய்யும் ஆய்வாளர் கரோல் பௌமனைச் சந்தித்தார்.

கரோல் பௌமனும் இதுபோன்ற முற்பிறவி நினைவுகள் குழந்தைகளுக்கு வருவது உண்டு என்றும், குறிப்பாக ஐந்து வயதுக்குட்பட்ட குழந்தைகளுக்கு இதுபோன்ற நினைவுகள் அதிகம் இருக்கும் என்றும் குறிப்பிட்டார். காரணம், அவை

தங்களைப் பற்றியோ, மற்ற நாகரிகம், பழக்க வழக்கங்கள், உலக நிகழ்வுகள் பற்றியோ அதிகம் அறிந்திருக்காததால் முற்பிறவி பற்றிய பதிவுகள், நினைவுகளின் தாக்கம் அதிகமாகவே இருக்கும் என்று கூறினார். ஜேம்ஸின் முற்பிறவி பற்றிய நினைவுகளை வெளிக்கொணர அவர் ஊக்குவித்தார். அவன் சொல்லும் தகவல்களையெல்லாம் குறிப்பெடுத்துக் கொள்ளும்படியும், அவன் அந்த நினைவுகளைக் கூறும்போது பெற்றோர்கள் அதற்குத் தடை ஏதும் போடாமல் இருக்கும்படியும் வேண்டிக் கொண்டார்.

F4U Corsair

அதன்படியே பல சம்பவங்களை ஒவ்வொன்றாகக் கூற ஆரம்பித்தான் ஜேம்ஸ். தான் ஒரு சிறிய F4U கோர்செர் (F4U Corsair) விமானத்தில் பறந்துகொண்டிருந்த போது, ஜப்பானிய எதிரிப்படை விமானத்தினர் தாக்கினர் என்றும், எஞ்சினை நோக்கி எதிரிகள் சுட்டதால் அதில் தீப்பிடித்து விமானத்தின் சக்கரங்களிலும் தீப்பிடித்துவிட்டது என்றும், அதிலிருந்து தன்னால் தப்ப முடியவில்லை என்றும் கூறினான். மேலும் 'இவோ ஜிமா' (Iwo Jima) என்ற இடத்தில் தான் தாக்கப்பட்டு வீழ்ந்ததாகவும் அப்போது தன்னுடன் மற்றொரு விமானத்தில் ஜேக் லார்சன் (Jack Larson) என்பவர் பயணம் செய்து கொண்டிருந்ததாகவும் கூறினான். தூக்கத்தின்போது 'நடோமா' என்ற பெயரையும் அடிக்கடி உச்சரித்தான்.

நடோமா பே விமானம் தாங்கிக் கப்பல்

தந்தை ப்ரூஸால் சிறுவன் ஜேம்ஸின் கூற்றை நம்பமுடியவில்லை. நம்பாமல் இருக்கவும் முடியவில்லை. அவர் புதுமையான சிந்தனைகளைக்கொண்ட முற்போக்குவாதி. இருந்தாலும் இந்தச் சம்பவம் அவரை ஒருவிதப் பரபரப்புக்குள்ளாகியது. அவர் தனது நண்பர்கள் வட்டாரத்திலும், இணையதளங்களின் மூலமும் விசாரித்ததில் 'நடோமா பே' (Natoma Bay)

என்பது பசிபிக்கில் ஓர் சிறிய விமானம் தாங்கிக் கப்பல் என்பதும், ஜேக் லார்சன் என்பவர் அர்கன்ஸாஸ் மாகாணத்தில் வசிப்பதும் தெரியவந்தது. 'நடோமா பே'யில் பணிபுரிந்த ராணுவ வீரர் ராப் கிளாபர் (Ralph Clarbour) என்பவரது முகவரியும் கிடைத்தது. அவரைச் சந்தித்து தனது மகன் கூறிய விஷயங்களைப் பகிர்ந்து கொண்டார் ப்ரூஸ். நடந்த சம்பவங்களைக் கேட்ட கிளாபர் மிகுந்த ஆச்சரியமடைந்தார். இரண்டாம் உலகப்போர் நடந்த சமயத்தில் 'இவோ ஜிமா' என்ற இடத்தில் நடந்த ஜப்பானிய விமானப் படைத் தாக்குதலில் ஜேம்ஸ் எம். ஹஸ்டன் ஜூனியர் என்பவர் மரணமடைந்தார் என்றும், அந்தத் தாக்குதல் மார்ச் 3ம் தேதி 1945ம் வருடத்தில் நடந்ததாகவும் தெளிவுற அவர் விளக்கினார்.

மேலும் அவர், ஜேம்ஸ் ஹஸ்டன் ஓட்டிய விமானத்திற்கு வலதுபுறம் மற்றொரு விமானத்தில் தான் பயணம் செய்ததாகவும், எதிரிப்படை விமானத்தின் தாக்குதலில் எஞ்சினில் தீப்பிடித்து ஜேம்ஸ் மரணமடைந்ததாகவும் தெரிவித்தார். அப்போது ஜேம்ஸ் ஹஸ்டனின் வயது 21.

இது ப்ரூஸ் - ஆண்ட்ரியா தம்பதியினருக்கு மிகுந்த வியப்பை அளித்தது. முற்பிறவி-மறுபிறவிகளில் நம்பிக்கை

இல்லாது இருந்த இவர்கள், ஜேம்ஸ் ஹஸ்டன் ஜூனியரின் மறுபிறவிதான் தங்களது மகன் ஜேம்ஸ் லெய்னின்கர் என்பதை நம்ப ஆரம்பித்தனர். ஜேம்ஸ் ஹஸ்டன் ஜூனியரின் சகோதரியான 87 வயதான அன்னே பரானுக்கு (Anne Barron) தகவல் தெரிவிக்கப்பட்டது. சம்பவத்தைக் கேள்விப்பட்ட அவர் ஜேம்ஸ் லெய்னின்கரைச் சந்தித்தார். தனது தம்பிதான் மீண்டும் பிறந்திருக்கிறான் என்பதும், முற்பிறவியில் முடிக்கமுடியாத ஒன்றை முடிக்கவே அவன் மறுபிறவி எடுத்திருக்கிறான் என்பதும் உறுதியாக அவருக்குத் தோன்றியது. ஜேம்ஸ் ஹஸ்டனின் சகோதரரான 74 வயதான பாப் ஹஸ்டனும் உறுதியாக ஜேம்ஸ் லெய்னின்கர், ஜேம்ஸ் ஹஸ்டனின் மறுபிறவியே என்று உறுதிப்படுத்தினார். இதுவரை தான் பார்த்தறியாத, குடும்ப உறுப்பினர் அல்லாது மற்ற யாரும் அறிந்துகொள்ள முடியாத பல விஷயங்களை ஜேம்ஸ் லெய்னின்கர் கூறி உறுதிப்படுத்தினான் என்றும், அவன் ஹஸ்டனின் மறுபிறவியே என்றும் அவர் நம்பிக்கை தெரிவித்தார்.

ஆக, விமான விபத்தில் மறைந்த ஜேம்ஸ் எம் ஹஸ்டன் ஜூனியரின் மறுபிறவியே ஜேம்ஸ் லெய்னின்கர் என்பது உறுதியானது. இச்சம்பவம் பற்றி அமெரிக்காவின் புகழ்பெற்ற டெய்லி கொரியர் (Daily Courier) இதழ் படங்களுடன் விரிவாகச் செய்தி வெளியிட்டது. பிரபல ட்ரிபியூன் (Tribune) இதழும் ஜேம்ஸையும், அவனது பெற்றோர்களையும் பேட்டி கண்டு செய்தி வெளியிட்டது. ஏபிசி தொலைக்காட்சி (ABC TV) சிறுவனின் பேட்டியை ஒளிபரப்பியது. ஒருசில நாள்களிலேயே அமெரிக்காவின் பிரபலமானவர்களுள் ஒருவனானான் ஜேம்ஸ்.

ஜேம்ஸுக்கு 2 வயது நடக்கும்போது டல்லாஸில் உள்ள விமானக் காட்சியகத்திற்கு அழைத்துச்சென்றது முதலே அவனுக்கு முற்பிறவிச் சம்பவங்கள் பற்றிய அறிவு வளர்ந்து வர ஆரம்பித்ததாகப் பெற்றோர்கள் ஆண்ட்ரியாவும் ப்ரூஸும் கூறுகின்றனர். அவனுக்கு டிஸ்னி வேர்ல்டு செல்வதை விட மியூசியங்களுக்கும், வரலாற்றுச் சிறப்பு மிக்க இடங்களுக்குப் பயணம் செல்லுதலுமே மிகவும் பிடித்தமான விஷயம் என்றும் அவர்கள் கூறுகின்றனர்.

ஜேம்ஸுக்கு 6 வயது நடந்து கொண்டிருந்தபோது, அவன் தந்தை, நடோமா கப்பலில் முன்பு பணியாற்றியவர்கள் கலந்துகொண்ட ஒரு கூட்டத்திற்கு அவனை அழைத்துச்சென்றார். அங்கு

முற்பிறவியில் தாம் ஜேம்ஸ் எம் ஹஸ்டன் ஜூனியராக இருந்தபோது உடன் பணியாற்றிய சக பயணி ஒருவரைச் சந்தித்த ஜேம்ஸ், அவரை நினைவு கூர்ந்ததுடன், இவர் ஏன் இவ்வளவு வயதானவராக இருக்கிறார் என்று தன் தந்தையிடம் கேள்வியும் எழுப்பியிருக்கிறான்.

ஒருமுறை அவன் தந்தை அவனுக்கு ஐஸ்க்ரீம் வாங்கிக் கொடுத்தபோது, தான் தினம்தோறும் நடோமாவில் ஐஸ்க்ரீம் உண்டதை நினைவு கூர்ந்திருக்கிறான். இவ்வாறு பற்பல ஆதாரச் சம்பவங்களால் ஜேம்ஸ் ஹஸ்டன் ஜூனியரின் மறுபிறவிதான் ஜேம்ஸ் லெய்னின்கர் என்பது தெளிவுற நிரூபிக்கப்பட்டது.

உத்தரப்பிரதேசத்தில் உள்ள ராஜேஷ்குமார் என்னும் 16 வயதுச் சிறுவன் இந்தியைத் தாய்மொழியாகக் கொண்டவன். அவன் பெற்றோர்கள் அதிகம் படிப்பறிவில்லாதவர்கள். அவர்களுக்கு இந்தியைத் தவிர வேறு மொழி ஏதும் தெரியாது. இந்நிலையில் திடீரென அழகான ஆங்கிலத்தில் பேசத் தொடங்கியிருக்கிறான் ராஜேஷ்குமார். அதுவும் அமெரிக்க உச்சரிப்பிலான ஆங்கிலம். திகைத்துப்போயினர் பெற்றோர் மற்றும் ஊர் மக்கள். பத்திரிகைகள் மூலம் சிறுவனைப் பற்றிய செய்திகள் வெளி உலகிற்குத் தெரியவந்தது. அவனை மையமாக வைத்து ஆய்வுகள் மேற்கொள்ளப்பட்டன. தான் ஓர் அமெரிக்க விஞ்ஞானியின் மறுபிறவி என்கிறான் சிறுவன் ராஜேஷ். ஆனால் விஞ்ஞானிகளால் அதை ஏற்கமுடியவில்லை. அதேசமயம் எப்படி ராஜேஷ்குமார் இவ்வளவு தெளிவாக, உச்சரிப்புச் சுத்தமாக ஆங்கிலம் பேசுகிறான் என்பதையும் அவர்களால் விளக்க முடியவில்லை. இது ஒரு புரியாத புதிராகத் தொடர்கிறது.

13

மேலும் சில சம்பவங்கள்...

அம்மாவைத் தேடி...

கேமரூனுக்கு ஆறு வயது. தன் தாய் நார்மாவுடன் அமெரிக்காவின் க்ளாஸ்கோவில் வசித்துவந்தான். ஆனால் நார்மா தன் தாய் அல்ல என்றும் தன்னுடைய தாய், சகோதர, சகோதரிகள் எல்லோரும் வேறு ஒரு இடத்தில் வாழ்ந்து வருவதாகவும் அவன் குறிப்பிட ஆரம்பித்தான். குறிப்பாகப் பள்ளியில் அவன் சக மாணவர்களிடமும் ஆசிரியர்களிடமும் தான் இருக்கவேண்டிய இடம் வேறு என்றும், அங்கிருந்து காணாமல்போய் இந்தப் பெற்றோரிடம் வந்து விட்டதாகவும் கூற ஆரம்பித்தான்.

தனது பெற்றோர்கள் வசித்த வீடு, அதன் அமைப்பு, தோட்டம், தங்களது கார், தான் வளர்த்த செல்ல நாய் என்று எல்லாவற்றையும் குறிப்பிட்ட அவன், தனது தந்தை பெயர் ஷேன் ராபர்ட்சன் என்றும், அவர் ஒரு கார் விபத்தில் இறந்து விட்டதாகவும் தெரிவித்தான். தனது தாய் தன்னைக் காணாமல் தேடிக் கொண்டிருப்பார்கள் என்றும், அவர்களை உடனடியாகச் சென்று பார்க்கவேண்டும் என்றும் கூற ஆரம்பித்தான். தான் வசித்த நகரத்தின் பெயர் 'பாரா' என்றும் அது ஒரு அழகான தீவு என்றும், புல்வெளிகளும் மலைகளுமாக அந்த இடம் மிக அழகாக இருக்கும் என்றும் அடிக்கடிச் சொல்ல ஆரம்பித்தான். பள்ளியில் அவன் இவ்வாறு அடிக்கடிக் கூறிக்கொண்டிருந்ததைக் கேட்ட அவன் ஆசிரியை, அவன் பெற்றோர்களை வரவழைத்து இதுகுறித்து தெரிவித்தாள்.

ஆரம்பத்தில் இதைப் பெரிதாக எடுத்துக்கொள்ளாத பெற்றோர்கள், ஒவ்வொரு விஷயத்திலும் அவன் நுணுக்கமாகச் சில விஷயங்களைச் சொன்னபோது உதாரணமாக 'அவர்கள் பாரா தீவு வீட்டில் மூன்று கழிவறைகள் இருந்தது... அழகான தோட்டம் இருந்தது... பின்புறத்தில் சாலையும், முன்புறத்தில் புல்வெளியும், கடற்கரையும் இருந்தது...' என எல்லாவற்றையும் விரிவாகக் குறிப்பிடவும் ஆச்சரியம் கொண்டனர். குழந்தைகளின் மறுபிறவி பற்றி ஆய்வு செய்யும் ஜிம் டக்கரைச் சந்தித்து ஆலோசனை கேட்டனர். இறுதியில் கேமரூனையும் அழைத்துக்கொண்டு அவர்கள் இதுவரை சென்றிராத 'பாரா' தீவுக்குச்செல்வது என முடிவாயிற்று. அதைக்கேட்ட கேமரூன் துள்ளிக் குதிக்க ஆரம்பித்தான்.

கேமரூன்

நார்மா, அவள் கணவர், கேமரூன், அவன் சகோதரன், ஆய்வாளர் ஜிம் டக்கர் ஆகியோர் விமானத்தில் பாரா தீவைச் சென்றடைந்தனர். விமானத்திலிருந்து கீழே இறங்கியதுமே, 'நான் மீண்டும் வந்து விட்டேன், மீண்டும் வந்து விட்டேன்' என்று மகிழ்ச்சியில் கத்திக்கொண்டே அங்கும் இங்கும் ஓடினான் கேமரூன். அனைவரும் ஒரு ஹோட்டலில் அறை எடுத்துத் தங்கினர். 'என் அம்மாவின் தலைமுடி பிரௌன் நிறத்தில் மிக அழகாக இருக்கும். அவர் நெற்றியில் ஒரு சிறிய வெட்டுக் காயம் இருக்கும். என் மீது மிகவும் பாசமாக இருப்பார்' என்றெல்லாம் தன் பூர்வ ஜென்மத் தாய் பற்றிக் கூறிக்கொண்டே இருந்தான் கேமரூன்.

ஒய்வெடுத்த பிறகு ராபட்சன் குடும்பத்தினரைப் பற்றி தகவல் மையத்தில் விசாரித்தனர். எந்தப் பலனும் கிடைக்கவில்லை. அப்படி ஒரு நபர் இருந்தது பற்றி யாருமே அறிந்திருக்கவில்லை. காரை எடுத்துக்கொண்டு அந்த நகர் முழுக்கச் சுற்றி

வந்தனர். கேமரூன் முன்பு சொன்ன அடையாளத்தில் ஒரு வீட்டைக்கூடப் பார்க்க முடியவில்லை. கேமரூன் மிகவும் சோர்ந்து போய் அமர்ந்து விட்டான். தாங்கள் தவறான வழியில் பயணம் செய்திருக்கலாம் என்றும், மறுநாள், இன்று சென்ற வழிக்கு எதிர்புறமாகச் சென்று பார்க்கலாம் என்றும் நார்மா நினைத்தார்.

மறுநாள் தகவல் மையத்திலிருந்து ஒரு தகவல் வந்து சேர்ந்தது. ராபர்ட்சன் என்ற பெயருடைய ஒரு நபர் முன்பு ஒரு வீட்டில் வசித்து வந்ததாகவும், அது பே ஏரியாவில் இருக்கிறது என்றும் கூறப்பட்டது. கேமரூனிடம் எந்தத் தகவலும் கூறாமல் அவனை அழைத்துக்கொண்டு மீண்டும் காரில், முன்பு சென்ற திசைக்கு எதிர்த் திசையில் அவர்கள் தங்கள் பயணத்தைத் தொடங்கினர்.

அந்த வீடு இருக்கும் இடத்தை அடைந்த உடனேயே கேமரூன் துள்ளிக் குதிக்க ஆரம்பித்தான். 'இதுதான் இதுதான்' என மகிழ்ச்சிக் கூக்குரலிட ஆரம்பித்தான். அனைவரும் காரை விட்டிறங்கி அந்த வீட்டை அடைந்தனர். ஆனால் அந்த வீட்டில் கேமரூனின் உறவுகள் யாரும் இல்லை. அந்த வீட்டுக்குச் சொந்தக்காரர்கள் இறந்து விட்டதாகவும் வீடு தங்கள் வசம் இருப்பதாகவும் அங்கிருப்பவர் தெரிவித்ததும் கேமரூன் மௌனமாகி விட்டான்.

கேமரூனின் முற்பிறவி வீடு

ஆனால் தன் வீட்டை, அதன் அறைகளை, தோட்டத்தை, அவன் முன்பு குறிப்பிட்டிருந்த கழிவறைகளை என எல்லாவற்றையும் அடையாளம் காட்டினான். அவனுடைய தாய், சகோதர, சகோதரிகள் பற்றி அங்கிருப்பவரிடம் விசாரித்தனர். அவர்கள் ஸ்டெர்லிங்கில் இருப்பதாகத் தகவல் கிடைத்தது. அங்குச் சென்று தேடியும் அவர்களைக் கண்டறிய

முடியவில்லை. பல முயற்சிகள் செய்தும் கேமரூனுடைய முன் ஜென்ம உறவுகளைக் கடைசிவரை கண்டறியவே இயலவில்லை.

கேமரூன் தன் தாய் நார்மாவுடன்

ஊர் திரும்பிய கேமரூன் வழக்கம்போல் முன் ஜென்ம நினைவுகளைப் பற்றிப் பேசிக் கொண்டிருக்காமல் அமைதியாகிவிட்டான். ஒருமுறை அவனுடைய தாய் நார்மா, 'நீ இப்போது எங்களுடன் இருக்கிறாய், இதற்கு முன்னால் எங்கே இருந்தாய்?' என்று கேட்டதற்கு, "முன்பு பாராத் தீவில் பழைய அம்மாவிடம் இருந்தேன். பிறகு காணாமல் போய் விட்டேன் (இறந்து விட்டேன் என்பது பொருள்). பின் ஒருநாள் யாரோ என்னை எங்கிருந்தோ மலை போன்ற பகுதியிலிருந்து கீழே பிடித்துத் தள்ளினார்கள். பிறகு உன்னிடம் வந்து விட்டேன். அப்போதும் என்னுடைய பெயர் கேமரூன்தான். இப்போதும் அந்தப் பெயர்தான்." என்று கூறினான்.

கேமரூன் இப்போது வளர்ந்து பெரியவனாகி விட்டான். ஒரு பள்ளியில் படித்துக் கொண்டிருக்கிறான். ஆனால் இப்போது அவன் பாரா தீவு பற்றியோ, தனது முன் ஜென்மப் பெற்றோர், சகோதர, சகோதரிகள் பற்றியோ எதுவுமே கூறுவதில்லை.

டாக்டர் எடித் ஃபையர் குறிப்பிடும் சில முற்பிறவி,-மறுபிறவிச் சம்பவங்களைச் சற்றுப் பார்ப்போம்.

துரத்தும் பாம்புகள்

பாம்புகள் தன்னைக் கடிக்க வருவது போன்றும் துரத்துவது போன்றும் கனவுகள் வருவதாகவும், எப்போதும் பாம்புகளைப் பற்றிய நினைவே தனக்கு அதிகம் இருப்பதாகவும், அந்த அச்சத்தைப் போக்கவேண்டுமென்றும் கூறி ஒரு

பெண்மணி எடித் ஃபையரைத் தொடர்புகொண்டார். எடித் ஃபையர் அந்தப் பெண்ணை ஹிப்னாடிச உறக்கத்தில் ஆழ்த்தி, முற்பிறவிகளுக்குச் செல்லுமாறு ஆணையிட்டார். முற்பிறவியில் அந்தப் பெண் அரசரின் அவையில் ஒரு நடனக் காரியாக இருந்த விஷயமும் அப்போது ஒரு சமயம் விஷப் பாம்புகளை உடலில் சுற்றிக்கொண்டு ஆடும்போது அந்தப் பாம்பு கடித்து மரணமடைந்த விஷயமும் தெரிய வந்தது. முற்பிறவியில் மூளையில் பதிந்த அந்த எண்ண அலைகளே மறுபிறவி எடுத்தபோதும் விடாமல் தொடர்கிறது என்பதையும் அதனாலேயே இந்தப் பெண்ணிற்கு அது பற்றிய அச்சமும், குழப்பமும் ஏற்படுகிறது என்பதையும் உணர்ந்து கொண்ட ஃபையர் தகுந்த மனோசிகிச்சை அளித்து அந்தப் பெண்ணை குணப்படுத்தினார்.

தண்ணீரைக் கண்டால்...

மற்றொரு பெண்ணுக்கு எப்போதும் தண்ணீரைக் கண்டால் பயம். மழையில் வெளியே செல்லமாட்டார். நண்பர்களுடன் நீர்நிலைக்குச் செல்லக்கூட அஞ்சுவார். படகு போன்றவற்றில் பிரயாணம் செய்யவேண்டி வந்தாலும் மறுத்துவிடுவார். இந்த நிலை சிறுவயது முதல் அவர் வயதான பின்பும் பல ஆண்டுகாலமாகத் தொடர்ந்து கொண்டிருந்தது.

தன் நிலைக்கான காரணம் அறிய அவர் டாக்டர் எடித் ஃபையரைத் தொடர்பு கொண்டார். ஃபையர் அந்தப் பெண்ணை ஹிப்னாடிச உறக்கத்தில் ஆழ்த்தி, முற்பிறவி பற்றிய ஆய்வினைத் தொடர்ந்தார். அந்தப் பெண் தனது முற்பிறவிகளில் தண்ணீராலேயே மரணமடைந்தார் என்பதும், ஒரு பிறவியில் அவர் ஆணாகப் பிறந்திருந்தபோது சிறுவயதில், தந்தையுடன் படகில் செல்லும்போது விபத்து ஏற்பட்டு படகு கவிழ்ந்து மரணமடைந்தார் என்பதும், மற்றொரு பிறவியில் மீனவராகப் பிறந்து கடலுக்குள் செல்லும்போது மரணமடைந்தார் என்பதும், இன்னொரு பிறவியில் அவர் மாலுமியாகப் பிறந்து கடலில் செல்லும்போது வீசிய பெரும் புயலில் சிக்கி மரணமடைந்தார் என்பதும் தெரிய வந்தது. அந்த அச்ச உணர்வே அவரது ஆன்மாவில் படிந்து, அவர் மறுபிறவி எடுத்தபோதும் தொடர்ந்து வந்துகொண்டிருக்கிறது என்பதை அறிந்த ஃபையர், அவருக்குத் தகுந்த மனோசிகிச்சை அளித்து அவரது முற்பிறவித் தொடர்பான தண்ணீர் பயத்தைப் போக்கினார்.

உயரப் பயம்... உயிர் பயம்...

'உயரமான இடங்களைக் கண்டால் பயம், அந்தப் பகுதிகளுக்குச் செல்வதென்றால் எனக்கு மிகவும் பயமாக இருக்கிறது' என்று கூறி எடித் ஃபையரை அணுகினார் ஒரு தொழிலதிபர். அது ஒரு வகையான ஃபோபியா என்று மருத்துவர்களால் கூறப்பட்டு வந்தாலும், அதற்கும் முற்பிறவிக்கும் ஏதேனும் தொடர்பு இருக்கலாம் என ஆராய நினைத்தார் ஃபையர். சம்பந்தப்பட்ட தொழிலதிபரை ஹிப்னாடிச உறக்கத்திற்கு ஆழ்த்தினார். அப்போது அவருக்கு அந்த உண்மை தெரிய வந்தது.

இந்தப் பிறவியில் பெரிய தொழிலதிபராக இருக்கும் அந்த மனிதர் முற்பிறவியில் ஒரு பணியாளாக இருந்திருக்கிறார். ஒருமுறை மாதா கோயிலின் ஓடுகளைச் செப்பனிட்டுப் பழுதுபார்த்துக் கொண்டிருக்கும்போது, ஓடுகள் உடைந்து கீழே விழுந்து அவர் இறந்து விட்டார். அந்த அதிர்ச்சி அவரது ஆன்மாவில் நிரந்தரமாகப் பதிந்து மறுபிறவியிலும் தொடர்ந்து வந்துகொண்டிருக்கிறது. இதை அறிந்த டாக்டர் ஃபையர் அந்த மனிதருக்குத் தகுந்த மனோசிகிச்சை அளித்து அவரது எண்ணங்களில் பதிவாகி இருந்த தேவையற்ற பயத்தைப் போக்கினார்.

> தரன் ஜித் சிங் என்னும் 6 வயதுச் சிறுவன் தன்னுடைய பெயர் சட்னாம் சிங் எனவும், தான் வடநாட்டில் உள்ள சாக்சேலா என்னும் பகுதியில் வசித்ததாகவும் குறிப்பிட்டிருக்கிறான். தன்னுடைய முற்பிறவித் தந்தையின் பெயர் மற்றும் அவரது முகமும் தனக்கு இன்னமும் நினைவில் இருப்பதாகக் கூறும் அவன், தான் அவருடன் பள்ளியிலிருந்து வீட்டிற்கு மோட்டார் சைக்கிளில் திரும்பி வந்து கொண்டிருக்கும்போது ஏற்பட்ட விபத்தில் இறந்து விட்டதாகக் குறிப்பிட்டான். தரன் ஜித் சிங் கூறுவது பற்றி ஆய்வுகள் மேற்கண்டபோது அவன் கூறுவது அனைத்தும் உண்மை என்று தெரியவந்தன. இதில் ஆச்சரியமான விஷயம் முற்பிறவி சட்னாமின் கையெழுத்தும், தற்போதைய தரன் ஜித்தின் கையெழுத்தும் ஆச்சரியப்படும் விதத்தில் ஒரே மாதிரி இருந்ததுதான்.

14

மேலும் சில ஆய்வுகள்

டாக்டர் இயான் ஸ்டீவன்ஸன் 'Twenty Cases Suggestive of Reincarnation' எனும் புத்தகத்தில் பல வியப்பூட்டும் உண்மைகளைத் தெரிவித்திருக்கிறார்.

இப்ராஹிமின் மறுபிறவி

லெபனான் நாட்டில் உள்ள கோர்னெல் என்னும் ஊரில் வசித்து வந்தான் இமத் இலவர் எனும் சிறுவன். அவனுக்கு இரண்டு வயதாக இருக்கும்போதே சம்பந்தமில்லாத பல பெயர்களை உச்சரிக்கத் தொடங்கினான். பெற்றோர்கள் குழந்தை ஏதோ வேடிக்கையாகப் பேசுகிறது எனப் பேசாமல் இருந்துவிட்டனர். ஆனால் அவன் வளர வளர அவனது நடவடிக்கைகள் மிக வித்தியாசமாக இருந்தன. ஜமீலா என்ற பெயரையும், மஹ்மூத் என்ற பெயரையும் அடிக்கடி உச்சரித்தவாறே இருந்தான் சிறுவன் இமத்.

ஒருமுறை தெருவில் ஒரு வயதான மனிதர் நடந்து சென்று கொண்டிருந்தபோது அவர் முற்பிறவியில் தனது வீட்டிற்கு அருகாமையில் வசித்தவர் என அடையாளம் கண்டுகொண்டு அவரைப் பின்தொடர்ந்து செல்ல ஆரம்பித்தான் இமத். பின்னர் வலுக்கட்டாயமாக வீட்டிற்குத் தூக்கி வரப்பட்டான். வயது ஆக ஆகத் தனக்கு ஏற்கெனவே திருமணம் ஆகி விட்டது என்றும், இரண்டு குழந்தைகள் இருக்கின்றனர் என்றும் அவன் தொடர்ந்து சொல்ல ஆரம்பித்தான். தனது பெயர் இப்ராஹிம் என்றும்

தான் வசித்த நகரத்தின் பெயர் க்ரீபீ என்றும் கூறியவன், 1949ம் ஆண்டு, காசநோயால் தான் இறந்துபோனதாகவும், தனது மனைவி, குழந்தைகளைப் பார்க்க உடனே அங்கே போகவேண்டும் என்றும் அழுது அடம் பிடிக்க ஆரம்பித்தான்.

இந்தச் சம்பவங்கள் அவன் பெற்றோருக்கு மட்டுமல்லாது அவன் வசித்த கிராமத்துவாசிகளுக்கு மிகுந்த வியப்பைத் தந்தன. அவன் சொன்ன விஷயங்கள் உண்மையா என்று அவர்களில் சிலர் ஆராய்ந்தபோது, அந்த ஊருக்குச் சுமார் 25 மைல் தொலைவில் 'க்ரீபீ' கிராமம் இருப்பதை அறிந்து வியப்புற்றனர். தகவல் முற்பிறவி-மறுபிறவி பற்றி ஆய்வு செய்யும் டாக்டர் இயான் ஸ்டீவன்சன் கவனத்துக்குச் சென்றது. அவருடன் புறப்பட்டு கோர்னெல் வந்து சேர்ந்தார். சிறுவனுடன் பேசி அவன் கூறும் தகவல்கள் அனைத்தையும் ஒரு குறிப்பேட்டில் குறித்துக்கொண்டார்.

பின் அனைவரும் 'க்ரீபீ' கிராமத்தை நோக்கிக் காரில் புறப்பட்டனர். காரில் சென்று கொண்டிருக்கும்போதே, அவ்வூரை நெருங்க நெருங்க, தீவிரமாக முற்பிறவியின் தாக்கத்திற்கு உட்பட்ட சிறுவன் இமத் தான் வசித்த வீடு பற்றி, கெர்மில் என்ற பெயர்கொண்ட தனது மனைவி பற்றி, தன் குழந்தைகள் பற்றி என ஒவ்வொன்றைப் பற்றியும் விளக்கமாகக் கூறிக்கொண்டே வந்தான். கிராமத்தை அடைந்ததும் தன் வீட்டைச் சரியாக அடையாளம் காட்டியதுடன், தன் மனைவி, குழந்தைகளையும் அடையாளம் கண்டுகொண்டான். தன்னுடைய புகைப்படத்தையும், தன்னுடைய சகோதரன் புகைப்படத்தையும் மிகத் தெளிவாக அடையாளம் காட்டினான். அது மட்டுமல்லாமல் தன்னுடைய முற்பிறவி மாமா, நண்பன் மஹ்மூத், தனக்கு மிகவும் விருப்பமான, நெருக்கமான தொடர்பில் இருந்த விலைமாது ஜமீலா என அனைவரையும் அவனால் அடையாளம் கண்டு சொல்ல முடிந்தது.

யாருக்கும் தெரியாமல் தான் தனது துப்பாக்கியை ஒளித்து வைத்திருந்த இடத்தையும், அந்தத் துப்பாக்கியையும் அடையாளம் காட்டினான் இமத். தன்னோடு முற்பிறவியில் ராணுவத்தில் பணியாற்றிய நண்பரைச் சந்தித்துப் பழைய அனுபவங்களைப் பற்றிப் பேசினான். இவ்வாறு சிறுவன் இமத் தனது முற்பிறவி பற்றிக் கூறிய 57 கருத்துகளில் 51 கருத்துகள் மிக மிகச் சரியாக இருந்தது என்றும், மீதி ஆறும் அவனால் சரியாக விளக்கிச் சொல்ல முடியாததால் ஏற்பட்ட கருத்துப் பிழை என்றும் குறிப்பிட்டிருக்கிறார் இயான்

ஸ்டீவன்சன். இரண்டு குடும்பத்தினரும் ஒருவரையொருவர் அதுவரை சந்தித்ததில்லை, ஒருவரைப் பற்றி மற்றொருவர் கேள்விப்பட்டதுமில்லை. அப்படியிருக்கச் சிறுவன் இமத், இப்ராஹிமாகிய தனது முற்பிறவியைப் பற்றி விளக்கிக் கூறி, தெள்ளத் தெளிவாகத் தான் அவனின் மறுபிறவி என்பதை நிரூபித்திருக்கிறான் என்று குறிப்பிட்டிருக்கிறார் ஸ்டீவன்சன்.

தோழிக்கு மகளாய்ப் பிறந்த தோழி

மராத்தா லொரேன்ஸ், பிரேசிலில் வசித்து வந்த ஒரு சிறுமி. அவளுக்கு ஒரு வயதாக இருக்கும்போது தனது தந்தையின் நண்பரை 'அப்பா' என்று அழைத்தாள். வழக்கம்போல குழந்தை விளையாட்டாகப் பேசுவதாகக் கருதி பெரியவர்கள் அதில் அதிக அக்கறை காட்டாமல் இருந்தனர். ஆனால் குழந்தைக்கு இரண்டு வயது நடக்கும்போது தனது முற்பிறவியைப் பற்றி, அப்போது தான், தனது தற்போதைய தாயின் தோழியாக இருந்தது பற்றி, தந்தையின் நண்பரது மகளாக இருந்தது பற்றி எல்லாம் விரிவாக விளக்கிக் கூற ஆரம்பித்தாள். மேலும் தனது தாயின், தோழியின் குடும்ப விவரங்கள் பற்றியும் கூற ஆரம்பித்தாள். இதுகுறித்து பெற்றோர்கள் மிகுந்த ஆச்சரியமடைந்தனர். காரணம், அதில் பல விஷயங்கள் அவர்களுக்கே தெரியாததாக, ஆனால் விசாரிக்கும்போது உண்மையான விஷயங்களாக இருந்தன.

முற்பிறவியில் தனது பெயர் மரியா என்பதாகவும் தான் தற்போதைய தனது தாயாருக்கு மிக நெருக்கமான தோழியாக இருந்ததாகவும், நோய் காரணமாகத் தான் இறக்க நேரிட்டபோது, தன்னுடைய தோழிக்கே மகளாகப் பிறக்கவேண்டும் என நினைத்ததாகவும், தனது தோழிக்குத் தற்போது வயதாகி விட்டாலும் தன் விருப்பப்படியே அவ்வாறே அவள் வயிற்றில் வந்து பிறந்து தற்போது மறுபிறவி எடுத்திருப்பதாகவும் மார்த்தா குறிப்பிட்டாள். மார்த்தா இவ்வாறு தனது முற்பிறவி பற்றிக் குறிப்பிட்ட 120 குறிப்புகளை வைத்துக்கொண்டு, அவளுடைய முற்பிறவி வாழ்க்கையுடன் ஒப்பிட்டு நோக்கிய இயான் ஸ்டீவன்சன், அவை அனைத்தும் சரியானவையே என்றும், மார்த்தா பொய் சொல்லவில்லை என்பதையும் உலகிற்கு அறிவித்தார்.

மகனாய்ப் பிறந்த மாமனார்

1949ம் ஆண்டில் இங்கிலாந்தில் நடந்த சம்பவம் இது. அந்தக் குடும்பத்தின் வயதான மனிதர் ஜார்ஜ். அறுபது வயதைக்

கடந்த அவர் அந்தக் குடும்பத்து மனிதர்கள் மீது குறிப்பாகத் தனது மகன், மருமகள் மீது மிகுந்த பாசம் கொண்டிருந்தார். 'நான் இறந்தாலும் இங்கேயே மீண்டும் குழந்தையாகப் பிறப்பேன்' இது ஜார்ஜ் அடிக்கடி சொல்லிக்கொண்டிருந்த வாசகம்.

ஜார்ஜ் எப்போதும் தங்கச் செயின் பூட்டிய ஒரு கடிகாரத்தை விரும்பி அணிவார். ஒருநாள் மீன் பிடிப்பதற்காகச் செல்ல முற்பட்ட ஜார்ஜ் அதனைத் தனது மகனிடம் கொடுத்துப் பாதுகாப்பாக வைத்திருக்கும்படிச் சொல்லிவிட்டு கடலுக்குள் சென்றார். சென்றவர் சென்றவர்தான், அவர் படகையும் காணவில்லை. ஆளும் கிடைக்கவில்லை. நாள்கள், மாதங்கள் கடந்தன. அவரைப் பற்றி ஒரு தகவலும் கிடைக்கவில்லை. இறுதியில் அவர் விபத்தில் இறந்து போயிருப்பார் என நினைத்துக் குடும்பத்தினர் மனதைத் தேற்றிக் கொண்டனர்.

கிட்டத்தட்ட ஒரு வருடம் கழிந்தது. மூத்த மகனுக்குக் குழந்தை பிறந்தது. அந்தக் குழந்தை அப்படியே ஜார்ஜின் சாயலில், அவருடைய உடல் அமைப்புடன், அவருக்கு எங்கெல்லாம் மச்சம் இருக்குமோ அந்த அமைப்புடன் பிறந்திருந்தது. அதுமட்டுமல்லாமல் அது வளர வளர, பெற்றோர்களை அம்மா, அப்பா என்று அழைப்பதற்குப் பதிலாக மருமகளே, மகனே என்றும் அழைக்க ஆரம்பித்தது.

ஒருமுறை மூத்த மகன் தனது தந்தையின் நினைவாக, அவர் கொடுத்த தங்கக் கடிகாரத்தை அணிந்துகொள்ள முற்பட்டபோது 'அது என் வாட்ச், என் வாட்ச்' எனக்குவேண்டும் என்று சத்தமிட்டு அழுதது குழந்தை. மேலும் சிறுவயதிலேயே மீன்பிடிப் படகுகள் பற்றி, படகுத்துறை பற்றித் தெள்ளத் தெளிவாகக் கூற ஆரம்பித்தது. இதில் விசேஷம் என்னவென்றால் மீன்பிடிப் படகுத்துறைப் பக்கமே அந்தக் குழந்தை போனதில்லை என்பதுதான். அதுமட்டுமல்லாமல் ஜார்ஜிற்கு எதில் எதிலெல்லாம் ஆர்வம் மிகுந்திருந்ததோ அதிலெல்லாம் சிறுவனும் வளர வளர ஆர்வம் மிகுந்தவனாக இருந்தான். அவனுடைய குறிப்புகளையும் ஜார்ஜின் வாழ்க்கை முறையையும் பற்றி ஆராய்ந்த ஸ்டீவன்சன் ஜார்ஜின் மறுபிறவியே அந்தச் சிறுவன் என்பதையும், குடும்பத்து உறுப்பினர்கள் மீது கொண்ட அன்பால் அவர் மீண்டும் வந்து அவர்களிடையே பிறந்திருக்கிறார் என்பதையும் உறுதிப்படுத்தினார்.

காதறுந்த சிறுவன்

துருக்கியில் வாழ்ந்து வந்த ஓர் இளைஞன், ஒருசமயம் திருட்டுக் குற்றம் சாட்டப்பட்டு சிறையில் அடைக்கப்பட்டான். அவன் தான் அந்தக் குற்றத்தைச் செய்யவில்லை எனப் பலமுறை மறுத்தும் கேளாமல் சிறையில் வைக்கப்பட்டான். அதனால் மனம் வெறுத்த அவன், போலீஸாரின் துப்பாக்கியைக்கொண்டே தனது நெற்றிப் பொட்டிற்குக் கீழே காதுக்கு மேல் சுட்டுக்கொண்டு மரணமடைந்தான். மறுபிறவியில் அதே ஊரில் அவன் பிறந்தபோது முற்பிறவி நினைவுகளின் தாக்கம் ஏற்பட்டது.

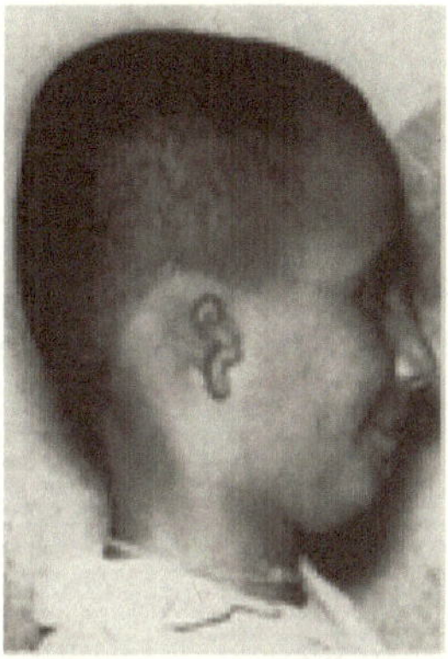

வித்தியாசமான காதுடன்

அவனைப் பற்றி ஆராய்ச்சி செய்த டாக்டர் ஸ்டீவன்சன், அவன் கூறுவது அனைத்தும் உண்மையே என்றும், அவன் முற்பிறவியில் காதுக்கு அருகில் சுட்டுக்கொண்டு இறந்ததால் இப்பிறவியிலும் அந்தப் பகுதி மிக வித்தியாசமாக உள்ளது என்றும், மிகப் பெரிய தழும்பு உள்ளது என்றும், முற்பிறவியில் குண்டு மூளையைத் துளைத்து தலை வழியாக வெளியேறியதால் தலையிலும் காயம் காணப்படுகிறது என்றும் தனது ஆய்வு முடிவில் தெரிவித்தார்.

உடைந்த கால்

முற்பிறவியில் வாகன விபத்தில் கால் உடைந்து மரணமடைந்த ஒருவன் மறுபிறவி எடுக்கும்போது அதேபோன்று கால் உடைந்து, உடல் குறைபாடு உள்ளவராகவே பிறந்திருக்கிறார். அந்த முற்பிறவி பற்றி அவரால் நன்கு நினைவு கூறவும் முடிந்தது. இதையும் டாக்டர் இயான் ஸ்டீவன்சன் ஆராய்ந்து

குறிப்பிட்டுள்ளார். இதுபோன்ற உடல் அடையாளங்கள் முற்பிறவிக்கும் மறுபிறவிக்கும் இடையேயான முக்கியமான அடையாளச் சான்றாக இருப்பதாக ஸ்டீவன்சன் குறிப்பிடுகிறார். இதுபோன்று முற்பிறவி நினைவுகளின் தாக்கத்துடனும் அங்க அடையாளங்களுடன் பிறந்த பல மறுபிறவிக் குழந்தைகள் பற்றி ஆய்வு செய்து அவர் பல கட்டுரைகளை, நூல்களைப் படைத்திருக்கிறார்.

டாக்டர் இயான் ஸ்டீவன்சன் மட்டுமல்ல. பிரபல ஆராய்ச்சியாளர்களான ஜிம்டக்கர், கரோல் பௌமன், எடித் ஃபையர், எட்கர் கெய்ஸி, டாக்டர் லியான்ஸ், டாக்டர் கார்லிஸ் லூயிஸ், டாக்டர் ஹெரால்ட்ஸ்ன், டாக்டர் ஹெலன் வாம்பாச், பேராசிரியர் எச்.என்.பேனர்ஜி, டாக்டர் ஜீகா, டாக்டர் திரிவேதி போன்றோரும் பல நூல்களை, ஆய்வுக்கட்டுரைகளை எழுதியிருக்கின்றனர்.

உத்தரப்பிரதேசத்தில் தன்னுடைய கொலைக்குச் சாட்சியாக அடுத்த பிறவியில் பிறந்து வந்த அதே சிறுவனே உள்ளான். அவனின் சாட்சி நீதிமன்றத்தில் ஏற்றுக்கொள்ளப்பட்டிருக்கின்றது. என்றாலும் அது ஒவ்வாதது, பகுத்தறிவிற்கு முரணானது என்பதால் எதிர்ப்பும் இருக்கின்றது. அதனால் தீர்ப்பு இன்னும் வழங்கப்படவில்லை. அந்த உத்தரப்பிரதேசச் சிறுவனைச் சோதித்த மனநல மருத்துவரும் சிறுவன் பொய் சொல்லவில்லை என்று உறுதி கூறியுள்ளார்.

15

வெளிநாடுகளில் முற்பிறவி – மறுபிறவிச் சம்பவங்கள்

- க்வென் மக்டொனால்டு என்னும் ஆஸ்திரேலிய வாழ் பெண்மணி, தான் பார்த்தே அறியாத அமெரிக்காவின் சொமர்செட் நகரைப் பற்றி, அந்த நகரின் அமைப்பு பற்றி, அப்போது இருந்த பிரபல உணவகங்கள், நீர்வீழ்ச்சிகள், பண்டைய கிராமங்கள் பற்றிப் பல அரிய தகவல்களைக் கூறினாள். தான் 1765 முதல் 1782 வரை அந்த நகரில் வசித்ததாகவும் அவள் தெரிவித்தாள். அவள் கூறிய தகவல்களை ஆவணக் காப்பகம் மூலம் சரிபார்த்தபோது அனைத்தும் உண்மையாக இருந்தது மட்டுமல்லாமல், இக்காலத்தில் வாழும் பலருக்குத் தெரியாத விஷயங்களாகவும் அவை இருந்தன. அவள் முற்பிறவியில் அங்கு வாழ்ந்திருக்கிறாள் என்பது உறுதிப்படுத்தப்பட்டது.

- சேஸ் என்னும் சிறுவன் போர் பற்றி, சண்டைகள் பற்றி, விமானத் தாக்குதல் பற்றி, வெடிகுண்டுகள் பறந்து வந்து விழுவது பற்றிப் பல புதிரான விஷயங்களைக் கூறிவந்தான். ஏன் அவன் அவ்வாறு நடந்துகொள்கிறான் என்று ஆய்வு செய்தபோதுதான் அவன் முற்பிறவியில் ராணுவத்தில் போர்வீரனாகப் பணியாற்றியவன் என்பதும் போரின்போது குண்டால் தாக்குண்டு மரணமடைந்தவன் என்பதும் உடனடியாக அவன் மறுபிறவி எடுத்துவிட்டதால், அந்த நினைவுகள்

அவனைவிட்டு அகலாமல் தொடர்ந்து வந்திருக்கிறது என்பதும் தெரியவந்தது.

- தனது தாயாருடன் காரில் சென்று கொண்டிருந்தாள் இரண்டு வயதான லியா. ஒரு குறிப்பிட்ட பாலத்தை கார் கடந்தபோது, 'அம்மா, நான் இங்கேதான் இறந்தேன்' என்றாள். தாய் திடுக்கிட்டுப் போனாள். மீண்டும் லியா, 'அம்மா, இங்கேதான் நான் கார் ஓட்டி வரும்போது தவறிப்போய் பாலத்தின்மீது மோதி, தண்ணீருக்குள் மூழ்கி இறந்துபோனேன்' என்றாள். இதுபற்றிக் கேள்விப்பட்ட கரோல் பௌமன் சம்பந்தப்பட்ட நிகழ்ச்சி உண்மையானதுதானா என ஆய்வு செய்தபோது, அப்படி ஒரு சம்பவம் சில ஆண்டுகளுக்கு முன்னால் நடந்தது என்பது உறுதிப்படுத்தப்பட்டது. அந்த விபத்தில் இறந்த பெண்ணின் மறுபிறவியே 'லியா' என்பதும் பின்னர் விரிவான ஆய்வில் தெரியவந்தது.

- சிந்தியா ஹெண்டர்சன் என்னும் பெண்மணி ஆஸ்திரேலியாவில் வாழ்ந்தவர். அவர் தனது முற்பிறவியில் பிரான்சில் இருந்ததாகக் கூறி பிரான்ஸ் தேசம் பற்றி, அங்கு நடந்த போர் பற்றி, அரச குல மக்கள் அப்போது அணிந்து வந்த ஆடைகள், அவர்களது அக்கால நாணயங்கள் பற்றியெல்லாம் விரிவாகத் தெரிவித்தார். பிரெஞ்சு மொழியே அறியாத அவர் பிரெஞ்சில் பேசியதுடன், பிரெஞ்சு மொழியில் எழுப்பப்படும் கேள்விகளுக்கும் பதில் தெரிவித்தார். அவர் முற்பிறவியில் பிரான்ஸில் வாழ்ந்தவர் என்பது மேலும் பல ஆய்வுகளால் உறுதிப்படுத்தப்பட்டது.

- பிரிட்டனில் வாழ்ந்தவர் ஸ்மித். இல்லத்தரசி. இரவு நேரங்களில் புரியாத மொழியில் உளறுவது அவர் வழக்கம். அதற்கான காரணம் குறித்து ஆராய்ந்த பொழுது பல வியப்பூட்டும் விஷயங்கள் வெளிவந்தன. அவர் 13ம் நூற்றாண்டில் வாழ்ந்தவர் என்பதும், கவிதை, கதை எழுதும் ஆற்றல் மிக்கவர் என்பதும் தெரியவந்தது. பழங்கால நடையில் அவர் தற்காலத்தில் எழுதிய பல கவிதைகளும் கண்டறியப்பட்டன. மிகவும் பழமையான நடையில் இருந்த அவற்றின் பொருள் ஆராய்ச்சியாளர்களால் ஆய்வு செய்யப்பட்டு, இறுதியில் அவரது முற்பிறவி நினைவுகளின் தாக்கத்தாலேயே

இவை அனைத்தும் சாத்தியமாகியது என்பதும் ஆய்வாளர்களால் உறுதிப்படுத்தப்பட்டது.

- ரூத் சிம்மன்ஸ் அமெரிக்காவின் கொலராடோவில் வாழ்ந்தவர். திடீரென அவருக்கு முற்பிறவிகளின் தாக்கம் ஏற்பட்டது. முற்பிறவியில் அவர் அயர்லாந்தில் பிறந்திருந்தார் என்றும், தன் பெயர் ப்ரீடி மர்பி என்றும் கூற ஆரம்பித்தார். 1890 வாக்கில் தான் வாழ்ந்ததாகக் கூறியவர், அக்காலத்தில் வாழ்ந்த மக்களின் நடை, உடை, பாவனை போன்றவற்றையும் பழக்க வழக்கங்களையும், மிகத் தெளிவாக விளக்கினார். தனது முற்பிறவி நினைவுகளின்போது ஐரிஷ் பெண்மணியைப் போலவே நடந்துகொண்ட அவர், ஐரிஷ் பாணி உச்சரிப்பில் பேசவும் செய்தார். இதில் முக்கியமான விஷயம் அவர் ஒருமுறைகூட அயர்லாந்து சென்றவர் இல்லை என்பதுதான். அவர் கூறியதை வைத்து ஆய்வாளர்கள் ஆராய்ச்சி செய்தபோது அவை அனைத்தும் உண்மையாக இருப்பது தெரியவந்தது. இதிலிருந்து அவர் கூறியது அனைத்தும் தனது முற்பிறவிகளின் தாக்கத்தினால்தானே ஒழிய அதில் ஏதும் பொய்யில்லை என்பதை ஆய்வாளர்கள் உறுதி செய்தனர்.

- ஜொஹன்காஸ் என்னும் பிறவி மேதை தனது தந்தையின் கணிதப் புத்தகத்தில் உள்ள தவறுகளைத் தனது மூன்றாவது வயதிலேயே சுட்டிக் காட்டியிருக்கிறார். இது முற்பிறவியில் அவருக்கிருந்த அபாரத் திறமையினால் மட்டுமே சாத்தியம் என்பது ஆய்வாளர்களின் நம்பிக்கை.

- ஜான் டுவர்ட்மல் என்பவரால் குழந்தைப் பருவத்திலேயே சிறந்த கட்டுரைகளை எழுத முடிந்திருக்கிறது. இதுவும் அவரது முற்பிறவியின் ஆற்றலினால் விளைந்த ஒன்றாகக் கருதப்படுகிறது.

- பிரிட்டனில் வாழ்ந்த ஓர் இரட்டையர்கள் தங்களது, நடத்தை, குணம், பழக்க வழக்கம் மற்றும் உடலமைப்புகளால் இறந்துபோன தங்களது மூத்த சகோதரிகளின் அமைப்பைக் கொண்டிருந்தனர் என்பது ஆய்வாளர்களால் உறுதிப்படுத்தப்பட்டிருக்கிறது.

- மான் மெக்காவே என்ற அறிஞர் தனது குழந்தைப் பருவத்திலேயே மிகச் சிறந்த அறிவாற்றல் மிக்கவராக

விளங்கினார். இதற்குக் காரணம் முந்தைய பிறவிகளில் அவர் பெற்றிருந்த மேதைமையின் விளைவே என்று மறுபிறவி ஆராய்ச்சியாளர்கள் நம்புகிறார்கள்.

- 18 மாதங்கள் வரை பேசாது இருந்த எலிசபெத் என்னும் சிறுமி முதன் முதலில் பேச ஆரம்பித்தபோது, 'நான் எனது சத்தியப்படி நடக்கப்போகிறேன்' என்றாள். அது முதல் தான் எலிசபெத் அல்ல என்றும் தன் பெயர் ரோஸ் என்றும் தான் ஒரு கன்யாஸ்த்ரீ என்றும் குறிப்பிட ஆரம்பித்தாள். மறுபிறவிக்கான ஆய்வின் முடிவில் அவள் முற்பிறவியில் ஒரு கன்யாஸ்த்ரீ ஆக இருந்தது உறுதிப்படுத்தப்பட்டது.
- அமெரிக்காவில் கேம்ப்ரிட்ஜில் படித்துக் கொண்டிருந்த ஒரு கல்லூரி மாணவி திடீரென 14ம் நூற்றாண்டுச் சம்பவங்களைப் பற்றிக் கூற ஆரம்பித்தாள். லூயி மன்னர், அவரது அரசவையில் இருந்த நபர்கள், அப்போதைய மக்களின் வாழ்க்கை நடைமுறை, அரண்மனை விஷயங்கள் என எல்லாவற்றையும் பற்றி மிக விரிவாக விளக்கிக் கூறினாள். ஆய்வாளர்கள் மிகப் பழமையான ஒரு நூல் மூலம் அவள் சொன்னது அனைத்தும் உண்மை என்பதைப் பின்னர் உணர்ந்து உறுதிப்படுத்தினர்.

மறுபிறவி பற்றிய இத்தகைய ஆய்வுகளில் பல புரியாத, விடை காண இயலாத சம்பவங்கள் பலவும் இருக்கின்றன. உதாரணமாக லூரன்சி வென்னம் என்னும் ஒரு வயதுக் குழந்தை, மேரி ரோப் என்பவர் இறந்த சில மாதங்களில் அவரைப் போலவே பேச, நடக்க, அங்க அசைவுகளைக் காண்பிக்க ஆரம்பித்தது. அச்சு அசலாக மேரி ரோப் சிறுவயதுக் குழந்தையாக இருந்தால் எப்படி நடந்து கொள்வாரோ அதன்படியே நடக்க ஆரம்பித்தது. மேரி ரோப்பின் மறுபிறவிதான் இந்தக் குழந்தை என்பதை ஆய்வாளர்கள் ஏற்றுக்கொள்ளவில்லை. காரணம், மேரி ரோப் உயிருடன் இருக்கும்போதே இந்தக் குழந்தை பிறந்து விட்டது. ஆகவே மேரி ரோப்பின் ஆன்மா இந்தக் குழந்தையின் உடலில் புகுந்துவிட்டது; அதாவது அவரது ஆவி, லூரன்சி என்னும் இக்குழந்தையின் உடலில் புகுந்துகொண்டு விட்டது என்பது சிலரது கருத்தாக உள்ளது. அப்படியானால் உண்மையான லூரன்சி வென்னத்தின் ஆன்மா அல்லது ஆவி என்ன ஆனது என்பதை ஆய்வாளர்களால் கண்டறிய இயலவில்லை. மறுபிறவி பற்றிய ஆய்வுகளில் இவையெல்லாம் புரியாத புதிர்களாக உள்ளன.

திபெத்தில் வாழ்ந்த நைலேங் என்பவர் திடீரென நோயுற்றுக் காலமானார். ஆண்டுகள் சில கழிந்தன. புத்தமதத் துறவியாகத் திபெத்தியர்களின் மௌன்காக (Monk) 'சௌகுன் ராஜ் சுதாஜார்ன்' என்னும் சிறுவன் தேர்ந்தெடுக்கப்பட்டார். அவர் தான் முற்பிறவியில் வாழ்ந்த நைலேங் என்று கூறினார். இதை இயான் ஸ்டீவன்சன் போன்ற ஆய்வாளர்கள் ஆராய்ந்தனர். ஆராய்ச்சியின் முடிவில் நைலேங் இறப்பதற்கு ஒருநாள் முன்னதாகவே 'சௌகுன் ராஜ்' பிறந்துவிட்டது தெரியவந்தது. ஒருவர் இறந்த பிறகுதான் அவர் மறுபிறவி எடுக்கமுடியும், ஆனால் இறப்பதற்கு ஒருநாள் முன்னதாகவே அவர் மறுபிறவி எடுத்திருப்பதாகக் கூறுவதை ஆய்வாளர்களால் ஏற்றுக்கொள்ள முடியவில்லை என்றாலும், 'சௌகுன் ராஜ் சொன்ன முற்பிறவி பற்றிய விஷயங்கள் அனைத்தும் சரியாக இருந்ததால் டாக்டர் இயான் ஸ்டீவன்சன் இந்தச் சம்பவத்தை 'புரியாத புதிர்' என்றும் 'Couldn't find an explanation for the discrepancy' என்றும் குறிப்பிட்டிருக்கிறார்.

இதுபோன்று பல சம்பவங்கள் உலகமெங்கும் நடந்திருக்கின்றன. இன்னமும் நடந்துவருகின்றன. இந்தியாவும் அதற்கு விதிவிலக்கில்லை. குறிப்பாக டாக்டர் இயான் ஸ்டீவன்சன் இந்தியாவிற்கு வந்து முற்பிறவி-மறுபிறவிச் சம்பவங்களைப் பற்றி மிக விரிவான பல ஆய்வுகளைச் செய்திருக்கிறார்.

> பிரபலமான பத்திரிகை அதிபர் குடும்பத்தைச் சேர்ந்த பெண் ஒருவர், முற்பிறவியில் ராணி ஜோதாபாய் ஆகத் தான் இருந்ததாகக் கூறிப் பரபரப்பை ஏற்படுத்தினார். முற்பிறவியில் அக்பரின் மனைவியாக வாழ்ந்ததாகக் கூறிய அவரை நேரடியாக அக்பரின் அரண்மனைக்கே அழைத்துச் சென்றபொழுது, அங்கே தனக்கு ஏற்பட்ட முற்பிறவி நினைவலைகளின் தாக்கத்தால் தாம் வாழ்ந்த காலத்தில் ராணி ஜோதாபாயாக வலம் வந்தது, அக்பரின் தர்பார் மண்டபம், நீராழி மண்டபம், ஓய்வறைகள் என அனைத்தையும் மிகத் துல்லியமாகத் தொலைக்காட்சிக்கு விவரித்திருக்கின்றார். அதில் அவர் பொய் பேசவில்லை. அதற்கு அவசியமும் இல்லை என்பது பலரது கருத்து.

16

இந்தியாவில் முற்பிறவி – மறுபிறவிச் சம்பவங்கள் – 1

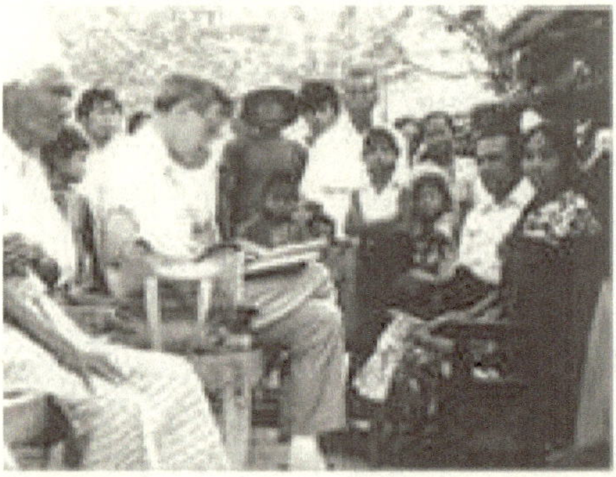

பர்மாவில் டாக்டர் இயான் ஸ்டீவன்சன்

வெளிநாடுகளில் மட்டும்தான் என்பதல்ல இந்தியாவிலும் பல்வேறு மறுபிறவிச் சம்பவங்கள் நிகழ்ந்துள்ளன. டாக்டர் இயான் ஸ்டீவன்சன் இந்தியாவிற்கு வந்து தங்கிப் பல ஆய்வுகளை மேற்கொண்டுள்ளார். அவருடன் இணைந்து பெங்களூரில் உள்ள நிம்ஹான்ஸை (NIMHANS) சேர்ந்த (National Institute of Mental Health & Neurosciences) Clinical Psychology துறைத் தலைவர், பேராசிரியர் டாக்டர் சத்வந்த் பஸ்ரிச்சா பல்வேறு ஆய்வுகளை மேற்கொண்டுள்ளார். அப்படிப்பட்ட ஒரு சம்பவத்தை இப்போது பார்ப்போம்.

திரும்பி வந்த மகன்

லக்னோவில் உள்ள ஒரு சிறிய கிராமம் பாஸ்நகர் என்பது. அங்கு குருபிரசாத் என்பவர் வாழ்ந்து

வந்தார். அவரது மனைவி பெயர் பிஸ்வனா. சாதாரண நடுத்தரக் குடும்பம் அவர்களுடையது. அவர்களுக்கு 1981ம் ஆண்டு பிப்ரவரி மாதத்தில் ஓர் ஆண் குழந்தை பிறந்தது. அதற்கு நரேஷ்குமார் என்ற பெயர் சூட்டினர்.

நரேஷிற்கு ஒரு வயதானது. அவன் அவ்வப்போது மழலையில் சில சொற்களைக் கூறத் தொடங்கினான். ஹிந்தியில் அப்பா, அம்மா என்ற வார்த்தைகளை விட அவன் அடிக்கடி உச்சரித்தது 'கர்கரா' மற்றும் 'ககோரி' என்ற வார்த்தைகளைத்தான். குழந்தை ஏதோ விளையாட்டாக உளறுகிறான் என நினைத்துப் பெற்றோர் பேசாமல் இருந்துவிட்டனர். 'கர்கரா' என்றால் 'குதிரை வண்டி' என்பது பொருள். 'ககோரி' என்பது தொலைவில் உள்ள ஒரு ஊரின் பெயராகும்.

நரேஷிற்கு இரண்டு வயதாகி விட்டது. அவன் தனியாக இருக்கும்போது இஸ்லாமியர்கள் தொழுகை (நமாஸ்) செய்வதுபோல அடிக்கடிச் செய்ய ஆரம்பித்தான். ஆரம்பத்தில் அவன் விளையாட்டாகத்தான் செய்கிறான் என்று பெற்றோர் நினைத்தனர். ஆனால் அது விளையாட்டு அல்ல என்பது போகப் போகத் தெரிந்தது. அவன் அடிக்கடி குதிரை வண்டி ஓட்டுவது போல ஓட்டி விளையாடுவான். அப்போது சில உருது வார்த்தைகளையும் பேசுவது வழக்கம். இந்த வழக்கத்திற்கு மாறான நடத்தை பெற்றோரை ஆச்சரியம்கொள்ள வைத்தது. ஆனாலும் ஏதோ விளையாட்டுத்தனம் என்று எண்ணி அவர்கள் பேசாமல் இருந்து விட்டனர்.

சிறுவனுக்கு நான்கு வயதானது. இப்போது அவனுக்கு நன்கு பேச்சு வந்து விட்டது. அதுமட்டுமல்ல. தன் பெயர் நரேஷ் இல்லை என்றும் தான் ஒரு முஸ்லீம் என்றும், தன் பெயர் முஷீர் அலி என்று கூறத் தொடங்கினான். தான் முற்பிறவியில் ககோரி என்ற ஊரில் வாழ்ந்து வந்ததாகவும், சந்தைக்குப் போய் மாம்பழங்களை வாங்கிக்கொண்டு குதிரை வண்டியில் ஊர் திரும்பிக் கொண்டிருக்கும்போது, எதிரே வந்த டிராக்டர் தன் மீது மோதி தான் இறந்து விட்டதாகவும் கூறத் தொடங்கினான். அடிக்கடி தனது வீடு இதுவல்ல என்றும், தனது சொந்த ஊருக்குப் போகவேண்டும் என்றும் கூறி அடம் பிடிக்க ஆரம்பித்தான்.

அந்த ஊருக்கு ஹைதர் அலி என்னும் இஸ்லாமியப் பெரியவர் வந்து செல்வதை வழக்கமாகக் கொண்டிருந்தார். ஒருநாள் அவரைக் கண்ட நரேஷ் அவரே தன் தந்தை என்றும்,

அவருடன் செல்லவேண்டும் என்றும் அடம்பிடித்து அவர் பின்னாலே செல்ல ஆரம்பித்தான். ஹைதர் அலிக்கு இந்த விஷயங்கள் தெரியாததால் அவர் பையனைத் தன்னுடன் அழைத்துச் செல்லவில்லை. 'ஏதோ பாதிப்பு ஏற்பட்டுள்ளது. குழந்தையை அருகிலுள்ள ஒரு தர்காவிற்கு அழைத்துச் செல்லுங்கள் எல்லாம் சரியாகி விடும்' என்று அறிவுறுத்தினார். அதன்படி நரேஷ் அருகிலுள்ள ஓர் இஸ்லாமியப் பெரியவரின் மஸாருக்கு அழைத்துச் செல்லப்பட்டான். ஆனாலும் அவன் நிலை மாறவில்லை. அவன் வழக்கம் போலவே தன்னுடைய முற்பிறவிகளைப் பற்றி எல்லோரிடமும் சொல்லிக் கொண்டிருந்தான்.

வருடங்கள் கடந்தன. நரேஷ் எட்டு வயதுச் சிறுவன் ஆகி விட்டான். தனியாகவே எல்லா இடங்களுக்கும் செல்லும் திறன் வந்துவிட்டது. ஒருநாள் அவன் வழியில் ஹைதர் அலியைப் பார்த்தான். 'அப்பா' என்று சொல்லிக்கொண்டே அவரை ஓடிப்போய் கட்டிக்கொண்டான். அவர்தான் தன் தந்தை என்றும், அவரது இளைய தாரத்துக்குப் பிறந்த மூத்த மகனான முஷீர் அலிதான் நான் என்றும் அவரிடம் கூறினான். அதைக் கேட்ட அவர் அப்படியே திகைத்துப்போய் நின்று விட்டார். பலர் தடுத்தும் கேளாமல் அவன், அவருடனே செல்வதற்கு மிகத் தீர்மானமாக இருந்தான். பெற்றோர்கள் அவன் சென்றுவிடாமல் தடுத்தனர். ஆனாலும் ஒருநாள் சொல்லாமல் கொள்ளாமல் தனது முற்பிறவி ஊரான ககோரி நோக்கிப் புறப்பட்டு விட்டான் நரேஷ். இதனையறிந்த அவனது தற்காலப் பெற்றோர்களும் உறவினர்களும் அவன் கூடவே சென்றனர்.

தனது முற்பிறவிச் சொந்த ஊரான ககோரிக்கு வந்த நரேஷ், தான் அப்போது வசித்த தெருவை அடையாளம் காட்டினான். பின் நேராகத் தனது வீட்டிற்குச் சென்ற அவன், முற்பிறவியில் தான் முஷீர் அலியாக இருந்தபோது அணிந்துகொண்ட குல்லாயையும், தனக்குச் சொந்தமான பெட்டியையும் அடையாளம் காட்டினான். தனது முற்பிறவி புகைப்படத்தைப் பார்த்துக் கண்ணீர் விட்டான். தனது நண்பர்கள், உறவினர்கள் பெயரையும் மிகச் சரியாகச் சொன்னான். இது அனைவருக்கும் வியப்பைத் தந்தது. அது மட்டுமல்ல. தான் இறந்தபோது வங்கியில் போட்டு வைத்திருந்த பணத்தின் எண்ணிக்கை, தன்னிடம் கடன் வாங்கிய ஒரு நபரின் பெயர், தொகை என எல்லாவற்றையும் மிகச் சரியாகச் சொன்னான். பல்வேறு

முக்கியமான குடும்ப தகவல்களையும் அவன் சொன்னதால் அவன் முஷீர் அலியின் மறுபிறவிதான் என்பதை அவன் குடும்பத்தினர் உட்பட அனைவரும் ஒப்புக் கொண்டனர்.

நரேஷின் முற்பிறவி

ஹைதர் அலிக்கு இரண்டு மனைவிகள். முதல் மனைவி இறந்து விட்டார். அதனால் மறுமணம் செய்துகொண்டார் ஹைதர் அலி. அவருக்கு மூன்று ஆண் குழந்தைகளும், ஏழு பெண் குழந்தைகளும் பிறந்தன. அவர்களின் மூத்தவன் முஷீர் அலி.

முஷீர் அலி சந்தைக்குச் சென்று பொருட்களை வாங்கி விற்பதைத் தொழிலாகக் கொண்டிருந்தான். அதற்காக ஒரு குதிரை வண்டியையும் வைத்திருந்தான். குடும்பத்திற்கு மிக முக்கிய ஆதாரமாக விளங்கிய முஷீர் வழக்கம்போல குதிரை வண்டியில் 1980ம் ஆண்டு ஜூன் மாதம் மாம்பழங்களை ஏற்றிக்கொண்டு லக்னோவிலுள்ள சந்தைக்குச் சென்றுகொண்டிருந்தான். அவ்வாறு செல்லும் வழியில் எதிரே வேகமாக வந்த ஒரு டிராக்டர் மோதி அங்கேயே மரணமடைந்து விட்டான். அப்போது அவனுக்கு வயது இருபத்தைந்து. குடும்பத்துக்கு ஆதாரமாக இருந்த அவன் மறைவு குடும்பத்தை மிகவும் வாட்டியது. எப்படியோ அவர்கள் குடும்பத்தை நடத்தி வந்து கொண்டிருந்தார்கள். அப்படியே சில ஆண்டுகள் கடந்த நிலையில்தான் நரேஷ் நான் முற்பிறவியில் முஷீர் அலி என்று கூறிக்கொண்டு அவர்களை அணுகியிருக்கிறான்.

இதுமட்டுமல்ல. நரேஷின் மார்பில் சிறிய பள்ளம் போன்று ஒரு வடு இருந்தது. முஷீர் அலி விபத்தில் இறக்கும்போது அதே இடத்தில்தான் கூரிய ஆயுதம் தாக்கி, மார்பெலும்பு உடைந்து மரணம் சம்பவித்திருக்கிறது என்பது போஸ்ட்மார்ட்டம் கூறும் தகவல். ஆக முஷீர் அலியின் மறுபிறப்புதான் நரேஷ்குமார் என்பதற்கும், இவ்வாறு முற்பிறவியில் இதுபோன்று கூரிய ஆயுதத்தால் தாக்கப்பட்டோ, விபத்துக்களினால் அங்கங்கள் பாதிக்கப்பட்டோ இறப்பவர்கள், மறுபிறவியில் அதே இடங்களில் அதற்கான ஆதார அங்க அடையாளங்களுடன் வடுக்களுடனோ, அல்லது குறைபாடுகளுடனோ பிறக்கிறார்கள் என்பது ஆதாரபூர்வமாக உறுதியானது.

மற்றுமொரு விஷயம், முஷீர் அலியின் மறைவு 1980 ஜூன். நரேஷின் பிறப்பு 1981 பிப்ரவரி. இடைப்பட்ட மாதங்கள் ஒன்பது. ஆக இறந்த உடனேயே முஷீர் அலி மறுபிறப்பு

எடுத்திருக்கவேண்டும் என்பதும் இதிலிருந்து தெளிவாகிறது. இந்த உண்மைச் சம்பவத்தை ஆராய்ந்து தனது 1988ம் வருட நிம்ஹன்ஸ் ஜர்னலில் (பக்கம் 93-100) குறிப்பிட்டிருக்கிறார் டாக்டர் சத்வந்த் பஸ்ரிச்சா. இது மட்டுமல்ல. இதுபோன்ற பல முற்பிறவி-மறுபிறவிச் சம்பவங்களை அவர் ஆராய்ந்து கூறியிருக்கிறார்.

குருவம்மாளின் மறுபிறவி

தமிழகத்தைச் சார்ந்த கோவில்பட்டி அருகாமையிலுள்ளது புளியங்குளம் என்னும் கிராமம். இக்கிராமத்தைச் சேர்ந்தவர் குருவம்மாள் என்ற குருவாத்தாள். இவர் ஜூன் 1989ல் அடையாளம்தெரியாதநபர் ஒருவரால் கொலைசெய்யப்பட்டார். அவரது ஆவி ஒரு கிளியின் உடலுக்குள் புகுந்துகொண்டு, குருவம்மாளின் குடும்பத்தினருடன் சிலகாலம் வாழ்ந்து வந்தது என்றும், அக்காலகட்டத்தில் அக்கிளி குருவம்மாளைக் கொன்ற மனிதனை அடையாளம் காட்டியதாகவும், மேலும் பல அரிய செயல்களைச் செய்ததாகவும் சு.ராமசுவாமி என்பவர் வெளியிட்ட ‘கண்டதும் கேட்டதும்’ எனும் நூலில் (பகுதி 15ல்) படத்துடன் வெளியிடப்பட்டுள்ளது. குருவம்மாள் கிளியாக மறுபிறவி எடுத்து வந்து தன்னைக் கொன்றவனை அடையாளம் காட்டியதாகக் கிராம மக்கள் நம்புகின்றனர்.

சுமனா மனிஷாவா?

டில்லியின் தெற்கு பகுதியில் உள்ள ஜாம்ருத்புர் என்ற இடத்தைச் சேர்ந்தவர் சவுத்ரி கமல் சிங். இவரது 15 வயது மகள் சுமன் 2000ம் ஆண்டு டிசம்பர் 14ம் தேதி மஞ்சள்காமாலை நோய் முற்றி இறந்து விட்டார்.

ராஜஸ்தானில் உள்ள மிலாக்பூரைச் சேர்ந்தவர் ராம்பால். இவரது மனைவி கிள்ளிதேவி. இவர்களது ஐந்து வயது மகள் மனீஷா. மனீஷா. இரண்டு வயதாக இருக்கும்போதே தனது பெயர் ‘மனீஷா அல்ல சுமன்’ என்று பெற்றோரிடம் தெரிவித்திருக்கிறாள். வயது கூடக்கூட அவளது முற்பிறவியின் நினைவுகளின் தாக்கத்தால் தனது தந்தை கமல் சிங், தாய் சந்தோஷ் எனத் திரும்பத் திரும்பக் கூற ஆரம்பித்தாள். சுமனின் நினைவு தினத்தன்று மனீஷா அழுது ஆர்ப்பாட்டம் செய்ய ஆரம்பித்துவிட்டாள். தான் சுமன்தான் என்றும், மனீஷா அல்ல என்றும் ஆணித்தரமாகக் கூறினாள். மேலும் சுமனின் வாழ்க்கையில் நடந்த நிகழ்ச்சிகளையும் கூறத் தொடங்கினாள். தான் வசித்த ஊர் டில்லி என்றும் உடனடியாக அங்கே தன்னை அழைத்துச் செல்லுமாறும் அழுது அடம்பிடிக்க ஆரம்பித்தாள்.

ஒருகட்டத்தில் இரண்டு குடும்பத்தினரும் சந்தித்துக்கொண்டனர். தூரத்தில் இருந்தே கமல் சிங்கை அடையாளம் கண்டுகொண்ட மனீஷா, ஓடிப்போய் அவரை கட்டிப்பிடித்துக் கொண்டார். யார் உதவியும் இல்லாமல் சந்தோஷையும் அடையாளம் கண்டுகொண்டு அவர்தான் தனது தாய் என்று கூறினாள். இரு குடும்பத்தினரும் ஆச்சரியத்தில் மூழ்கினர். முற்பிறவி நினைவுகள் குறித்து, மனீஷா பேச்சு மூலம் தெரிவிக்க விரும்புவதில்லை. பென்சில், பேப்பர் இருந்தால் போதும் எழுதித் தள்ளிவிடுகிறாள். பிளஸ் 2 மாணவியாக இருந்த சுமன் படிப்பதில் மிகவும் ஆர்வம்கொண்டவர். பென்சில், பேப்பர் கொண்டு எப்போதும் எழுதிக்கொண்டே இருப்பார். அந்தப் பாதிப்பு மனீஷாவுக்கும் உள்ளது என்று அவளது முற்பிறவி மற்றும் தற்போதைய பெற்றோர்கள் கூறுகின்றனர்.

டில்லியில் புஷிப் விகார் பகுதியில் ஆந்திரா கல்வி நிலையத்தில்தான் சுமன் படித்தார். அதைக்கூட மனீஷா தெளிவாக எடுத்துக்கூறினாள். டில்லியில் உள்ள கமல் சிங் வீட்டுக்குச் சென்று சுமனின் பள்ளிச் சீருடையை மனீஷா சரியாக அடையாளம் காட்டினாள். சுமனின் பள்ளித் தோழிகள் பூஜா, பாப்டி ஆகியோர் குறித்தும், சுமன் வழக்கமாகச் செல்லும் மளிகைக்கடை, அந்தக் கடையின் தோற்றம் ஆகியவை குறித்தும் மனீஷா அடையாளம் காட்டினாள். சுமனுக்குச் சுகாதாரமான சூழல்தான் பிடிக்கும். மனீஷாவும் அப்படித்தான். எப்போதும் தனிமையில் இருப்பதுதான் சுமனுக்குப் பிடிக்கும். மனீஷாவும் அப்படியேதான் இருக்கிறாள். இருவருக்கும் ஒரே விதமான இனிப்பு வகைகள்தான் பிடித்தவையாக உள்ளன. இதுபோன்று பல குணாதிசயங்கள் இருவருக்கும் ஒத்திருக்கின்றன. என்ன சொல்வது என்று புரியாமல் ராம்பால் குடும்பத்தினரும், மகள் மறுபிறவி எடுத்துவிட்டாள் என்ற சந்தோஷத்தில் கமல் சிங் குடும்பத்தினரும் உள்ளனர்.

மகளாகிய தாய்

சாக்ஷி தன் முற்பிறவி மகனாகிய தந்தையுடன்

இல்லஸ்ட்ரேடட் வீக்லி வார இதழில் படத்துடன் ஒரு செய்தி வெளியானது. அதில் புது தில்லியைச் சார்ந்த கீர்த்தி நகர் என்னும் பகுதியில் வசித்து வரும் சாக்ஷி எனும் சிறுமி, ஷ்யாம் மித்ரா என்னும் பெரியவரைத் தனது முற்பிறவி மைந்தன் என்று அறிவித்த செய்தி வெளியாகி இருந்தது. தனது கூற்றை மெய்ப்பிக்க அச்சிறுமி தமது முற்பிறவிப் பெயர் 'போலி பாய்' என்றும், ஷ்யாம் மித்ரா அப்பிறவியில் தன் மகன் என்றும், தான் தற்போது மறுபிறவி எடுத்து வந்திருப்பதாகவும் கூறியதோடல்லாமல், முற்பிறவியில் தம்மோடு இருந்தவர்களுடன் தான் பேசிய முக்கியமான, அந்தரங்கமான, குடும்பத் தொடர்புடையவர் மட்டுமே அறிந்த செய்திகளையும் கூறி அனைவரையும் நம்ப வைத்துள்ளாள். மேலும் அதற்கு முந்தைய பிறவியைப் பற்றியும் அவள் கூறியிருக்கிறாள்.

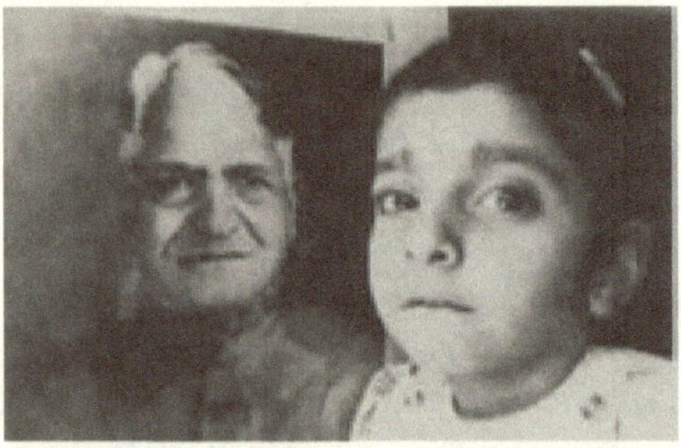

தனது முற்பிறவிக் கணவர் புகைப்படம் முன் சாக்ஷி

அப்பிறவியில் தான் சிறு குழந்தையாக இருந்ததாகவும், தண்ணீர்த் தொட்டியில் வழுக்கி விழுந்து தாம் மரணமடைந்து விட்டதாகவும் பின் போலி பாயாகத் தாம் மறுபிறவி எடுத்து விட்டதாகவும் கூறியிருக்கிறாள். போலி பாயாகத் தான் வாழ்ந்த காலத்தில் தன் கணவர் முரளிதருடன் ஹரித்துவார் சென்றிருந்ததாகவும், அப்போது ஒரு குரங்கு தன்னைக் காதருகே கடித்து விட்டதாகவும் கூறும் சாக்ஷி, தற்போது மறுபிறவியிலும் அத்தழும்பு இருப்பதாகவும் கூறுகிறாள். முற்பிறவியைப் பற்றி ஆய்வு செய்பவர்களுக்கு மிகுந்த வியப்பை இச்சம்பவம் ஏற்படுத்தியது.

தலாய் லாமாவின் உதவியாளர்

ஏழு வயது சிறுமி ஒருத்தி, தனது முற்பிறவியில் தான், தலாய்லாமாவின் உதவியாளராக இருந்ததாகக் கூறி வருகிறாள். இந்தச் சம்பவம் ஆந்திராவில் பரபரப்பை ஏற்படுத்தியுள்ளது.

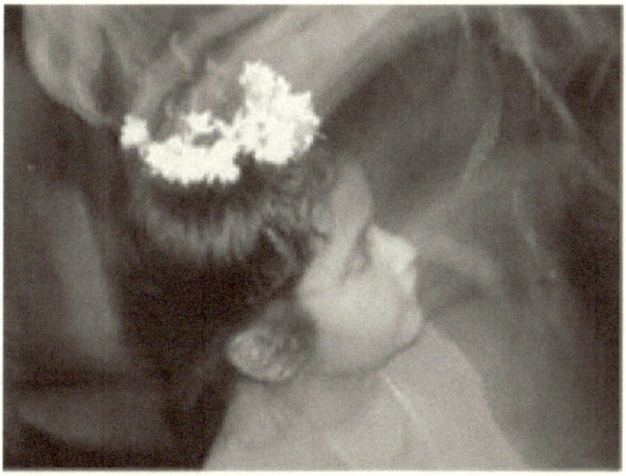

ஆசார்ய சாம்பவி (9), தனது பெற்றோர்களுடன் உத்தரபிரேதசம் வாரணாசியில் வசித்து வந்தாள். எல்லாக் குழந்தைகளும் போலவே சாம்பவியும் சாதாரணமாக வளர்ந்தாள். ஆனால், வளர வளர திபெத் பற்றியும் அதன் விடுதலைப் பற்றியும், புத்த மதம் பற்றியும் பேச ஆரம்பித்தாள். சாதாரணமாக இருந்த தங்களது குழந்தை, இப்படிப் பேசுவதைப் பார்த்த அவளது பெற்றோர் பயந்து போய் தங்கள் பூர்விகமான ஆந்திர மாநிலம் கர்நூல் மாவட்டத்திலுள்ள நந்தியாலுக்கு வந்து சேர்ந்தனர். அங்குத் தினசரி சாம்பவி ஆன்மிகப் பேருரைகள் செய்ய ஆரம்பித்தாள். அந்தச் சின்ன வயதில் பெரிய விஷயங்களைப் பேசியதால், அந்தப் பகுதியில் மிகவும் பிரபலமானாள். அவள் பேச்சைக் கேட்க மக்கள் கூட்டம் கூட்டமாக வர ஆரம்பித்தனர். புத்த மதம், திபெத், சீனாவிடமிருந்து அதன் விடுதலை ஆகியவை பற்றியெல்லாம் அவள் தன் வயதுக்கு மீறி விரிவாகப் பேச ஆரம்பித்தாள். அவள் இதுகுறித்து கூறும்போது, 'என் வாழ்க்கையின் குறிக்கோள் திபெத்தின் விடுதலையைக் காண்பதுதான். விரைவில் திபெத் விடுதலையாகிவிடும். நான் முற்பிறவியில் தலாய்லாமாவின் உதவியாளராக இருந்தேன். எங்கள் இருவருக்கும் ஜென்மம் ஜென்மமாகத் தொடர்பு உள்ளது. முற்பிறவியில் அவர் பெயர் பால புத்தா. என் பெயர் உக்ர தாரகா தேவி' என்றாள்.

'ஆன்மிகத்தின் பெயரால், சாம்பவியைத் தொந்தரவு செய்கின்றனர். இது குழந்தைகள் உரிமைகளை மீறுவதாகும்' என்று பகுத்தறிவாளர்கள் ஆந்திர மாநில மனித உரிமைக் கமிஷனில் புகார் அளித்துள்ளனர். மேலும் சாம்பவி யார், அவர் எங்கிருந்து வந்தார், அவரது பெற்றோர்கள் யார், அவர்களது உள்நோக்கம் என்ன என்பது குறித்து விசாரணை

நடத்தவேண்டும் என்றும் அவர்கள் காவல்துறையினரைக் கேட்டுக்கொண்டுள்ளனர். இது தொடர்பாக கர்நூல் மாவட்ட கலெக்டர் முகேஷ் குமார் முழுமையாக விசாரிக்கும்படி அதிகாரிகளுக்கு உத்தரவிட்டார். வழக்கு தாக்கல் செய்யப்பெற்று நீதிமன்ற விசாரணையும் நடைபெற்றது. இறுதியான முடிவு எட்டப்படவில்லை.

ஆனால் இது முழுக்க முழுக்க கட்டுக்கதை என்றும், மக்களின் நம்பிக்கை மற்றும் அறியாமையை வைத்து பணம் பண்ணும் விதமாகச் சாம்பவியின் தாய் என்று கூறிக்கொள்ளும் உஷாராணி செயல்படுகிறார் என்றும் சிலர் தெரிவித்தனர்.

இந்நிலையில் சாம்பவி தலாய்லாமாவைச் சந்தித்து உரையாடினார். சாம்பவி முற்பிறவி பற்றிக் கூறுவது உண்மைதானா என்பது குறித்து பத்திரிகையாளர்கள் தலாய்லாமாவிடம் கேட்டதற்கு அவர் பதில் கூற மறுத்துவிட்டார். இவ்விஷயத்தில் இன்னமும் சர்ச்சைகள் நீடித்த வண்ணமே இருக்கின்றன.

17

இந்தியாவில் முற்பிறவி – மறுபிறவிச் சம்பவங்கள் – 2

மதுரை ஆதீன கர்த்தரின் மறுபிறவி ஆய்வுகள்

மதுரை ஆதீன கர்த்தராக விளங்கியவர் ஸ்ரீலஸ்ரீ சோமசுந்தர ஸ்ரீஞான சம்பந்த தேசிக பரமாச்சாரிய சுவாமிகள். ஆவிகள் உலகம் பற்றி ஆராய்ந்து 'இறந்தவர்கள் வாழும் நிலையும் பேசும் முறையும்' என்ற விரிவான ஓர் ஆய்வு நூலை எழுதியவர். பல்வேறு நுட்பமான விஷயங்களில் நுண்மாண் நுழைபுலம் மிக்கவர். அவரது வாழ்க்கையிலிருந்து ஒரு சம்பவம்.

ஆதீன கர்த்தர் ஒருசமயம் மதுரையில் உள்ள அம்மையநல்லூர் எனும் பகுதியில் தங்கியிருந்தார். அப்போது அந்த ஊருக்கு அடுத்துள்ள நிலக்கோட்டையில் சர்க்கிள் இன்ஸ்பெக்டராகப் பதவி வகித்து வந்த ஒருவர், பதினாறு வருடங்களுக்குமுன், தன் பதின்மூன்றாம் வயதில் மரணமடைந்த தனது மகனுடன் பேசவேண்டும் என்று சொல்லி ஆதீன கர்த்தரைத் தொடர்புகொண்டார்.

ஆதீன கர்த்தர், தமது வழிகாட்டும் ஆவியான தனது தந்தையின் ஆவியைத் தொடர்புகொண்டு அந்தச் சிறுவனின் ஆவியை வரவழைக்க முயற்சி செய்தார். பெரிதும் முயன்றும் அச்சிறுவனின் ஆவியுடன் அவரால் தொர்புகொள்ள முடியவில்லை. பிறகு தந்தையின் ஆவி, அச்சிறுவனின் ஆவியை ஆவியுலகத்தின் பல அடுக்குகளிலும் தேடி இறுதியாக அவன் ஐந்து வருடங்களுக்குமுன் தனக்கு விதிக்கப்பட்ட காலக்கெடு முடிந்து மறுபிறவி எடுத்துவிட்டதைத் தெரிந்து அவர்களிடம்

அறிவித்தது. அதுமட்டுமல்ல, அச்சிறுவன் தனது மறுபிறவியில் நிலக்கோட்டை அருகிலுள்ள ஐயம்பாளையம் என்னும் கிராமத்தில், பொடிக்கடை நடத்தும் சுப்பையாப் பிள்ளை என்பவருக்கு மகளாகப் பிறந்துள்ளதாகவும், அவளுடைய பெயர் 'லட்சுமி' என்றும் தெரிவித்தது. சர்க்கிள் இன்ஸ்பெக்டர் உடனடியாகச் சென்று அதைச் சரிபார்த்ததில் அங்கு ஐந்து வயதில் ஒரு பெண் குழந்தை இருந்தது உறுதிப்படுத்தப்பட்டது.

ஆதீன கர்த்தரின் தாயார் அவர்கள் தனது 84 வயதில் காலமானார். பல வருடங்கள் கழித்துத் தனது தாயாரின் ஆவி நிலையைப் பற்றி அறிய எண்ணினார் ஆதீன கர்த்தர். ஆவி உலகோடு தொடர்பு கொண்டார். தாயாரின் ஆவி திண்டுக்கல்லில் உள்ள ஓர் ஓட்டல் முதலாளியின் மகனாக மறுபிறவி எடுத்திருப்பது தெரியவந்தது.

ஆக ஆவி உலகத் தொடர்பின் மூலம் முற்பிறவி-மறுபிறவிகள் பற்றி அறிந்துகொள்ளலாம் என்பது இதன்மூலம் தெரிய வருகிறது.

மறைமலை அடிகள் கூறும் மறுபிறவிச் சம்பவம்

சென்ற நூற்றாண்டில் வாழ்ந்த தமிழறிஞர்களுள் குறிப்பிடத்தகுந்தவர் மறைமலை அடிகள். அவர் இதுபோன்ற துறைகளில் ஆய்வுசெய்து 'தொலைவில் உணர்தல்' 'மரணத்தின் பின் மனிதர் நிலை' போன்ற பல நூல்களையும் கட்டுரைகளையும் எழுதியுள்ளார். 'சென்ற பிறவியின் நினைவுகள்' என்ற தலைப்பில் அவர் எழுதியுள்ள கட்டுரைகளில் பல சுவாரஸ்யமான முற்பிறவி-மறுபிறவிச் சம்பவங்கள் பற்றிக் குறிப்பிட்டுள்ளார்.

ஒரு பெரிய மிருகத்தின் கால்களிடையே குடைந்து செய்யப்பட்ட ஒரு கோயிலையும் அங்கு நடைபெறும் கிரியைகளையும் அதனைச் சூழ்ந்த நிலத்தோற்றத்தையும் ஒருவர் தெளிவாக நினைவுகூர்ந்தார்; அவர் இப்பிறவியில் அத்தகைய கோயிலையும் அதனோடு சேர்ந்த பிறவற்றையும் எங்கும் கண்டவர் அல்லர். நூல்களில் படித்தாயினும் பிறர் மூலம் கேட்டாயினும் உணர்ந்தவருமல்லர். கனவிலும் நனவிலும் இவர் அடிக்கடி நினைவுகூர்ந்து வந்த அக்கோவில் எங்குள்ளன என்று ஆராய்ந்த ஒருவர், அவை பழைய எகிப்து நாட்டினில் இருப்பதையறிந்து வியப்புற்றார். முன்னொரு பிறவியில் அவர் எகிப்து நாட்டில் பிறந்திருந்தபோது அங்குக் கண்டவற்றை இப்பிறவியில் தெளிவாக நினைவு கூர்ந்தார். இவர் கூறிய இடங்களை (Egyptian Sphinx) இப்போதும் எகிப்து நாட்டுக்குச் செல்பவர் காணலாம்.

இன்னும் ஒருவர் முன்னொரு பிறவியில் தாம் சீன தேசத்தின் உள்நாடு ஒன்றிலுள்ள ஆலயத்தில் கண்ட காட்சிகளையும் அங்கு நடந்த மறைவான சடங்குகளையும் தாம் அந்த ஆலயத்தில் செய்த ஊழியத்தையும் பேசிய சொற்களையும் நடைபெறும் கிரியைகளையும் தெளிவாக நினைவுகூர்ந்து வந்தார். இவர் நினைத்தவை அத்தனையும் உண்மை அனுபவங்கள் என்று அவற்றை ஆராய்ந்தவர் மெய்ப்பித்திருக்கிறார்.

மற்றுமொருவர், தாம் தொடர்ந்து ஏழு பிறவிகளில் அனுபவித்த இன்பங்களையும், அப்பிறவியில் தாம் இருந்த இடங்களையும் அங்கே தாம் கொண்டிருந்த பெயர்களையும் இன்னும் பல வரலாறுகளையும் மிகவும் நுணுக்கமாக நினைவு கூர்ந்துவந்தார். இவரது நினைவின் ஆற்றல் மிகவும் புதுமையாகவும் பெரும் வியப்பைத் தருவதாகவும் இருந்தது. ஒரு பிறவியில் தாமிருந்த இடத்தையும், அதனைச் சூழ்ந்து உள்ள பொருள்களையும் பெரிதும் நினைவு கூர்ந்தமையால் அவற்றை இவர் இப்பிறவியில் தாமே நேரில் சென்று கண்டு, தமது அனுபவம் யாவும் உண்மையே என்று கண்டார்.

இவ்வாறு மறைமலை அடிகள் குறிப்பிட்டிருக்கின்றார். மேலும் அவர் ‘காசிக்குச் சென்றவர் காஞ்சி மாநகரை இல்லாத பொய்ப் பொருள் என்று மறுத்தலும், காஞ்சிக்கு மீண்டபின் அவர் காசி மாநகரை இல் பொருளென்று கூறுதலும் சிறிதேனும் பொருத்தம் இல்லாத பித்த உரை ஆதல் போல, ஒரு நிலையில் உள்ளோர் பிறிதொரு நிலையின் உண்மை உணராமல் அதனைப் பொய்யென்றுரைத்தல் பெரியதோர் அறியாமையும், மயக்க உணர்ச்சியுமாகும். கனவில் தோன்றும் உணர்வு நிகழ்ச்சிகளில் பெரும்பாலானவை முற்பிறவியின் அனுபவங்களாகும்’ என்று குறிப்பிட்டிருப்பது சிந்திக்கத்தகுந்த ஒன்று.

தாத்தாவின் மறுபிறவி

சண்டிகரில் வசிக்கும் ரடோல் என்பவர் கூறும் முற்பிறவி நினைவு ஆச்சரியம் தரக்கூடிய ஒன்று. சிறுவயது முதலே தனக்கு அடிக்கடிக் கனவுகளில் ஏரிகளும் நீர்நிலைகளும் வருவதாகக் கூறும் ரடோல், தான் குழந்தையாக இருக்கும்போது தனக்கு முற்பிறவி நினைவுகளின் தாக்கம் அதிகம் இருந்ததாகத் தனது பெற்றோர்கள் கூறியதாகக் குறிப்பிடுகிறார்.

ரடோல் இரண்டு வயதாக இருக்கும்போதே பேச ஆரம்பித்து விட்டாராம். தன் குழந்தைப் பருவத்தில் தான் குழந்தை இல்லை என்றும், தன் வீடு இது இல்லை என்றும் கூறிய

ரடோல், தனக்கு மூன்று பேரப் பிள்ளைகள் இருப்பதாகவும், அவர்களைத் தான் உடனடியாகச் சென்று பார்க்கவேண்டும் என்றும் அடம் பிடித்திருக்கிறான். மேலும் தான் பிறந்த ஊர் பஞ்சாப் அருகே உள்ள ஒரு கிராமம் என்றும், அந்தக் கிராமத்தின் அருகே ஒரு பெரிய ஏரி இருக்கிறது என்றும் குறிப்பிட்டிருக்கிறான். தான் ஒரு தொழிலதிபர் என்றும், ஒருநாள் ஜீப்பில் வந்து கொண்டிருக்கும்போது அந்த ஏரியில் ஜீப் கவிழ்ந்து தான் இறந்துவிட்டதாகவும் கூறியிருக்கிறான். ராரா சஹிப் என்ற இடத்திற்கு அருகே அந்தக் கால்வாய் இருக்கிறது என்றும் அவன் கூற ஆரம்பித்தான்.

குழந்தை கூறியதைக் கேட்ட பெற்றோர்கள் அதுபற்றி ஆராய்ந்ததில் ராரா சஹிப் என்பது லூதியானாவில் உள்ள ஓர் இடம் என்றும், அதன் அருகே ஒரு மிகப் பெரிய ஏரி உள்ளது என்றும், சில ஆண்டுகளுக்கு முன்னால் ஜீப் கவிழ்ந்து ஒரு பெரியவர் இறந்துபோனதும் தெரியவந்தது. அந்தப் பெரியவரின் மறுபிறவியே அந்தக் குழந்தை என்பதை உணர்ந்த பெற்றோர்கள், அந்த ஊரிலிருந்து வேறு இடத்திற்குக் குடும்பத்துடன் சென்று வசித்தனர். தற்போது அவற்றின் பாதிப்பு ஏதும் தனக்கு இல்லை என்றும், ஆனால் கனவில் ஏரி, குளம், கடல், ஆறு போன்ற நீர்நிலைகள் அதிகம் வருவதாகவும் அவை தனது முற்பிறவியின் தாக்கத்தினால் இருக்கலாம் என்றும் குறிப்பிடுகிறார்.

கத்தியைக் கண்டால் பயம்

ஒரு ஹிந்துக் குடும்பத்தில் புஷ்பா என்ற பெண் குழந்தை பிறந்தது. அதற்கு இரண்டு வயது நடக்கும்போது முற்பிறவியின் நினைவுகள் வர ஆரம்பித்தன. தனது பெயர் புஷ்பா அல்ல என்றும், தனது பெயர் 'மந்தீப் கௌர்' என்றும் தனக்குத் திருமணமாகிக் குழந்தைகள் இருப்பதாகவும் கூற ஆரம்பித்தாள். மேலும் கத்தி, அரிவாள்மனை போன்ற சமையலறைச் சாதனங்களைக் கண்டாலே நடுங்க ஆரம்பித்தாள். காரணம் என்னவென்று கேட்டதில் தனது முற்பிறவியில் தனது கணவனே கத்தியால் தன்னைக் குத்திக் கொன்றுவிட்டதாக அவள் பயத்துடன் தெரிவித்தாள்.

இது பற்றி ஆய்வு செய்ததில் மந்தீப் கௌர் என்னும் பெயருடைய சீக்கியப் பெண் அண்டை கிராமத்தில் வாழ்ந்து வந்ததும், சில வருடங்களுக்கு முன்னால் அவள் கணவனாலேயே குத்திக்கொலை செய்யப்பட்டதும் தெரியவந்தது. அவளின் மறுபிறவிதான் புஷ்பா என்பதைப் பெற்றோர் உணர்ந்துகொண்டனர். மேலும் புஷ்பா

ஹிந்துக் குடும்பத்தில் பிறந்திருந்தாலும் வளர வளரச் சடங்கு, வழிபாடு போன்றவற்றில் சீக்கியக் குடும்ப முறைகளையே பின்பற்ற ஆரம்பித்தாள். அதுமட்டுமல்ல; தனது மூன்றாவது பெண்ணின் திருமணம் நடந்தபோது பத்து வயதான புஷ்பா அதில் கலந்துகொண்டு மகளை ஆசிர்வதித்தாள்.

ஜஸ்பிரா, சோபாராமா?

உத்தரப்பிரதேச மாநிலத்தில் உள்ள ரஸல்பூர் என்ற கிராமத்தில் 'ஜஸ்பிர் லால் ஜட்' என்ற சிறுவன் வாழ்ந்துவந்தான். தனது மூன்றாவது வயதில் சிற்றம்மை நோயினால் அவன் பாதிக்கப்பட்டான். திடீரென்று ஒருநாள் அவன் மூச்சும் பேச்சும் அடங்கியது. இறந்து போய்விட்டான். மறுநாள் அவன் இறுதிச் சடங்குகள் நடந்து கொண்டிருக்கும் நேரத்தில் சிறுவனின் உடலில் அசைவு காணப்பட்டது. சற்று நேரத்தில் அவன் விழித்து எழுந்தான். ஆனால் சில நாள்களில் அவன் பேச்சு, செயல், நடவடிக்கை எல்லாம் மாற ஆரம்பித்துவிட்டது. தான் அவர்கள் குடும்பத்துச் சிறுவனல்ல என்றும், தன் தந்தை பெயர் சங்கர் லால் தியாகி என்றும், தன்னுடைய ஊரின் பெயர் விதேஹி என்றும் கூற ஆரம்பித்தான். தான் ஒரு பிராமணர் குடும்பத்தைச் சேர்ந்த பையன் என்றும், தன் பெயர் சோபாராம் என்றும் கூறிய அச்சிறுவன், தான் அவர்கள் வீட்டில் சாப்பிட முடியாது என்றும் கூறிவிட்டான். அதனால் பெற்றோர்கள் வேறு ஒரு அந்தணர் குலப்பெண்ணை அழைத்து அவனது உணவிற்கு ஏற்பாடு செய்தார்கள்.

மேலும் அவன் சொன்னதையெல்லாம் அவர்கள் ஆராய்ந்து பார்த்ததில் விதேஹி என்ற ஊர் அவர்கள் வசித்த கிராமத்திலிருந்து 22 மைல் தொலைவில் இருந்தது தெரியவந்தது. மேலும் ஜஸ்பிர் தனது முற்பிறவி பற்றிக் கூறும்போது ஒரு திருமண ஊர்வலத்தின்போது நஞ்சு கலக்கப்பட்டிருந்த உணவைத் தான் உண்டதாகவும், அதனால் மயங்கி, அந்த ஊர்வல வண்டியிலிருந்து கீழே விழுந்து இறந்துவிட்டதாகவும் தெரிவித்தான். இது பெற்றோருக்கு மிகுந்த வியப்பைத் தந்தது.

ஜஸ்பிருக்கு ஆறுவயது நடக்கும்போது ஒருமுறை விதேஹியிலிருந்து ரஸல்பூருக்கு வந்திருந்த ஆசிரியர் ஒருவரை அடையாளம் கண்டுகொண்டவன் அவரிடம் தன் தந்தை பற்றியும், தனது குடும்ப உறுப்பினர்கள் பற்றியும் விசாரித்தான். பெற்றோர்களும் ஊரார்களும் இது கண்டு ஆச்சரியமுற்றனர். பின்னர் ஜஸ்பிராகிய சோபாராமை அழைத்துக்கொண்டு விதேஹி கிராமத்துக்குச் சென்று பார்த்தனர். ஊருக்குச்

சென்றதுமே தனது தந்தையை, தாயைக் குடும்ப உறுப்பினர்களை ஜஸ்பிர் அடையாளம் கண்டுகொண்டதுடன், கண்ணீர்விட்டு அழுதான். அவர்களுடன் பாசத்தோடு உரையாடினான்.

இதுகுறித்த தகவல் முற்பிறவி-மறுபிறவி பற்றி ஆய்வுசெய்யும் ராஜஸ்தான் பல்கலைக்கழகப் பேராசிரியர் டாக்டர் பானர்ஜி அவர்களுக்குத் தெரியவந்தது. அவர் உடனடியாக அந்த ஊருக்கு வந்து சிறுவனைப் பற்றியும் அவனது முற்பிறவி வாழ்க்கையைப் பற்றியும் ஆராய்ந்தார். அவனது முற்பிறவிக் குடும்ப உறுப்பினர்களையும் சந்தித்தார். தனது ஆய்வின் முடிவில் ஜஸ்பிர், சங்கர்லால் தியாகி என்பவரின் மறுபிறவி என்று அறிவித்தார்.

சோபாராம், ஜஸ்பிர் பிறப்பதற்கு முன்னால் இறந்திருந்தால் ஜஸ்பிரை, சோபாராமின் மறுபிறவி என்று கூறலாம். ஆனால் ஜஸ்பிர் உயிருடன் இருந்த காலத்தில் சோபாராமும் உயிரோடு இருந்திருக்கிறான். ஜஸ்பிருக்கு சின்னம்மை போட்டிருந்த காலத்தில்தான் சோபாராம் விபத்தில் பலியானான். அப்படியானால் ஜஸ்பிர் சோபாராமின் மறுபிறவியா அல்லது சோபாராமின் ஆவி ஜஸ்பிரின் உடலில் புகுந்துகொண்டு விட்டதா? அப்படியென்றால் ஜஸ்பிரின் ஆன்மா எங்கே போயிற்று? இவையெல்லாம் முற்பிறவி-மறுபிறவி ஆய்வுகளில் புதிராக விளங்குபவை.

இது மட்டுமல்ல, மனிதன் தனது முற்பிறவி நினைவுகளில் தாம் மனிதராக வாழ்ந்ததை மட்டுமே திரும்பத் திரும்ப நினைவு கூர்கிறான். விலங்காகவோ, தாவரமாகவோ அவன் முற்பிறவியில் வாழ்ந்திருந்தால் அவை ஏன் நினைவு கூரப்படுவதில்லை, அந்த நினைவுகள் அவனுக்கு வராத காரணம் என்ன? விலங்குகளுக்கு அறிவில்லை என்று கூறப்படுவதுதான் காரணமா?

புராண, இதிகாசங்களில், இலக்கியங்களில் முற்பிறவி வாழ்க்கைகளில் மிருகமாக இருந்தவர்கள் பற்றிய வரலாறுகள் குறிப்பிடப்பட்டிருக்கின்றன. இவையெல்லாம் முற்பிறவி-மறுபிறவியை நம்பாத ஆய்வாளர்கள், சிந்தனையாளர்கள் கேட்கும் கேள்விகள். இவற்றிற்கு முற்பிறவி-மறுபிறவி ஆய்வாளர்களால் தெளிவான பதிலை அளிக்க முடியவில்லை என்பதே உண்மை..

இந்தியாவின் தலைமை நீதிபதியாக இருந்து புகழ்பெற்றவரும், மிகச் சிறந்த மனிதநேய ஆர்வலருமான நீதிபதி கிருஷ்ணய்யர் அவர்கள் வாழ்வில் நடந்த மறுபிறவி தொடர்பான சுவாரஸ்யமான சம்பவம் ஒன்றைப் பார்ப்போம்.

என்னைக் கொன்றவர்களை எனக்குத் தெரியும்!

ஆக்ராவில் 1983ம் ஆண்டு பிறந்தவன் திது சிங். அவனுக்கு நான்கு வயதானபோது, தான் திது சிங் இல்லை என்றும் தனது பெயர் சுரேஷ் வர்மா என்றும், தனக்குத் திருமணமாகி விட்டது; மனைவி, குழந்தைகள் உள்ளனர் என்றும் கூற ஆரம்பித்தான். தனது மனைவி பெயர் உமா என்றும் ஆக்ரா கடைத்தெருவில் தனக்குச் சொந்தமாக ஒரு ரேடியோ கடை உள்ளது என்றும் கூறினான். தன்னை தனது குடும்பத்தினரோடு சேர்த்து வைக்குமாறு தற்போதைய பெற்றோர்களிடம் அழுது அடம்பிடிக்க ஆரம்பித்தான். மேலும் அவன் சொன்ன முக்கியத் தகவல் அவர்களைத் திடுக்கிட வைத்தது.

‘முற்பிறவியில் ஒருநாள் நான் என் வேலைகளை முடித்துவிட்டுக் காரில் வீட்டிற்குத் திரும்பிக்கொண்டிருந்தேன். வாசலில் காரை விட்டிறங்கி வீட்டிற்கு உள்ளே செல்லும்போது, திடீரென எனது வீட்டு வாசலின்முன் வந்த இரண்டு நபர்கள் என்னைச் சுட்டுவிட்டனர். தலையில் காயம்பட்ட நான் உடனடியாக இறந்துவிட்டேன். என்னைக் கொன்றவர்களில் ஒருவனை எனக்கு மிக நன்றாக அடையாளம் தெரியும். தொழிலதிபரான சித்திக் ஜொஹைய்தீன்தான் அது’ என்றான் சிறுவன். பெற்றோர்களுக்கு ஒரே அதிர்ச்சி.

திது சிங்கின் மூத்த சகோதரன் இது பற்றிய உண்மையை அறிந்துகொள்ள ஆர்வமுற்றான். ஆக்ராவின் கடைத்தெருவில் விசாரித்தான். திது சொன்ன அடையாளத்துடன் சுரேஷ் ரேடியோ ஷாப் என்ற பெயரில் ஒரு ரேடியோ கடை இருந்ததைப் பார்த்தான். கடையில் விசாரித்தபோது, அந்தக் கடையின் முதலாளியாக இருந்த சுரேஷ் வர்மா சில வருடங்களுக்கு முன்னால் இறந்து விட்டதாகவும், மேலும் தகவல் அறிய அவரது மனைவி உமா வர்மாவைச் சந்திக்குமாறும் கடையில் உள்ள நபர்கள் கூறினர். உடன் உமாவைச் சந்திக்கப் புறப்பட்டான் அவன்.

உமாவைச் சந்தித்து விவரம் கேட்டபோது, ஒருநாள், தன் கணவர் கடையிலிருந்து வீட்டிற்குத் திரும்பும்போது, தன் வீட்டு வாசலில் வைத்தே சுட்டுக் கொல்லப்பட்டதாகவும் அப்போது இரவு நேரம் என்பதால் வாசலில் வெளிச்சம் இல்லை என்றும், அப்போது ஏற்பட்ட பதற்றத்தினால் யார் கொன்றது என்பதைத் தம்மால் கண்டுபிடிக்க முடியவில்லை என்றும் கூறினார். திது கூறியது அனைத்தும் உண்மை என்பதையும், வெளியில் நின்று கொண்டிருந்ததால் சுரேஷால் தன்னைக் கொன்றவர்களை அடையாளம் காணமுடிந்தது என்பதையும் திதுவின் சகோதரன் உணர்ந்து கொண்டான்.

பின்னர் உமா வர்மாவிடம் தனது சகோதரன் திது சிங் பற்றியும், அவன் கூறிய முற்பிறவி விவரங்கள் பற்றியும் தெரிவித்தான். மகிழ்ச்சிகொண்ட அவள் தனது குழந்தைகள், மைத்துனர், மாமியார், மாமனாருடன் திதுவைச் சந்திக்கச் சென்றாள். அவர்களை அடையாளம் கண்டு கொண்ட திது மகிழ்ச்சியில் துள்ளிக் குதித்தான். அங்கும் இங்கும் ஓடினான். பின்னர் அருகில் உள்ள ஒரு ஸ்டூலில் தாளம் போட ஆரம்பித்தான். மகிழ்ச்சியாக இருக்கும் நேரங்களில் அவ்வாறு செய்வது சுரேஷின் வழக்கம் எனக் கூறிய அவனது பெற்றோர்கள், அவன் சுரேஷின் மறுபிறவியே என்பதை அறிந்து மகிழ்வுற்றனர்.

பின்னர் திது அவனது தற்போதைய பெற்றோரின் அனுமதியுடன் தனது முற்பிறவி வீட்டிற்கு அழைத்துச் செல்லப்பட்டான். அவன் சொல்வது பொய்யா அல்லது உண்மைதானா என்றறிய அவனது முற்பிறவிச் சகோதரர்கள் அவனைச் சோதிக்க எண்ணினர். கடைத்தெருவிற்குச் செல்லும் வழியில் செல்லாது காரில் மாற்று வழியில் சென்றனர். ஆனால் சரியான வழியை திது அடையாளம் காட்டினான். மேலும் அவனைக் குழப்ப அவனது கடை இருந்த இடத்தைத் தாண்டி வேகமாகக் காரை ஓட்டிச் சென்றனர். ஆனால் தனது கடை இருந்த இடத்தைச் சரியாக அடையாளம் கண்டுகொண்ட நான்கு வயதுச் சிறுவன் திது, உடனடியாகக் காரை அங்கே நிறுத்தச்செய்து கடையை நோக்கி வேகமாக ஓடி அதை அனைவருக்கும் அடையாளம் காட்டினான். இறுதியில் சிறுவன் திதுதான் முற்பிறவியில் இறந்த தங்களது உறவினன் சுரேஷ் என்பதை அனைவரும் ஒப்புக்கொண்டனர்.

இது பற்றிய செய்தி வெளியானதும் டெல்லி பல்கலைக்கழகத்தின் பேராசிரியர் சட்டாஹ் இது பற்றிய உண்மைகளை அறிய ஆவல் கொண்டார். உமா வர்மா மற்றும் குடும்பத்தைச் சந்தித்தவர், சுரேஷ் பற்றிய செய்திகளை விசாரித்தார். உமா வர்மாவிடம் 'எப்படி திதுதான் உங்களது முற்பிறவிக் கணவன் சுரேஷ் என்று அவ்வளவு உறுதியாக நம்புகிறீர்கள்' என்று கேட்டார். அதற்கு உமா 'சுரேஷும் நானும் ஒருமுறை சுற்றுலா சென்றபோது நான் கேட்ட இனிப்பை ஒரு கூடை நிறைய சுரேஷ் வாங்கிக் கொடுத்தார். இது எனக்கும் சுரேஷிற்கும் மட்டுமே தெரிந்த விஷயம். எனது குடும்ப உறுப்பினர்கள் உட்பட மற்ற யாருக்குமே தெரியாத விஷயம். திது இதை நினைவு கூர்ந்ததுடன், எனக்கும், சுரேஷிற்கும் மட்டுமே

தெரிந்த அந்தரங்கமான விஷயங்களையும் நினைவு கூர்ந்து கூறினான். அதனால் சுரேஷின் மறுபிறவிதான் திது சிங் என்பதில் எனக்கு எவ்வித ஐயமுமில்லை' என்று தெரிவித்தாள்.

சட்டாஹ், இந்தச் சம்பவத்தைப் பற்றி பேராசிரியர் இயான் ஸ்டீவன்சனுக்கு தகவல் தெரிவித்தார். அவர் தனது நண்பர் அண்டோனியா மில்ஸ் என்பவரை ஆக்ராவிற்கு அனுப்பி இந்தச் சம்பவத்தைப் பற்றி முழுமையாக ஆராய்ச்சி செய்யுமாறு கூறினார். ஆய்வின் முடிவில் திது கூறியது அனைத்தும் உண்மை என்றும், சுரேஷின் மறுபிறவிதான் திது என்பதும் உறுதிப்படுத்தப்பட்டது.

மேலும் இதுபோன்று சுடப்பட்டோ அல்லது காயம், விபத்து ஏற்பட்டோ இறப்பவர்களுக்கு மறுபிறவியிலும் அதன் தாக்கம், தழும்பு போன்றவை இருக்கும் என்பது டாக்டர் இயான் ஸ்டீவன்சனின் கண்டுபிடிப்பு.

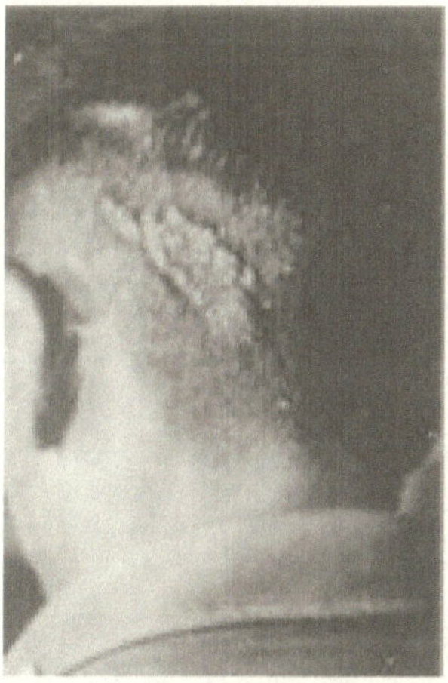

சுரேஷ் தலையில் குண்டு பாய்ந்து இறந்தார். எனவே திதுவின் தலைப்பகுதியை ஆராய்ந்து பார்த்தனர். ஆச்சர்யப்படும் விதத்தில் தலையின் வலது மேற்புறத்தில் குண்டு துளைத்தது போன்ற காயத்தையும் இடப்புறம் அந்தக் குண்டு வெளியேறியது போன்ற தழும்பையும் அவர்கள் கண்டறிந்தனர். ஆகவே சுரேஷின் மறுபிறவிதான் திது என்பதில் யாருக்கும் எவ்வித ஐயமும் ஏற்படவில்லை.

இதுபோன்று ஆச்சரியமூட்டும் முற்பிறவி-மறுபிறவிச் செய்திகள் உலகெங்கிலும் அவ்வப்போது நிகழ்ந்த வண்ணம்தான் உள்ளன.

18

ஒரு நீதிபதியின் ஆவி உலக அனுபவம்

இந்தியாவின் தலைமை நீதிபதியாக இருந்தவர் ஜஸ்டிஸ் கிருஷ்ணய்யர். மிகவும் புகழ்பெற்றவர். சேவை மனப்பான்மை கொண்டவர். இவர் 'Death and After' என்று ஓர் ஆய்வு நூலை எழுதியிருக்கிறார். அதில் ஆவிகள் பற்றியும், மறுபிறவி பற்றியும் பல விஷயங்களைக் கூறியிருக்கிறார்.

கிருஷ்ணய்யரின் மனைவி பெயர் சாரதா. அவர் இருதயக் கோளாறால் இறந்து விட்டார். இது கிருஷ்ணய்யருக்கு மிகுந்த சோகத்தைத் தந்தது. *33* வருடங்கள் ஒன்றாக வாழ்ந்த இணைத் தன்னைவிட்டுப் பிரிந்ததைக் குறித்து மிகவும்

கவலைகொண்டார். மரணம் என்றால் என்ன, அதன்பின் மனிதர்களின் நிலை என்னவாகிறது என்பது பற்றியெல்லாம் ஆராய்ந்தார். ஆவிகளுடன் பேசும் முறைகள் பற்றியும் ஆய்வுகள் செய்தார். உலகமெங்கும் பயணம் செய்து பல புகழ்பெற்ற மீடியம்களைச் சந்தித்தார். பல அதிசய அனுபவங்களை, தகவல்களைப் பெற்றார் என்றாலும் நேரடியாக அவரால் அவரது மனைவியின் ஆவியுடன் தொடர்புகொள்ள இயலாமல் இருந்தது.

அவர் மனைவி சாரதாவின் ஆவி பிறர் கண்களுக்குத் தட்டுப்பட்டது. அவர்களோடு பேசியது. பல எதிர்காலத் தகவல்களைக் கூறி எச்சரிக்கை செய்தது. ஆனால் கிருஷ்ணய்யருக்கு மட்டும் அந்த வாய்ப்புக் கிடைக்கவேயில்லை. காரணத்தை சாரதாவின் ஆவியிடம் கிருஷ்ணய்யரின் நண்பர் ஒருவர் வினவியபோது, ‘அவர் என் பிரிவால் அடைந்திருக்கும் சோகமும், அதனால் ஏற்படும் துயரமுமே மிகப் பெரிய திரையாகச் சூழ்ந்து அவரை என்னோடு தொடர்புகொள்ள இயலாமல் செய்திருக்கிறது. அதை அவர் மாற்றிக்கொள்ள வேண்டும். மகிழ்ச்சியாக வாழ முயலவேண்டும்’ என்று அறிவுறுத்தியது.

இதனை அறிந்த கிருஷ்ணய்யர் மிகவும் துயரம் கொண்டார். ஒருநாள் கிருஷ்ணய்யரின் இல்லத்திற்கு ஒரு சாது வந்தார். அவர் புராணப் பிரசங்கம் செய்வதில் வல்லவர். ஆவிகளுடன் பேசுவதிலும் பயிற்சி பெற்றவர். அவர் கிருஷ்ணய்யருக்கு ஆவிகளுடன் பேசுவதற்காகச் சில பயிற்சி முறைகளைச் சொல்லித் தந்தார். ஆனால் அய்யர் அப்போது உச்சநீதிமன்றத்தில் அமர்வு நீதிபதியாகப் பணியாற்றி வந்ததால் வேலைகள் அதிகம் இருந்தன. அதனால் அந்தப் பயிற்சிகளைச் செய்ய அவரால் இயலவில்லை. இனி கிருஷ்ணய்யர் கூற்றாகவே வருவதைக் காண்போம்.

‘அந்தச் சாது என்னோடு சில நாள்கள் தங்கினார். என்னைத் தனது சிஷ்யப் பொறுப்பிலிருந்து விடுவித்தார். ஒருநாள் பௌர்ணமி இரவு அன்று அவர் தியானத்தில் அமர்ந்தார். பின் தான் தற்போது சாரதாவின் ஆவியுடன் தொடர்பு கொள்ளப்போவதாகத் தெரிவித்தார். நானும் அதற்குச் சம்மதித்தேன். அவர் நீண்ட தியானத்தில் ஆழ்ந்தார். நான் சிறிது நேரம் அங்கிருந்துவிட்டுப் பின் என் அறைக்குச் சென்று விட்டேன்.

மறுநாள் காலையில் நான் எழுந்ததும் அந்தச் சாது என்னைச் சந்தித்தார். தனது தியானத்தில் என் மனைவியைக் கண்டதாகவும் (அவர் முன்பே என் மனைவியின் புகைப்படத்தைப் பார்த்திருந்தார்), அவர் பத்மா, காந்தா என்னும் இரண்டு பெயர்களை மட்டும் கூறிவிட்டு உடனடியாக மறைந்துவிட்டதாகவும் கூறினார். நான் அதிர்ச்சியுற்றேன். காரணம், இந்த முன்பின் தெரியாத சாதுவால் அந்தப் பெயர்களைக் கற்பனை செய்துகூடச் சொல்லியிருக்க முடியாது. ஏனென்றால் பத்மா என்பது என் மனைவியின் சகோதரி பெயர். காந்தா என்பது என் மனைவியின் சகோதரர் பெயர் (காந்தா என்றுதான் அவரை அனைவரும் அழைப்பார்கள்). ஆக, இவர் என் மனைவியைக் கண்டதாகச் சொல்வது உண்மைதான் என உணர்ந்தேன்.

சில நாள்கள் போயிற்று. மீண்டும் அவர் ஒருநாள் இரவு அவர் தியானத்தில் அமர்ந்தார். மறுநாள் அவர் தியானத்தில் கண்டவற்றை என்னிடம் சொல்ல ஆரம்பித்தார். 'என் தியானத்தில் உன் மனைவியைக் கண்டேன். 'நான் என் கணவரது வருகைக்காக இங்கே காத்துக் கொண்டிருக்கிறேன். ஆனால் அதற்குள் ஒருவேளை நான் மறுபிறவி எடுக்கவேண்டி வந்தாலும் வரலாம். அப்படி நான் மறுபிறவி எடுத்தால், சென்னையிலுள்ள டாக்டர் சந்தானம், ஜெயா சந்தானம் தம்பதிகளுக்குக் குழந்தையாகப் பிறப்பேன்' என்றாள் அவள்' என்றார் சாது.

நான் திகைத்துப் போய் நின்று விட்டேன், காரணம், சந்தானம் என்பது என் மனைவி சாரதாவின் இளைய சகோதரர் பெயர். அவர் சென்னையில் டாக்டராகப் பணியாற்றி வந்தார். அவரது மனைவி பெயர் ஜெயா. இதை அந்தச் சாது பொய்யாகவோ கற்பனை செய்தோ சொல்லியிருக்க முடியாது. மேலும் இந்த விஷயங்களை அவரிடம் தெரிவிப்பதற்கான ஆள்களும் என் வீட்டில் அப்போது இல்லை. இது உண்மைதான் என்பதற்கு இதைவிட வேறு ஆதாரம் வேண்டுமா?' என்கிறார் ஸ்ரீ கிருஷ்ணய்யர்.

1976ல் இச்சம்பவம் நடந்ததாக கிருஷ்ணய்யர் தமது நூலில் குறிப்பிட்டிருக்கிறார். இப்போது 2025. சாரதா மறுபிறவி எடுத்து விட்டாரா என்பதை ஆராய்ந்து பார்த்துத்தான் சொல்லவேண்டும்.

இனி மறுபிறவி என்பது உண்மைதான் என்பதற்கு ஆதாரமாக நிகழ்ந்த சில சம்பவங்களைப் பார்ப்போம்.

தபால் அதிகாரியின் மகன் கூறிய முற்பிறவி

பஜித்பூர் என்ற ஊரில் வாழ்ந்து வந்த ஒரு தபால் அதிகாரியின் மூன்று வயது மகன் திடீரென ஒருநாள் தொடர்ந்து அழத்தொடங்கினான். தனது சொந்த ஊர் இதுவல்ல என்றும், தன் ஊர் சிட்டகாங்கில் உள்ள பஜில்பூர் என்றும், தனக்குத் திருமணமாகி மூன்று புதல்வர்களும், நான்கு புதல்விகளும் இருக்கின்றனர் என்றும் கூற ஆரம்பித்தான். தனது ஊருக்கு வக்ஸம் என்ற ரயில் நிலையத்தில் இறங்கிச் செல்லவேண்டும் என்றும் தனது ஊருக்கு அருகே மேஹர் கலிபாரி என்ற இடம் உள்ளது. அங்கேதான் ஸ்ர்வானந்தர் என்ற மகான் முக்தியடைந்தார் என்றும் கூறினான்.

அங்கே உள்ள ஓர் ஆலமரத்தின் அடியில்தான் பூஜை, பஜனை முதலியன நடைபெறும், அங்கே வழிபடுவதற்காகத் தெய்வத்தின் சிலை ஏதும் இல்லை என்றும் தெரிவித்தான். அருகே உயரமான ஒரு மரம் உள்ளது என்றும் கூறினான். தபால் அதிகாரி தன் ஊரைவிட்டு வெளியே எங்கும் அதிகம் சென்றதில்லை. அதனால் மிகுந்த ஆச்சரியமுற்ற அவர், இதெல்லாம் உண்மைதானா என்று ஆராய்ந்து பார்த்தபோதுதான் குழந்தை சொல்வது அனைத்தும் உண்மை என்று தெரியவந்தது. வெளியிடம் எங்கும் செல்லாத, எவ்வித உலக அனுபவமும் இல்லாத குழந்தை, இவ்வளவு தெளிவாக உண்மையான விஷயங்களைக் கூறியதால், அக்குழந்தை பஜில்பூரில் வாழ்ந்து இறந்த மனிதரின் மறுபிறவியே என்று அவரும் மற்ற மக்களும் நம்பினர்.

பரமானந்தின் மறுபிறவி

வடநாட்டில் உள்ள பிசௌலி மத்தியப் பல்கலைக்கழகத்தில் பேராசிரியராகப் பணியாற்றியவர் பாபு பங்கேலால் சர்மா. அவருக்கு இரண்டாவதாகப் பிறந்த சிறுவன் பரமானந்த். கிட்டத்தட்ட சிறுவனுக்கு மூன்று வயதானபோது அவன் தனது முற்பிறவி பற்றிக் கூறத்தொடங்கினான். தான் மொராதாபாத் என்ற ஊரில் வாழ்ந்த பிரபல உணவுப் பண்ட விற்பனையாளரான மோகன்லாலின் சகோதரன் என்றும், தன் பெயர் முற்பிறவியிலும் பரமானந்த்தான், தனக்கு மனைவியும், குழந்தைகளும் இருக்கிறார்கள் என்றும், தீராத வயிற்றுவலியால் தாம் இறந்து விட்டதாகவும், தங்களுக்கு நகரின் இரண்டு இடங்களில் பெரிய விற்பனைக் கூடங்கள் உண்டு என்றும் தெரிவித்தான்.

பையன் வளர வளர தன்னை உடனடியாக மொரதாபாத்திற்கு அழைத்துச் செல்லும்படி வலியுறுத்த ஆரம்பித்தான். மேலும் நகரின் கடைவீதிகளுக்குச் செல்லும் போதெல்லாம், மொராதாபாத்தில் உள்ள தங்கள் கடை இதைவிட மிகப் பெரியது என்று கூறிக் கொண்டிருந்தான். சிறுவன் பரமானந்தைப் பற்றிய செய்தி நண்பர்கள் மூலம் மொரதாபாத்தில் வசித்து வந்த மோகன்லாலுக்குத் தெரிய வந்தது. அவரும் அவனைச் சந்திக்க எண்ணினார். எனவே பரமானந்தை அழைத்து வருமாறு பாபு பங்கேலாலுக்கு வேண்டுகோள் விடுக்கப்பட்டது. அதன்படி பாபுலாலும் பரமானந்தை அழைத்துக்கொண்டு மொரதாபாத் கிளம்பினார்.

ரயில் நிலையத்தில் இறங்கியதுமே சிறுவன் பரமானந்த ஓடிப்போய் தனது சகோதரன் மோகன்லாலை அடையாளம் கண்டுகொண்டதுடன், அவரை அப்படியே கட்டிக்கொண்டான். ஆனாலும் மோகன்லால் நம்பாமல் அவனை மேலும் பரிசோதனை செய்து பார்க்க எண்ணினார். ஜீப்பில் வீட்டிற்குச் செல்லும் வழியில் கடையைத் தாண்டி வேகமாகச் சென்றார். ஆனால் சிறுவன் அந்த வீதியையும், கடையையும் வீட்டையும் அடையாளம் கண்டுகொண்டு, வண்டியை நிறுத்தச் செய்தான். உடனடியாக வீட்டிற்குள் நுழைந்தவன் தனது மாடியறையை அடையாளம் காட்டினான். பூஜை அறை, தான் வைத்திருந்த பணப்பெட்டி போன்றவற்றையும் அடையாளம் காட்டினான்.

மேலும் தனது மனைவி, குழந்தைகள் ஆகியோரைக் கண்டு கண்ணீர் விட்டான். தனது உறவினர்கள், அவர்களது கடைகள், முற்பிறவியில் தனது நண்பர்களாக இருந்தவர்கள், தான் கணக்கு வைத்திருந்த வங்கி, தான் வழக்கமாக முடிவெட்டிக் கொள்ளும் கடை என எல்லாவற்றையும் அடையாளம் காட்ட அவனால் முடிந்தது. முன் ஜென்மத்தில் அவனோடு பழகியவர்கள், நண்பர்கள் பலரும் அவன்முன் வந்து அவனைப் பரிசோதித்துப் பார்த்தனர். இறுதியில் ஆர்ய சமாஜத்தில் நடந்த ஒரு கூட்டத்தில் வியாபாரி பராமனந்தின் மறுபிறவியே சிறுவன் பரமானந்த் என்பது சந்தேகத்துக்கிடாமல் நிரூபமானது.

சோடிலாலின் மறுபிறவி

உத்தரப்பிரதேச மாநிலத்தில் உள்ள பிப்பாரியா கிராமத்தைச் சேர்ந்தவர் பாபுராம். அவரின் நான்கு வயது மகன் ‘அனகேஷ்’

திடீரெனத் தன் பெயர் 'சோடிலால்' என்றும் தனக்குத் திருமணமாகிவிட்டது என்றும், தனக்கு மூன்று குழந்தைகள் இருப்பதாகவும் கூற ஆரம்பித்தான். மேலும் தான் தன் மனைவி குழந்தைகளுடன் அதே மாநிலத்தில் உள்ள பரேலி மாவட்டத்தில் உள்ள பஹேடி என்ற கிராமத்தில் வாழ்ந்ததாகவும் சாலை விபத்து ஒன்றில் டிரக் மோதித் தான் இறந்ததாகவும் கூறியிருக்கிறான். ஆரம்பத்தில் இதனைப் பொருட்படுத்தாத அச்சிறுவனின் தந்தை பின்பு தீவிரமாக விசாரித்தபோது அவ்விஷயம் உண்மைதான் எனத் தெரிந்து அதிர்ச்சி அடைந்தார்.

சிறுவன் தொடர்ந்து தனது ஊருக்குச் செல்லவேண்டும் என்று அழுது அடம்பிடிக்கவே பெற்றோர்கள் அனகேஷை அவனது முற்பிறவி ஊரான பஹேடிக்கு அழைத்துச்சென்றனர். சிறுவனோ பலநாள் பழக்கப்பட்டவன்போல அந்த ஊருக்குச் சரியான வழியைக் காட்டியதுடன், அவனது முற்பிறவித் தாய், மனைவி, குழந்தைகளையும் அடையாளம் காட்டினான். இருப்பினும் இதை ஏற்காத பெற்றோர்கள் அவனை மனோதத்துவ நிபுணர்களிடம் அழைத்துச்சென்று காட்டினர். அவர்களோ, சென்ற பிறவியின் நினைவுகள் சிலருக்கு ஏற்படுவது சகஜம்தான் என்றும், அந்த நினைவுகள் குழந்தை வளர வளர மறைந்து விடும் என்றும் கூறி அவர்களை ஆறுதல்படுத்தினர். நாளடைவில் சிறுவனும் சரியாகி விட்டான்.

கல்பனா சாவ்லாவின் மறுபிறவி?

கல்பனா சாவ்லா. விண்வெளி வீராங்கனையாக மலர்ந்து அந்த விண்ணிலேயே கருகிப்போனவர். இந்தியாவிற்கு

உலகப் புகழ் சேர்த்தவர். பெண்ணினத்தின் பெருமைக்கு எடுத்துக்காட்டாய் விளங்கியவர். அவர் விண்வெளி ஆய்விற்காகப் பயணம் மேற்கொண்ட கொலம்பியா விண் கப்பல் தரையிறங்கும்போது பெரும் விபத்தைச் சந்தித்தது. இந்திய மனங்களில் பெரும் சோகம் சூழ்ந்தது. மண்ணில் பிறந்து மண்ணிலே தவழ்ந்த கல்பனா சாவ்லா 2003ம் வருடம் பிப்ரவரி மாதத்தில் விண்ணிலே மறைந்தார்.

இந்நிலையில் உத்தரப்பிரதேசத்தில் உள்ள பாடா எனும் கிராமத்தில் வாழும் ஏழு வயதுச் சிறுமியான உபாசனா, தான் 'கல்பனா சாவ்லா' என்று அறிவித்துப் பெரும் பரபரப்பை ஏற்படுத்தியிருக்கிறாள்.

உபாசனா

கல்பனா சாவ்லா விபத்தில் இறந்த இரண்டு மாதங்கள் கழித்து ஏப்ரல் 2003ம் வருடம், ஒரு சாதாரண ஏழைக் குடும்பத்தில் உபாசனா பிறந்தாள். சாதாரணக் குழந்தைகளைப் போலவே வளர்ந்த அவள், தனக்கு நான்கு வயதாகும்போது தனது முற்பிறவிகள் பற்றிக் கூற ஆரம்பித்தாள். கொலம்பியா விண்கலம் பற்றி, அதில் தன்னுடன் பயணம் செய்த சக விஞ்ஞானிகள் குறித்தெல்லாம் அவள் பல தகவல்களைக் கூற, அதிகம் கல்வியறிவு இல்லாத அவள் பெற்றோர்களுக்கு அவள் சொன்னது எதுவுமே புரியவில்லை.

'உபாசனா குழந்தையாக இருக்கும்போதே எப்போதும் பறப்பது பற்றியே பேசிக் கொண்டிருப்பாள்; அவளுக்கு அமெரிக்காவில் ஒரு பெரிய வீடு இருக்கிறது என்றும், அங்கு நிறையப் பணம் இருக்கிறது என்றும் சொல்வாள். தான் ஒரு விமானத்தில் பயணம் செய்தபோது அது ஒரு பனிமலைச் சிகரத்தில் மோதி நொறுங்கி விழுந்துவிட்டது என்றும் அதில் தான் இறந்து போய் விட்டதாகவும் சொல்வாள். குழந்தை ஏதோ உளறுகிறது என்று நாங்கள் முதலில் அதைக் கண்டு

கொள்ளவில்லை. ஆனால் என்னுடைய தாய் வீட்டிற்கு அவளை அழைத்துக்கொண்டு போனபோது அங்குள்ள ஒரு செய்தித்தாளில் இருந்த ஒரு போட்டோவைப் பார்த்து, அதுதான் நான் என்று கூற ஆரம்பித்தாள். அக்கம்பக்கத்தினர் மூலம்தான் அது 'கல்பனா சாவ்லா' என்பதும், அந்தப் பெண் ஒரு விமான விபத்தில் இறந்து போய்விட்டாள் என்பதும் தெரியவந்தது. அதன் பின்னர்தான் குழந்தை சொல்வது பொய்யில்லை, அனைத்தும் உண்மை என்பதை உணர்ந்துகொண்டோம்' என்கிறார் உபாசனாவின் தாய் ஞானேஸ்வரி.

தங்களுக்குக் கல்வியறிவு அதிகம் இல்லாததால் அக்கம் பக்கத்தினருடனான உரையாடல்கள் மூலம்தான் உபாசனா தனது முற்பிறவி பற்றிக் கூறுகிறாள் என்பதை உணர்ந்துகொள்ள முடிந்தது என்கிறார் தந்தை ராஜ்குமார். அதன் பின் உபாசனா தன் வீடு இதுவல்ல என்று அழுது அடம்பிடிக்க ஆரம்பித்துவிட்டாள். தான் கர்நாலில் பிறந்ததாகவும் தாய் பெயர் ரேகா என்றும், தந்தை பெயர் பன்சாரி லால் சாவ்லா என்றும் கூறியவள், தான் உடனே அங்குப் போகவேண்டும் என்று அழுது அடம்பிடிக்க ஆரம்பித்துவிட்டாள். விசாரித்ததில் அவள் கூறுவது அனைத்தும் உண்மைதான் என்று தெரியவந்தது. (ஆனால் தாய் பெயர் ரேகா அல்ல, சன்ஜோக்டா. அதை மட்டும் அவளால் சரியாகச் சொல்லமுடியவில்லை).

உபாசனாவிடம் தனியாகப் பல முறை உரையாடிய அவள் தாய் வழிப்பாட்டி குழந்தை நிச்சயமாகப் பொய் சொல்லவில்லை; அவள் கூறுவது முழுக்க முழுக்க உண்மை என்று தெரிவித்தாள். இந்த விவரங்கள் கல்பனா சாவ்லாவின் தந்தையான பன்சிலால் அவர்களுக்கும் தெரியவந்தது. ஆனால் அவர் இதனை நம்பாததுடன், இதெல்லாம் ஏமாற்று வேலை என்று கூறி உபாசனாவைச் சந்திக்க மறுத்துவிட்டார்.

தாங்கள் ஏமாற்றுக்காரர்களாகச் சித்திரிக்கப்படுவதை விரும்பாத உபாசனாவின் தந்தை ராஜ்குமார், அது முதல் மகளின் முற்பிறவி பற்றிய விஷயங்களை வெளியாருக்குக் கூறுவதை விட்டுவிட்டார். உபாசனா உண்மையிலேயே கல்பனா சாவ்லாவின் மறுபிறவிதானா என்பதை விஞ்ஞானிகள்தான் முறையாக ஆய்வுசெய்து உண்மைகளைக் கண்டுபிடிக்கவேண்டும்.

19

கும்கும் வர்மாவின் முற்பிறவி

முற்பிறவி-மறுபிறவி பற்றிய பல சம்பவங்கள் பத்திரிகைகளிலும், உள்நாட்டு, வெளிநாட்டுப் புகழ்பெற்ற வார இதழ்களிலும் வெளியாகியுள்ளன. உலகெங்கும் எப்போதும் இதுபோன்ற சம்பவங்கள் நிகழ்ந்த வண்ணம்தான் உள்ளன. சிலவற்றிற்கு மறுபிறவி ஆய்வாளர்களால் ஏன், எப்படி என்று விடை கூற இயலவில்லை. சில சம்பவங்கள் விஞ்ஞானபூர்வமாக ஆராய்ச்சி செய்யப்பட்டு நிரூபிக்கபட்டன. அப்படிப்பட்ட, சம்பவங்களுள் ஒன்றுதான் கும்கும் வர்மாவின் முற்பிறவி பற்றிய சம்பவம்.

வட இந்தியாவில் வசித்து வந்தவள் கும்கும் வர்மா எனும் சிறுமி. அவளது தந்தை வர்மா அப்பகுதியில் புகழ்பெற்ற ஒரு டாக்டர். மெத்தப் படித்தவர். மூன்றரை வயதாகும்போது கும்கும் வர்மா தன் முற்பிறவி பற்றிக் கூறத் தொடங்கினாள். தன் பெயர் சுந்தரி என்றும் தான் இதற்கு முன்னால் உள்ள பிறவியில் தர்பான்கா என்ற கிராமத்தில் வசித்ததாகவும் தான் வசித்து வந்த பகுதிக்கு உர்து பஜார் என்பது பெயர் என்றும் அவளது தந்தை நன்கு படித்தவர், ஹோமியோபதி மருத்துவம் தெரிந்தவர், சிறு தொழிலதிபர் என்றும் அவள் தெரிவித்தாள்.

வீட்டில் உள்ளவர்கள் முதலில் குழந்தை சொன்னதை நம்பவில்லை. ஆனால் அவர்கள் வசித்த ஊரிலிருந்து 25 மைல் தொலைவில் ‘தர்பான்கா’ என்ற ஊர் இருப்பது குறித்து வியப்புற்றனர். அதேபோல் அங்கு ‘உர்து

பஜார்' என்ற பகுதியும் இருந்தது. கும்கும் வர்மாவின் அத்தை குழந்தையின் இச்சம்பவங்கள் குறித்து ஆச்சரியப்பட்டதுடன், அவற்றை அவ்வப்போது குறிப்பெடுக்கவும் ஆரம்பித்தாள். கும்கும் வர்மாவும் முந்தைய பிறவியில் தனது குழந்தையின் பெயர், தனது வீட்டின் அமைப்பு, தனது பேரனின் பெயர், தான் அடிக்கடிச் சென்ற மாந்தோப்பு என ஒவ்வொன்றைப் பற்றியும் சொல்லச் சொல்ல அவளது அத்தை அனைத்தையும் குறித்து வைத்தாள். சிறுமியும் வளர்ந்து பெரியவளானாள்.

நாளடைவில் சிறுமியின் முற்பிறவி பற்றிய செய்திகள் வெளியில் பரவ ஆரம்பித்தன. பத்திரிகைகளிலும் அதுபற்றிய செய்திகள் புகைப்படங்களுடன் வெளிவந்தன. சிறுமி தன் முற்பிறவி பற்றிக்கூறும் இந்தச் செய்தி, அமெரிக்காவில் வசிக்கும் பேராசிரியர் டாக்டர் இயான் ஸ்டீவன்சனுக்கும் தெரிய வந்தது. அவர் மேற்கொண்டு உண்மைகளைக் கண்டறிவதற்காகத் தனது குழுவினருடன் இந்தியாவிற்குப் புறப்பட்டார்.

டாக்டர் இயான் எப்போதுமே முற்பிறவி-மறுபிறவி பற்றிய சம்பவங்களை அப்படியே நம்பிவிடக் கூடியவர் அல்லர். முதலில் அவர் அந்த ஞாபகம் வந்தவர் கூறும் தகவல்களை ஒவ்வொன்றாகத் தனித்தனியாகக் குறித்துக்கொள்வார். மீண்டும் மீண்டும் அந்தத் தகவல்கள் பற்றி பல்வேறு கால இடைவெளிகளில் கேட்டு அவை சரிதானா அல்லது மாற்றி ஏதேனும் சொல்லப்படுகிறதா என்பதைச் சரிபார்த்து தன் குறிப்பினைச் சரி செய்து கொள்வார். பின்னர் சம்பந்தப்பட்ட உறவினர்களிடம் தனித்தனியாக அதுபற்றிப் பேசி அவர்கள் கூறும் உண்மைகளைத் தனியாகக் குறித்துக்கொள்வார். அதுபோல முற்பிறவி சம்பந்தப்பட்டவர்களிடமும் இதுபோன்றே பேசி பல தகவல்களைத் திரட்டுவார். பின்னர் சம்பந்தப்பட்ட நபரை அந்த முற்பிறவி ஊருக்கோ அல்லது முற்பிறவியுடன் தொடர்புடைய மனிதர்களுடனோ சந்திக்க வைக்கும்போது ஏற்படும் மாற்றங்களைப் பதிந்துகொள்வார். பல அடையாளங்களைக் காட்டச் சொல்லி அவை உண்மைதானா எனச் சம்பந்தப்பட்ட நபர்களையும், முற்பிறவியில் அவரோடு தொடர்பில் இருந்தவர்களையும் சந்தித்து உறுதிப்படுத்திக்கொள்வார். பின்னர் தனது ஆய்வினைத் தொடர்வார். இறுதியில் ஆய்வு முடிவுகளை ஒப்புநோக்கி அறிக்கை சமர்ப்பிப்பார்.

கும்கும் வர்மா சம்பவத்திலும் அதே முறையைத்தான் ஸ்டீவன்சன் கையாண்டார். அவரது அந்த ஆய்வு முடிவு

முற்பிறவி-மறுபிறவி பற்றிய ஆய்வுகளில் ஒரு முக்கிய ஆய்வாக அமைந்தது.

கும்கும் வர்மாவுடன் டாக்டர் இயான் ஸ்டீவன்சன்

தனது குழுவினருடன் புறப்பட்டு இந்தியா வந்து சேர்ந்த டாக்டர் இயான் ஸ்டீவன்சன், சிறுமி கும்கும் வர்மாவைச் சந்தித்தபோது அவளுக்கு 9 வயதாகி இருந்தது. அவள் குழந்தையாக இருக்கும்போது சொன்ன பெரும்பாலான முற்பிறவிச் சம்பவங்களை அவள் மறந்துவிட்டாள். ஆனால் கைவசம் அவள் அத்தை எழுதி வைத்திருந்த குறிப்புகள் இருந்தன. அதை வைத்து டாக்டர் இயான் தனது ஆய்வுகள் மேற்கொள்ளலானார்.

கும்கும் வர்மா கூறியிருந்தவற்றில் ஒவ்வொன்றாக அவர் ஒப்பு நோக்க ஆரம்பித்தார். 25 மைல் தொலைவில் தர்பங்கா என்ற நகர் இருந்ததும், அங்கு உருது பஜார் என்னும் பகுதி இருப்பதும் உறுதிப்படுத்தப்பட்டது. அதன்பின் அவளது மகனின் பெயர், அவனது தொழில், பேரனின் பெயர், அவர்கள் குடியிருந்த வீடு, அதன் பகுதி, அருகில் இருந்த மாந்தோப்பு ஆகிய அனைத்தும் அவள் கூறியபடியே இருந்தமையை இயான் உறுதி செய்தார். அது மட்டுமல்லாமல் முற்பிறவியில் அவளது தந்தை வசித்த நகரின் பெயரும் சரியாக இருந்தது. அவள் வீடு, அதன் அமைப்பு, அவள் படுக்கையறையில் இருந்த கட்டில், அதன் அருகில் மேலே தொங்கிக் கொண்டிருந்த பழங்காலத்து வாள், அவள் தினமும் பால் ஊற்றி வழிபட்ட பாம்புப் புற்று என அனைத்தும் சரியாக இருந்ததை ஸ்டீவன்சன் உறுதி செய்தார்.

கும்கும் வர்மாவின் முற்பிறவிப் பேரன் அவளை வந்து சந்தித்தார். தங்களுடனே வந்துவிடும்படி அழைப்பு விடுத்தார். ஆனால் டாக்டர் வர்மா, அவளை அவர்களுடன் செல்ல

அனுமதிக்கவில்லை. மேலும் தன் மகள், முற்பிறவியில் ஒரு சாதாரண ஏழ்மை மிகுந்த கொல்லரின் மனைவியாக இருந்ததையும் அவரால் ஜீரணிக்க முடியவில்லை. கும்கும் வர்மாவின் முற்பிறவிக் குடும்பத்தினர் பொருளாதாரரீதியில் மிகவும் பின்தங்கி இருந்ததாலும், வர்மா குடும்பத்தினர்கள் பணக்காரர்களாக மற்றும் மெத்தப் படித்தவர்களாக இருந்ததாலும் ஒருவரிடமிருந்து மற்றொருவர் வெகுவாக விலகியே இருந்தனர்.

இந்த முற்பிறவிச் சம்பவத்தில் முக்கியமான விஷயம் தான் முற்பிறவியில் தனது வளர்ப்பு மகனின் மனைவியால் விஷம் கொடுத்துக் கொல்லப்பட்டதாக கும்கும் கூறியதுதான். அவள் அவ்வாறு வெளிப்படையாகக் கூறும்வரை அது யாராலும் அறியப்படாத ஒன்றாக இருந்தது. மேலும் கும்கும் பேசிய மொழி அவளது குடும்பத்தினர் வழக்கமாகப் பேசும் பாணியிலிருந்து வேறுபட்டிருந்ததுடன், முற்பிறவிக் குடும்பத்தினர் பேசும் வழக்கோடு ஒத்திருந்தது. மேட்டுக்குடியில் அவள் பிறந்து வளர்ந்திருந்தாலும் அவள் நடை, உடை, பாவனைகள் அனைத்தும் ஏழ்மையான முற்பிறவி வாழ்க்கையோடு பெரும்பாலும் ஒத்திருந்தன.

இதுபற்றி விரிவாகப் பல ஆய்வுகளை மேற்கொண்ட டாக்டர் இயான் ஸ்டீவன்சன், ‘சில விஷயங்களை முழுமையாக நிரூபிக்க இயலவில்லை என்றாலும் (கும்கும் முற்பிறவியில் விஷம் வைத்துக் கொல்லப்பட்டதாகக் கூறுவதுபோன்ற செய்திகள்) இந்தியாவில் நடந்த முற்பிறவி-மறுபிறவி பற்றிய ஆய்வுகளில் கும்கும் வர்மாவின் முற்பிறவிச் சம்பவம் மிக முக்கியமான ஒன்று’ என்று தனது ஆய்வு நூலில் குறிப்பிட்டுள்ளார்.

நஸ்ருதீன்ஷாவின் முற்பிறவி

உத்தரப்பிரதேசத்தில் உள்ள ஷஹாரன்பூர் மாவட்டத்தில் உள்ள ஊர் அல்லாகஞ்ச். பாகோஷா, குல்ஷர் தம்பதியினர் அங்கே நீண்ட காலமாக வசித்து வந்தனர். இஸ்லாமியக் குடும்பத்தைச் சேர்ந்த அவர்களுக்கு மகனாகப் பிறந்தவன்தான் நஸ்ருதீன்ஷா. சிறுவனுக்கு இரண்டு வயதாக இருக்கும்போது மெல்லப் பேச்சு வந்தது. பேச்சினில் தனது முற்பிறவிச் சம்பவங்களைப் பற்றிக் கூறத் தொடங்கினான் நஸ்ருதீன் ஷா.

முற்பிறவியில் தான் மிக வசதியாக வாழ்ந்தவன் என்றும், சொத்துத் தகராறின் காரணமாகத் தான் கொலை செய்யப்பட்டதாகவும், தன்னைக் கொலை செய்த கும்பலுள்

தன் மகனும் அடக்கம் என்றும் கூறினான் ஷா. பெற்றோர்களுக்கு இதைக் கேட்டதும் ஒன்றுமே புரியவில்லை. மேலும் அவன் முற்பிறவி நினைவுகளைத்தான் கூறுகிறான் என்பதையும் அவர்களால் புரிந்துகொள்ள இயலவில்லை. ஒருநாள் அருகில் உள்ள பர்கனா என்ற கிராமத்திலிருந்து சிலர் ஒரு யானையைக் கூட்டி வந்தனர். அந்த யானையைக் கண்டதும் ஷா அது தன்னுடைய யானை என்றும், தான் ஆசையாக வளர்த்து வந்த ஒன்று என்றும் கூறினான். அவன் கூறிய விஷயங்கள் கிராமம் முழுவதும் பரவியதுடன், பக்கத்துக் கிராமமான பர்கானாவையும் எட்டியது. யானைக்கு உரிமையாளரான. காலஞ்சென்ற ஹர்தேவ்பக்ஷ் சிங் என்பவரின் மனைவி நஷ்ரூதின் ஷாவைச் சந்திக்க விரும்பினாள். பர்கானாவிலிருந்து அவள் புறப்பட்டு அல்லாகஞ்சை அடைந்தாள். அவளைப் பார்த்ததும் அவளே தனது முற்பிறவி மனைவி என்று கூறிக் கண்ணீர் விட்ட நஸ்ருதீன், அவள் பெயர், குடும்ப விவரங்கள், தனது வீடு, அதன் அமைப்பு என்று எல்லாவற்றையும் மிகச் சரியாகக் கூறினான்.

ஹர்தேவ்பக்ஷ் சிங் என்பவர் பர்கானாவில் வசித்த செல்வந்தருள் ஒருவர். அங்கே அவருக்குச் சொந்தமாக ஏராளமான நிலபுலன்கள் இருந்தன. அவர் மிகப் பெரிய பணக்காரராக இருந்தாலும் அருகில் உள்ள நில உரிமையாளர்களுடன் எப்போதும் சண்டை இருந்து வந்தது. அவர்கள் ஹர்தேவிற்கு தூரத்து உறவினர்கள் என்ற போதிலும் அவ்வப்போது நிலம் சம்பந்தமாகத் தகராறு செய்து வந்தனர். ஒருநாள் வாய்த்தகராறு முற்றி கை கலப்பானது. சம்பந்தமில்லாத வெளியூர்க்காரரர்கள் சிலரும் அந்த உறவினர்களுடன் சேர்ந்துகொண்டனர். சண்டை கொலையில் முடிந்தது. ஹர்தேவ் பக்ஷ் சிங் கொல்லப்பட்டார். ஆனால் அந்த வெளியாட்கள் குழுவில் ஹர்தேவ் பக்ஷ் சிங்கின் மகனும் இருந்தான். இது வேறு வெளியாட்கள் யாருக்கும் தெரியாமல் மூடி மறைக்கப்பட்டது.

வேறு யாருக்குமே தெரியாத, யாருமே தெரிந்துகொள்ளவும் இயலாத இந்த விஷயத்தை மிகச் சரியாக ஹர்தேவ் பக்ஷ் சிங், நஸ்ருதீன் ஷாவான தனது இன்றைய மறுபிறவியில் தெரிவித்தார். அது மட்டுமல்ல; நஸ்ருதீனின் நடத்தையும் ஹர்தேவ் பக்ஷ் சிங்கின் முந்தைய பிறவி நடத்தையுடன் மிகச் சரியாக ஒத்திருந்தது. ஹர்தேவ் பக்ஷ் சிங் மிகச் செல்வந்தராக வாழ்ந்தவர். தனக்கெனத் தனி அறை, தனிப் படுக்கை, தனிப் பாத்திரங்கள், ஆடை, அணிகலன்கள் என

மிகச் செல்வாக்குடன் வாழ்ந்தவர். ஆனால், நஷ்ரூதின் ஓர் ஏழைக் குடும்பத்தில் பிறந்தவன். எல்லோருக்கும் ஒரே அறை. ஒரே படுக்கை. ஒரே பாத்திரங்கள்தான். ஆனால் அவற்றை ஏற்றுக்கொள்ள நஷ்ரூதின் மறுத்தான். தனக்கென தனிப் படுக்கைவேண்டும் என்றும், பிறர் பயன்படுத்திய தட்டு, டம்ளர் போன்றவை தனக்கு வேண்டாமென்றும் அவன் அடம்பிடித்தான். இது அவனுக்கு நான்கு வயது ஆகும்வரை தொடர்ந்தது.

வளர வளர அவனது நடவடிக்கைகள் மிக வித்தியாசமாக இருந்தன. குடும்பத்தில் மற்றவர்கள் இறைச்சி உண்ணும்போது நஸ்ருதீன் அவற்றை உண்ண மறுத்தான். மேலும் தந்தையுடன் மசூதிக்குச் சென்று தொழுகை செய்வதிலும் விருப்பம் இல்லாதவனாக இருந்தான். குடும்பத்தில் பிறர் ரம்ஜானுக்காக உண்ணா நோன்பு இருக்கும்போது நஸ்ரூதின் அவற்றிலெல்லாம் அக்கறை காட்டாதவனாக இருந்தான். இப்படிப் பல விஷயங்களில் தனது குடும்பத்தினருடன் ஒட்டாதவனாக இருந்த நஸ்ருதீன், பெரும்பாலான விஷயங்களில் ஹர்தேவ் பக்ஷ் சிங்கின் நடவடிக்கைகளை ஒத்திருந்தான்.

இதுபற்றிப் பலவிதங்களில் ஆய்வு மேற்கொண்ட டாக்டர் இயான் ஸ்டீவன்சன், நஸ்ருதீன் ஷா, ஹர்தேவ் பக்ஷ் சிங்கின் மறுபிறவியே என்று தன் முடிவினை அறிவித்தார். தனது ஆதாரத்திற்கு மேலும் வலுசேர்க்கும் முகமாக அவர் குறிப்பிட்டிருந்தது, ஹர்தேவ் பக்ஷ் சிங்கின் பிரேதப் பரிசோதனை அறிக்கையை. அந்த அறிக்கையில், கத்திக் குத்தினால் ஹர்தேவ் பக்ஷ் சிங் மரணமடைந்தார் என்றும், கழுத்து, மார்பு, வயிறு போன்ற இடங்களில் அந்தக் காயங்கள் காணப்பட்டன என்றும் குறிப்பிடப்பட்டிருந்தது. அதே போல நஷ்ரூதின் ஷாவின் உடம்பில், பிறக்கும்போதே, மிகச் சரியாக அதே இடங்களில், கத்தியினால் கீறியது போன்ற காயம்பட்ட வடு இருந்தது. மார்ச், 21, 1961ல், ஹர்தேவ் பக்ஷ் கொல்லப்பட்டார். அதிலிருந்து சரியாக 12 மாதங்கள் கழித்து 1962ம் ஆண்டு ஏப்ரல், நஸ்ருதீன் ஷா பிறந்திருந்தான். ஆக மேற்கண்ட ஆய்வு மற்றும் உண்மைகள் மூலம் ஹர்தேவ் பக்ஷ் சிங்கின் மறுபிறவியே நச்ருதீன் ஷா என்பதை நிறுவினார் டாக்டர் இயான் ஸ்டீவன்சன்.

நான் ஒரு தமிழன் - சிங்களச் சிறுவன் கூறும் முற்பிறவித் தகவல்கள்

‘நான் சிங்கள இனத்தில் பிறந்திருந்தாலும், நான் சிங்களன் அல்ல; நான் ஒரு தமிழன். என்னை எனது பெற்றோரிடம் கொண்டு சேர்த்துவிடுங்கள்’ என்ற அறிவிப்பை வெளியிட்டுப் பரபரப்பை ஏற்படுத்தியிருக்கிறான் ஒரு இலங்கை வாழ்ச் சிறுவன். அது பற்றி இலங்கையின் பிரபலமான பத்திரிகை செய்தி வெளியிட்டுள்ளது.

நீர்கொழும்பைச் சேர்ந்த சிங்களச் சிறுவன், தான் முற்பிறவியில் யாழ்ப்பாணத்தைச் சேர்ந்த ராமச்சந்திரன் ராஜி என்ற பெண் எனத் தெரிவித்துள்ளார். கந்தானை வித்தியாலோக மகாவித்தியாலையத்தில் கல்வி பயிலும் இந்தச் சிங்கள மாணவர் கடந்த 25ம் திகதி முதல் தான் பெண் எனத் தெரிவித்து யாழ்ப்பாண யுத்தம் தொடர்பாகத் தமிழில் பேசி வருவதாக, பாடசாலையின் அதிபர் நீர்கொழும்பு கொச்சிக்கடை காவற்துறையிடம் முறைப்பாடு செய்துள்ளார்.

இது தொடர்பாகக் கருத்து தெரிவித்த கொச்சிக்கடை காவற்துறையினர் இந்தச் சிறுவனின் பெற்றோர் சிங்களவர் எனவும் இவர்கள் கந்தானை கபல்லகஸ் சந்திப் பிரதேசத்தில் வசித்து வருவதாகவும் தெரிவித்துள்ளனர். 13 வயதான லக்ஸ்மன் அரவிந்த என்ற இந்தச் சிறுவனுக்குச் சகோதரர் ஒருவர் உள்ளார் என்றும் குறித்த சிறுவன், தான் ஒரு பெண்பிள்ளை எனவும் பெண்கள் அணியும் பாடசாலை உடையை அணிய அதிபரிடம் அனுமதி கேட்டுள்ளதாகவும் தெரிவிக்கப்படுகிறது. தற்பொழுது தனது பெயர் சிறீராமச்சந்திரன் ராஜி எனவும் தகப்பனின் பெயர் ராமச்சந்திரன் ரமேஸ்குமார் எனவும் தாயின் பெயர் ராமச்சந்திரன் ராசான் எனவும் இந்த மாணவன் தெரிவித்துள்ளார்.

இந்த நிலையில் தான் 12 வருடங்களுக்குமுன் கொல்லப்பட்டதாக அவர் கூறியுள்ளார். இதேவேளை தற்போது முழுமையாகச் சிங்கள மொழியை மறந்து தமிழிலேயே உரையாடுவதாகவும் தனது தற்போதைய சகோதரனைத் தெரியாது எனவும் அவர் கூறிவருகின்றார். இதற்கிடையில் நீர்கொழும்பு கொச்சிக்கடை காவல் நிலையத்தின் சிறுவர் நலப்பிரிவின் அதிகாரி கருத்து தெரிவிக்கையில் இந்தச் சிறுவன் முற்பிறவியில் யாழ்ப்பாணம் சிறீபத்திரகாளி அம்மன் கோவிலுக்கு அருகில் வசித்து வந்ததாகத் தெரிவித்துள்ளார். தனது

தந்தை தன்னையும் தாய் மற்றும் சகோதரனை விட்டுப் பிரிந்து சென்ற நிலையில் தாய் தம்மை அழைத்துக்கொண்டு நீர்கொழும்பு பிரதேசத்தில் சென்று குடியேறியதாகவும் அவர் குறிப்பிட்டுள்ளார். அவரது சகோதரர் ரமேஸ்குமார் என்பவர் றைகம் என்ற நிறுவனத்தில் பணியாளராக கடமை ஆற்றியதாகவும் ஒரு வருடத்திற்குப்பின் தாயார் வெளிநாடு சென்றவுடன் சகோதரர் தன்னை அழைத்துக்கொண்டு யாழ்ப்பாணம் சென்றதாகவும் தெரிவித்துள்ளார். இந்த நிலையில் யாழ்ப்பாணத்தில் வசித்து வந்தபோது சனிக்கிழமை தினம் ஒன்றில் வீடுகள் நெரிசலாக உள்ள பிரதேசத்தில் குண்டுத் தாக்குதல்கள் மேற்கொள்ளப்பட்டபோது தான் உயிர் இழந்ததாகவும் இந்தச் சிறுவன் தெரிவிப்பதாக காவற்துறையின் சிறுவர் நல அதிகாரி தெரிவித்துள்ளார்.

இதேவேளை காளி கோவிலுக்கு நேர்த்திக்கடனைச் செலுத்தத் தனது தாயார் வரும்வரை தான் காத்திருப்பதாகவும் தனது சகோதரர் தான் விளையாடப் பந்து கொண்டு வருவார் எனத் தெரிவித்து வருவதாகவும் இந்த மாணவன் தெரிவிக்கும் நிலையில் தற்போது இவர் வைத்தியசாலையில் அனுமதிக்கப்பட்டுள்ளார்.

செய்திக்கான இணைப்பு

20

ஸ்வர்ணலதாவின் மறுபிறவி

ஸ்வர்ணலதாவின் கதை

1948ம் வருடம் மத்தியப் பிரதேசத்தில் உள்ள ஒரு சிறுநகரத்தில் பிறந்தவள் ஸ்வர்ணலதா மிஷ்ரா. அவளது தந்தை ஒரு செல்வந்தர். அவளுக்கு மூன்று வயதானபோது குடும்பத்துடன் வெளியூர் பயணம் மேற்கொண்டனர். அவர்கள் வசித்த நகரத்திலிருந்து 100 மைல் தொலைவில் உள்ள கட்னி என்ற கிராமத்தின் வழியாக காரில் அவர்கள் பயணம் செய்துகொண்டிருந்த போது, திடீரென்று காரை வழியில் திருப்புமாறு சொன்ன ஸ்வர்ணலதா, அங்கே தனது வீடு இருக்கிறதென்றும், கண்டிப்பாக அங்குப் போகவேண்டுமென்றும் சொல்லி அடம்பிடிக்க ஆரம்பித்தாள்.

பெற்றோர்கள் திகைத்தனர். ஆனால் ஸ்வர்ணலதாவோ அழுது அடம்பிடித்தாள். தன் பெயர் பியா பதக் என்றும், தான் இங்குள்ள ஒரு பெரிய வீட்டில் முன்பு வாழ்ந்ததாகவும் கூறினாள். அந்த வீட்டுக்குக் கண்டிப்பாகத் தற்போது போக வேண்டுமென்றும், அங்குப் போவதற்குத் தனக்கு வழி தெரியுமென்றும் கூறினாள். வேறு வழியின்றி அவள் சொன்ன பகுதிக்குக் காரை ஓட்டிக்கொண்டு சென்றார் டிரைவர். அங்கே ஒரு குறிப்பிட்ட வீட்டைப் பற்றிய அடையாளங்களைச் சொன்னாள் ஸ்வர்ணலதா. கறுப்பும், வெள்ளையுமாகப் பெயிண்ட் அடித்த இரும்புக் கதவுகளைக் கொண்ட வீடு தன்னுடையது என்றும், விசாலமான அந்த வீடு நான்கு

பகுதிகளைக் கொண்டது என்றும், கீழ்த்தளத்தில் பெரிய பெரிய கற்பலகைகளைக் கொண்டு தளம் அமைத்திருப்போம் என்றும் அவள் குறிப்பிட்டாள்.

முழுக்க அந்த வீடு கட்டி முடிக்கப்பட்டிருக்கவில்லை என்றும், அருகில்தான் எங்கோ இருக்கிறது என்றும் டிரைவரிடம் கூறியவள், மேலும் பல அடையாளங்களைச் சொன்னாள். தன் வீட்டிற்குப் பின்னால் ஒரு பெண்கள் பள்ளி இருக்குமென்றும் முன்னால் ரயில்வே லைன் கிராசிங் செல்லும் என்றும் தன் வீட்டிலிருந்து பார்த்தால் பெரிய பெரிய உயரமான புகைபோக்கிகள் தெரியும் என்றும் தெரிவித்தாள். மேலும் தாங்கள் குடும்ப உபயோகத்திற்காக ஒரு பெரிய கார் வைத்திருந்ததாகவும் அவள் கூறினாள். தான் தொண்டை வலியால் அவதிப்பட்டு இறந்து விட்டதாகவும், தனக்கு மருத்துவம் பார்த்த டாக்டரின் பெயர் எஸ்.சி.பாப்ரட் என்றும், அவர் அபல்பூரில் இருந்தார் என்றும் ஸ்வர்ணலதா தெரிவித்தாள். தனக்கு இரண்டு ஆண் குழந்தைகள் உண்டு என்பது அவள் கூறிய கூடுதல் தகவல்.

குழந்தையின் கூற்றைக் கேட்டுப் பெற்றோர்களுக்குப் பேரதிர்ச்சி ஆகி விட்டது. இருந்தாலும் எப்படியோ சமாளித்து அவளைத் தேற்றி தங்கள் பயணத்தைத் தொடர்ந்தனர். ஆனாலும் அடிக்கடி ஸ்வர்ணலதா தனது முற்பிறவி பற்றிக் கூறிக் கொண்டிருந்தாள். குழந்தை வளர வளர அவள் நினைவுகூர்தலும் அதிகரித்தது. அவள் கூறும் செய்திகளையெல்லாம் அன்றாடம் மிஷ்ரா தனது குறிப்பேட்டில் தனியாகக் குறித்து வைக்க ஆரம்பித்தார்.

நாளடைவில் ஸ்வர்ணலதாவின் முற்பிறவி நினைவுகூர்தல் பற்றிய செய்தி கிராமம் முழுவதும் பரவியது. பத்திரிகைகளிலும் இதுகுறித்துச் செய்திகள் வெளியானது. செய்திகள் டாக்டர் இயான் ஸ்டீவன்சனின் நண்பரும், ஆராய்ச்சியாளருமான பேராசிரியர் ஹெச்.என்.பானர்ஜிக்குத் தெரியவந்தது. இதுபற்றி மேலும் விரிவாக அறிய ஆர்வம் கொண்ட அவர் ஸ்வர்ணலதாவின் தந்தையைச் சந்தித்தார். அப்போது ஸ்வணலதாவிற்கு 9 வயது நடந்து கொண்டிருந்தது. அவள் அருகில் உள்ள ஒரு பள்ளியில் படித்துக் கொண்டிருந்தாள். முற்பிறவியைப் பற்றி அவளால் தற்போதும் தெளிவாக நினைவு கூர முடிந்தது. அவளிடம் பேசிய டாக்டர் பானர்ஜி, பின் அவள் தந்தை குறித்து வைத்திருந்த முற்பிறவிச் செய்திகளைப் பெற்றுக்கொண்டார். பின்னர் அதுபற்றிய உண்மையை அறிவதற்காக கட்னி புறப்பட்டுச் சென்றார்.

ஸ்வர்ணலதா சொன்ன குறிப்புகளை அடிப்படையாக வைத்துக்கொண்டு அந்த வீட்டைத் தேட ஆரம்பித்தார் பானர்ஜி. இறுதியில் ஜௌர்குடியா என்ற பகுதியில் ஸ்வர்ணலதா குறிப்பிட்ட அடையாளங்களோடு கூடிய அந்த வீடு இருந்தது. ஸ்வணலதா சொன்னபடியே அந்த வீட்டின் அமைப்பு இருந்தது. வீட்டிற்குப் பின்னால் ஒரு பெண்கள் பள்ளி இருந்தது. அதுபோலவே தூரத்தில் புகைபோக்கிக் கூண்டுகளும் காணப்பட்டன.

ஸ்வர்ணலதா பியாவாக முற்பிறவியில் வாழ்ந்தபோது உடனிருந்த உறவினர்களை பானர்ஜி சந்தித்தார். அவர்களுடன் கலந்துரையாடினார். ஸ்வர்ணலதா சொன்ன பல விஷயங்கள் உண்மை என்றும், அவை வெறும் கற்பனையாலோ அல்லது பிறர் சொல்லிக்கொடுத்தோ சொல்லப்பட்டிருக்க முடியாது என்றும் உணர்ந்துகொண்டார். மேலும் இறந்த பியா மிஷ்ராவின் குடும்பத்தினருக்கும், தற்போதைய ஸ்வர்ணலதா குடும்பத்தினருக்கும் அதுவரை எந்தத் தொடர்பும் அறிமுகமும் இல்லை என்பதுடன், அவர்கள் ஒருவரைப் பற்றி மற்றொருவர் எந்த விதத்திலும் கேள்விப்பட்டிருக்கவே முடியாது 'என்பதையும் அறிந்துகொண்டார். எனவே ஸ்வர்ணலதா, பியாவின் மறுபிறவிதான் என்பதை அவர் உணர்ந்துகொண்டார்.

ஆனால் பியாவின் குடும்பத்தினர் இதனை ஏற்கவில்லை. குறிப்பாக பியாவின் கணவர், 'யாரோ ஒரு சிறு பெண்ணாவது, என் மனைவியின் மறுபிறவியாவது, சுத்த உளறல்' என்று இதனை முற்றிலுமாக ஒதுக்கி விட்டார். அவர் இதையெல்லாம் ஏதோ ஒருவிதக் கட்டுக் கதை என்று நினைத்தார். ஆனால் பியாவின் சகோதரருக்கு இந்த விஷயத்தில் உண்மையை அறிந்துகொள்ள அதிக ஆர்வம் இருந்தது. இது உண்மைதானா என்று உறுதிப்படுத்திக்கொள்ள அவர் நினைத்தார். எனவே ஒருநாள் அவர், பியாவின் கணவர் மற்றும் குழந்தைகளுடனும், வேறு சில நண்பர்களுடனும் ஸ்வர்ணலதா வசித்த சத்தர்பூர் நகரத்துக்குப் புறப்பட்டார். ஆனால் தாங்கள் அங்கு வருகிறோம் என்பதை ஸ்வர்ணலதா வீட்டாருக்குச் சொல்லவில்லை. மேலும் தங்கள் அடையாளங்களையும் மாற்றிக்கொண்டு அவர்கள் சத்தர்பூர் நோக்கிப் புறப்பட்டனர்.

பியாவின் சகோதரர், அவள் கணவர், குழந்தைகள் மற்றும் நண்பர்களுடன் யாரோ புதிய மனிதர்கள் போல் விசாரித்துக்கொண்டு ஸ்வர்ணலதாவின் வீட்டை

அடைந்தனர். வாசலிலேயே அமர்ந்து கொண்டிருந்தாள் ஸ்வணலதா. தனது முற்பிறவிச் சகோதரனைப் பார்த்ததும், 'பாபு' என்று அவன் பெயரைக் கூறியவள் ஓடிச்சென்று அவனைக் கட்டிக்கொண்டாள். அவள் கண்களில் ஆனந்தக் கண்ணீர். பாபு என்ற தன் பெயரை, தன்னை முன் பின் பார்த்திராத, தன்னோடு பழகியிராத சிறு பெண் கூறவும் பியாவின் சகோதரர் அப்படியே அதிர்ச்சியில் உறைந்து போய் நின்று விட்டார். ஸ்வர்ணா பொய் சொல்லவில்லை என்பதும், அவள் வார்த்தைகள் அவள் உள்ளத்திலிருந்து அவள் முற்பிறவி நினைவுகளிலிருந்து வருகின்றன என்பதையும் அறிந்துகொண்ட அவர் கண்ணீர் வடித்தார்.

மெல்லத் தலையை நிமிர்த்திய லதா தனது முற்பிறவிக் கணவரான சிந்தாமணி பாண்டேயைப் பார்த்தாள். அவள் கண்களில் கண்ணீருடன் குடும்பப் பெண்களுக்கேயுரிய சிறு வெட்கமும் தோன்றியது. விசும்பலுடன் தலையைக் கவிழ்த்துக்கொண்டாள். பாண்டேவுக்கோ எந்தப் பதிலும் பேச முடியவில்லை. இவளா என் முற்பிறவி மனைவி என்ற ஐயம் ஒருபுறம். மனைவியைப் பிரிந்து விட்ட துக்கம் ஒருபுறம். அவர் ஒன்றுமே பதில் சொல்லத் தோன்றாமல் பிரமை பிடித்ததுபோல நின்று கொண்டிருந்தார்.

ஸ்வர்ணலதா, பியாவாக இறக்கும்போது அவள் மகன் முரளிக்கு 13 வயது. அவன் தற்போது வளர்ந்து 24 வயது இளைஞனாகி இருந்தான். ஆனால் ஒரு 10 வயதுப் பெண்தான் தன்னுடைய முற்பிறவித் தாய் என்பதை அவனால் ஒப்புக்கொள்ள முடியவில்லை. மேலும் பியாவின் மறுபிறவிதான் ஸ்வர்ணலதா என்பதிலும் அவனுக்குச் சந்தேகம் இருந்தது. ஆனால் ஸ்வர்ணாவோ 'மகனே' என்று ஓடிச் சென்று அவனை அணைத்துக்கொண்டாள். ஆனால் தன்னை அடையாளம் கண்டு கண்ணீர் விட்ட ஸ்வர்ணாவை முரளி ஏற்றுக்கொள்ளவில்லை. மேலும் தான் முரளி இல்லை என்றும் தன்னுடன் வந்திருக்கும் நண்பன்தான் முரளி என்றும் கூறி ஸ்வர்ணலதாவைக் குழப்பினான். ஆனால் ஸ்வர்ணா அவன்தான் தன் மகன் முரளி என்றும், தன் மகனைத் தனக்கு மிக நன்றாகத் தெரியும் என்றும் கூறினாள்.

அதுபோல இளைய மகனாகிய நரேஷ் என்று வேறு ஓர் இளைஞனைச் சுட்டிக் காட்டினான் முரளி. ஆனால் அதையும் ஸ்வர்ணா ஏற்கவில்லை. அது நரேஷ் அல்ல என்றும், வேறு யாரோ ஒருவன் என்றும் மிகச் சரியாக அடையாளம்

கண்டுகொண்டு உறுதிப்படுத்தினாள். இதுபோன்ற தொடர் சம்பவங்களினாலும் ஸ்வர்ணாவின் நாடகமற்ற பேச்சு மற்றும் நடத்தையினாலும் ஸ்வர்ணலதாதான் பியாவின் நிச்சயமான மறுபிறவி என்பதை அனைவரும் ஒப்புக்கொண்டனர். ஆனாலும் பியாவின் கணவருக்கு மட்டும் ஒரு சிறிய சந்தேகம் இருந்தது. ஆனால் அதையும் சில நிமிடங்களில் ஸ்வர்ணலதா போக்கி விட்டாள்.

தன் முற்பிறவிக் கணவரான பாண்டேயை அணுகிய ஸ்வர்ணலதா 'நீங்கள் ஒருநாள் 1200 ரூபாய்களைக் கொடுத்து என்னை ஒரு பெட்டியில் பாதுகாப்பாக வைத்திருக்கச் சொன்னீர்களே, உங்களுக்கு ஞாபகமிருக்கிறதா?' என்று கேட்டாள்.

அதைக்கேட்ட பாண்டே திடுக்கிட்டார். பியா இறப்பதற்குச் சில நாள்கள்முன் அவர், அவளிடம் 1200 ரூபாய்களை அளித்துப் பாதுகாப்பாக வைத்திருக்கும்படிச் சொன்னது உண்மைதான். அது, அவரும் அவர் மனைவி பியாவும் மட்டுமே அறிந்த ரகசியம். வேறு யாருக்கும் தெரிய வாய்ப்பே இல்லாத விஷயம். அது இந்தப் பெண்ணிற்கு இவ்வளவு தெளிவாகத் தெரிந்திருக்கிறதென்றால் நிச்சயம் இவள் பியாவின் மறுபிறவியாகத்தான் இருக்கவேண்டும் என்ற முடிவிற்கு பாண்டே வந்தார்.

ஓரிரு நாள்கள் தங்கிவிட்டு அவர்கள் அனைவரும் தங்கள் இல்லத்திற்குப் புறப்பட்டனர். ஆனால், அவர்களுடன் தானும் செல்வேன் என்றெல்லாம் ஸ்வர்ணலதா அடம்பிடிக்கவில்லை. அது தன்னுடைய முற்பிறவி என்றும், தான் அதில் இறந்து விட்டதால் தான் இந்தப் பிறவி கிடைத்திருக்கிறது என்பதையும் அவள் தெளிவாக உணர்ந்திருந்தாள். அவள் பதின்ம வயதில் இருந்ததாலும், பள்ளியில் உயர்நிலைக் கல்வி பயின்று கொண்டிருந்ததாலும் ஓரளவுக்கு அவளுக்குச் சிந்திக்கும் ஆற்றல் இருந்தது. அது அவளைத் தெளிவாகச் சிந்திக்க வைக்க உதவியது.

சில மாதங்கள் கழித்து ஸ்வர்ணாவை அவள் தந்தை காட்னிக்குக் கூட்டிச் சென்றார். அங்குத் தன் வீட்டை, தன் வசித்த அறையை, தான் இறந்த அறையை என அனைத்தையும் மிகத் தெளிவாக அடையாளம் காட்டினாள் ஸ்வர்ணா. அதுமட்டுமல்ல; முற்பிறவியில் தான் உயிரோடு இருந்தபோது வீட்டின் அமைப்பு எப்படி இருந்தது

என்பதையும், இப்போது எப்படி மாறியிருக்கிறது என்பதையும் தெரிவித்தாள். அருகாமை வீட்டில் வசிப்பவர்களை, தனது முற்பிறவி நண்பர்களை, உறவினர்களைத் தெள்ளத்தெளிவாக அடையாளம் காட்டியதுடன் அவர்களோடு உரையாடவும் செய்தாள்.

குறிப்பாக யாரோ ஒரு இளைஞனை அழைத்து வந்து. 'இதுதான் இளைய மகன் நரேஷ்' என்று மூத்த மகன் முரளி அறிமுகப்படுத்திய போது ஸ்வர்ணலதா அதனை ஏற்க மறுத்தாள். இது நரேஷ் அல்ல என்றும், அவனது சிறு வயது நண்பர்களில் ஒருவன் என்றும் அடையாளம் கண்டு சொன்னவள், உறவினர்கள் கூட்டத்தோடு கூட்டமாக நின்று கொண்டிருந்த தன் இளைய மகன் நரேஷை அடையாளம் காட்டினாள். அவனை அணைத்துக்கொண்டு கண்ணீர் விட்டாள். தனது சகோதரர்களை, அவர்களது மனைவியை, குழந்தைகளை, அவர்களது பெயர்களையெல்லாம் தெள்ளத் தெளிவாக ஸ்வர்ணலதா கூறியதும் அனைவரும் அப்படியே அசந்து போய் விட்டனர். ஆனாலும் நம்பிக்கை வராமல் மேலும் மேலும் பல கேள்விகளைக் கேட்டன. பல சோதனைகளைச் செய்தனர். எல்லாவற்றிற்கும் மிகச் சரியாகப் பதிலளித்து, அவர்களில் சிலரே மறந்து போன, தான் முற்பிறப்பில் கட்டிக்கொண்டிருந்த தங்கப் பல் பற்றிய செய்திகளையெல்லாம் விளக்கிக் கூறி, தான் தான் முற்பிறவியில் வாழ்ந்த பியா என்பதை உணர்த்தினாள் ஸ்வணலதா.

இறுதியில் இந்தச் சிறு பெண் பொய் சொல்லவில்லை என்றும், அதற்கு யாதொரு காரணமும் அவசியமும் இல்லை என்றும் தெரிவித்த பியாவின் உறவினர்கள், நிச்சயம் ஸ்வர்ணலதா என்ற இந்தச் சிறுமி, இறந்துபோன தங்கள் உறவுப் பெண்ணான 'பியா' தான் என்பதை உறுதியாக நம்பி ஏற்றுக்கொண்டனர். அதன் பிறகு ஸ்வர்ணலதா அடிக்கடி அவர்கள் வீட்டிற்குப் போய் வர ஆரம்பித்தாள். தன்னை விட வயதான தனது முற்பிறவி மகன்களின் மீது பாசத்தைப் பொழிந்தாள். அனைவருடன் அன்புடனும் நட்புடனும் பழகினாள்.

சம்பவங்கள் நடந்து பத்தாண்டுகளுக்குப் பிறகு மீண்டும் பியாவைச் சந்தித்தார் டாக்டர் இயான் ஸ்டீவன்சன். அப்போது பியா பாட்டனியில் இளங்கலைப் பட்டம் முடித்திருந்தாள். திருமணமும் அவளுக்கு ஆகியிருந்தது. முற்பிறவி நினைவுகளின் தாக்கத்தால் அடிக்கடி காட்னிக்குச் சென்று வந்து கொண்டுதான் இருந்தாள். ஆனாலும்

தன்னுடைய முற்பிறவி வாழ்க்கையையும், தற்போதைய வாழ்க்கையையும் போட்டு அவள் குழப்பிக் கொள்ளவில்லை. இப்போது ஸ்வர்ணலதாவுக்கு 75 வயதாகிறது. தனது கணவன், மகன், மகள் பேரக் குழந்தைகளுடன் மத்தியப் பிரதேசத்தில் அமைதியான வாழ்க்கை வாழ்ந்து வருகிறார். முற்பிறவிகளின் எந்தப் பாதிப்பும் அவருக்குத் தற்போது இல்லை. அதை எல்லாம் மறந்து போன ஒரு கனவாகவே எண்ணி நகர்ந்து கொண்டிருக்கிறது அவர் வாழ்க்கை.

நஜினாவின் முற்பிறவிக் குறிப்புகள்

உத்தரப்பிரதேசத்தில் உள்ள சிறுநகரம் பரூக்காபாத். அங்கு டோங்கா வண்டி ஓட்டுபவராக இருந்தவர் அமாருதீன். பாரம்பரியமான சன்னி முஸ்லிம் குடும்பத்தைச் சேர்ந்தவர். ஐந்துவேளைத் தொழுகையுடன் அல்லாவையே தீவிரமாக வணங்கி வருபவர். மறுபிறவி போன்றவற்றில் நம்பிக்கை இல்லாதவர். சராசரி வருமானமுள்ள மத்தியத்தர வர்க்கக் குடும்பத்தைச் சேர்ந்தவர். அவருக்கு 1990ம் வருடம் அக்டோபர் மாதத்தில் பிறந்த குழந்தைதான் நஜினா. குழந்தைக்கு ஒரு வயதானபோது சிறு சிறு வார்த்தைகளைப் பேச ஆரம்பித்தது. முழுமையாகப் பேச்சு வரவில்லை என்றாலும் சைகைகளால் சில விஷயங்களைக் குடும்பத்தாருக்குத் தெரிவிக்க ஆரம்பித்தாள். அடிக்கடி தலைமேல் கை வைத்த அவள், சமயங்களில் தீக்குச்சியைக் கிழித்து தலை மேல் வைப்பது போன்று செய்வாள். குழந்தை ஏதோ விளையாட்டாகச் செய்கிறாள் எனப் பெற்றோர் பேசாமல் இருந்துவிட்டனர். குழந்தையும் வளர்ந்தது.

ஒருமுறை நஜினாவின் அத்தை அந்த வீட்டிற்கு வந்திருந்தாள். தலை பின்னிக் கொள்வதற்காக அத்தை எண்ணெய் கேட்டாள். உள்ளே சென்ற நஜினா சமையலறைக்குச் சென்று மண்ணெண்ணெய் பாட்டிலைக் கொண்டு வந்து அத்தையிடம் கொடுத்தாள். அத்தைக்கு ஒரே அதிர்ச்சி. ஏன் இதைக்கொண்டு வந்து தந்தாய் என்று சிறுமியிடம் கேட்க அதற்கு அவள், தான் முற்பிறவியில் இதைத் தலையில் ஊற்றிக்கொண்டு, தீக்குச்சியைக் கொளுத்தித் தற்கொலை செய்து கொண்டதாகச் சைகையில் சொன்னாள். மேலும் தீக்குச்சி ஒன்றையும் கொளுத்திக் காட்டினாள். அத்தை அதிர்ந்துபோனாள்.

நஜினாவுக்கு மூன்று வயதானபோது தெளிவாகப் பேச்சு வந்தது. தனது முற்பிறவி நினைவுகளை விளக்கமாகக் கூற

ஆரம்பித்தாள். முற்பிறவியில் தன் பெயர் உமா, தான் ஒரு பள்ளி ஆசிரியை தனக்கு இரண்டு மகன்கள், இரண்டு மகள்கள் உண்டு என்று தெரிவித்தாள். மேலும் கணவருடன் ஏற்பட்ட சண்டை மற்றும் கருத்து வேறுபாட்டால் தான் மண்ணெண்ணெய்யை ஊற்றிக்கொண்டு தற்கொலை செய்துகொண்டு விட்டதாகவும் தெரிவித்தாள்.

இது பெற்றோர்களுக்குப் பலத்த அதிர்ச்சியைத் தந்தது. காரணம் உமாதேவி என்பவர் அமாருதீனின் வீட்டிலிருந்து சில வீடுகள் தள்ளிக் குடியிருந்தவர். அவர் ஈட்டா மாவட்டத்தில் உள்ள ஒரு பள்ளியில் ஆசிரியையாகப் பணியாற்றி வந்தார். அவர் கணவர் மொகமதாபாத்தில் ஸ்டேஷனரி சாமான்கள் மற்றும் புத்தகங்கள் விற்கும் கடை வைத்திருந்தார். அவர்களுக்கு இரண்டு ஆண்கள், இரண்டு பெண்கள் என மொத்தம் நான்கு குழந்தைகள். தம்பதிகளுக்கு அடிக்கடி சண்டை ஏற்படும். சமயங்களில் அக்கம்பக்கத்தில் உள்ளவர்கள் வந்து சமாதானம் செய்வார்கள். 1987ம் வருடம் மே மாதம் 19தேதி. அன்று கணவன், மனைவிக்குள் மிகத் தீவிரமான சண்டை ஏற்பட்டது. மனமுடைந்து போன உமாதேவி மண்ணெண்ணெய்யை ஊற்றிக் கொளுத்திக்கொண்டு தற்கொலை செய்துகொண்டார். அப்போது அவருக்கு வயது 47.

நடந்த சம்பவத்தைத் தெள்ளத்தெளிவாக நஜினா கூறுவதைக் கேட்ட பெற்றோர் ஆச்சரியமுற்றனர். இந்த விஷயம் உமாதேவியின் குடும்பத்தாருக்கும் தெரிய வந்தது. அவளது மகன்கள் சிறுமி நஜினாவை தங்கள் வீட்டிற்கு அழைத்துச் சென்றனர். மிகவும் சுவாதீனமாக அந்த வீட்டில் வளைய வந்தாள் நஜினா. அந்த மகன்களின் மீது மிகவும் அன்பாக இருந்தாள். அந்த மகன்கள் மட்டுமே அறிந்த சில சம்பவங்களையும் நஜினா நினைவிலிருந்து கூறினாள். அதைக் கேட்ட அவர்கள் நஜினா, தன் தாயார் உமாதேவியின் மறுபிறவியே என்பதை ஒப்புக்கொண்டனர். தன் தாயும், தானும் மட்டுமே அறிந்த வெளி மனிதர் யாருமே அறிய இயலாத விஷயங்களை நஜினா கூறியதால் நிச்சயமாக அவள் தன் தாயின் மறுபிறவிதான் என்பதில் சந்தேகமில்லை என்றார் அவளது மூத்த மகன்.

நஜினாவுக்கு ஆறு வயதானபோது, ஏப்ரல் 1996ல் அவளது முற்பிறவிக் கணவன் இறந்துபோனார். அது குறித்து அறிந்த சிறுமி நஜினா வேதனையுற்றாள். அழுது அரற்றிய அவள் மிகவும் அதிர்ச்சியடைந்த நிலையில் சில நாள்கள் இருந்தாள். பின்

நாளாக நாளாகத்தான் அவள் மனம் தேறினாள். நஜினாவின் முற்பிறவி பற்றி ஆராய்ந்த டாக்டர் இயான் ஸ்டீவன்சன், நஜினா பிறக்கும்போதே உடலில் தீக்காயத்தினால் ஏற்பட்ட தழும்பு போன்று சில இடங்களில் இருந்தது. இது நஜினா, உமாதேவியின் மறுபிறவிதான் என்று நம்புவதற்கு ஏதுவாகிறது என்றும், அவள் முற்பிறவிப் பெற்றோர், உறவினர்கள், கணவர் மற்றும் இப்பிறவிப் பெற்றோரிடம் பேசி தகவல்களைப் பெற்றுச் சரிபார்த்ததில், நஜினாதான் முற்பிறவியில் உமாதேவி என்று முழுமையாக நம்புவதற்கு இடமிருக்கிறது என்றும் தெரிவித்தார்.

முற்பிறவியில் ஏதோ ஒரு காரணத்தால் நிராசையாக இறந்தவர்கள் சமயத்தில் வெகு அருகில் உள்ள பகுதிகளில், உடனடியாக மறுபிறவி எடுக்கவும் வாய்ப்புண்டு என்பதை இந்தச் சம்பவம் எடுத்துக் காட்டுகிறது.

மஞ்சு சர்மாவின் முற்பிறவி

உத்தரப் பிரதேசத்தில் உள்ள பசௌலி என்ற கிராமத்தில் 1969ம் ஆண்டில் பிறந்தவள் மஞ்சு சர்மா. மிகவும் ஏழைக் குடும்பம். அவளுக்கு மூன்று வயதானபோது தன் முற்பிறவிகளைப் பற்றிக் கூற ஆரம்பித்தாள். தன் ஊர் இதுவல்ல என்றும், அருகில் உள்ள சௌமுலா என்றும் கூறியவள், தன் தாய், தந்தையர் அங்கே உள்ளனர் என்று கூறி, அவர்களது பெயர் மற்றும் அடையாளங்களையும் கூறி அழ ஆரம்பித்தாள்.

தனக்கு ஒரு சகோதரன் இருக்கிறான் என்றும், அவன் தன்மீது மிகவும் பாசமாக இருப்பான் என்றும் கூறியவள், தனக்கு 9 வயதாக இருக்கும்போது ஒருநாள் பள்ளி விட்டு வரும் வழியில் உள்ள கிணற்றிற்குச் சென்றதாகவும், விளையாட்டாக எட்டிப் பார்த்தவள் அதில் தவறி விழுந்து இறந்து விட்டதாகவும் கூறினாள். முதலில் இவற்றைப் பெற்றோர் நம்பவில்லை. ஆனால் சில மாதங்கள் கழித்து, தெருவின் வழியாக ஒரு நபர் சென்றபோது, அவரைப் பார்த்த மஞ்சு, 'சித்தப்பா, சித்தப்பா' எனப் பின்தொடர்ந்து ஓடினாள். பெற்றோருக்கும், அந்த நபருக்கும் ஒரே அதிர்ச்சி.

பின்னர் அவரிடம் விசாரித்தபோதுதான் மஞ்சு கூறியது அனைத்தும் உண்மை என்றும், அந்த நபர் மஞ்சுவின் முற்பிறவித் தந்தையான லடாலி சரணின் சகோதரரான பாபுராம் என்பதும் தெரியவந்தது. தொடர்ந்து மஞ்சுவின் முற்பிறவித் தாயார், சகோதரர் எனப் பலரும் வந்து அவளைப் பார்த்து

விசாரித்து அவள் சொல்வது அனைத்தும் உண்மைதான் என்றும், அவள் முற்பிறவியில் தங்கள் குடும்பத்தைச் சேர்ந்த கிருஷ்ணா என்பவள்தாம் என்றும் உறுதிப்படுத்தினர். பின் மஞ்சு சர்மாவின் தற்போதைய பெற்றோரையும் அழைத்துக்கொண்டு அவளைத் தங்களுடன் தங்கள் ஊரான சௌமலாவிற்கு அழைத்துச்சென்றனர்.

மஞ்சு அங்குச் சென்றதும் முந்தைய பிறவியில் தான் வசித்த வீடு, தான் பயன்படுத்திய பொருட்கள், தனது பள்ளி ஆகியவற்றை அடையாளம் கண்டு நினைவுகூர்ந்தாள். முற்பிறவி நண்பர்களைக் கண்டு அவர்களை நலம் விசாரித்தாள். அத்துடன் முற்பிறவியில் தான் தவறி விழுந்து இறந்த, கைப்பிடிச் சுவர் இல்லாத கிணற்றையும் கண்ணீருடன் அடையாளம் காட்டினாள். அதன்பிறகுதான் மஞ்சு கூறுவது முற்றிலும் உண்மை என ஊர்மக்கள் ஏற்றுக் கொண்டனர்.

இதுபற்றிக் கேள்விப்பட்ட பேராசிரியர் மற்றும் ஆய்வாளர் டாக்டர் சத்வந்த் பஸ்ரிச்சா மஞ்சுவைச் சந்தித்து உரையாடி, அவள் கூறுவது உண்மைதான் என்று உறுதிப்படுத்தினார். தற்போது மஞ்சுவிற்குத் திருமணமாகி விட்டது. குழந்தைகளும் பிறந்து விட்டன. ஆனால் இன்றும் தனது முற்பிறவி உறவுகளை அவ்வப்போது சந்தித்த வண்ணம்தான் இருக்கிறார். ஆனால் வயதாகி விட்டதாலும், கால மாற்றத்தாலும் முற்பிறவி பற்றிய நினைவுகள் பலவும் மறந்து விட்டன என்றும், ஆனால் அந்தக் கிணற்றைத் தம்மால் இன்றும் மறக்க முடியவில்லை என்றும், இன்றும் எந்தக் கிணற்றைப் பார்த்தாலும் தனக்கு மிகவும் படபடப்பாக இருப்பதாகவும், அருகில் செல்வதைத் தவிர்த்து விடுவதாகவும் கூறுகிறார்.

21

சாந்திதேவியின் முற்பிறவி – 1

1930ம் ஆண்டுகளில் இந்தியாவையே பரபரப்பில் ஆழ்த்தியது ஒரு முற்பிறவிச் சம்பவம். உலகெங்கிலுமுள்ள பல ஆராய்ச்சியாளர்களைத் தன் இருப்பிடம் தேடி வரவழைத்த அந்தச் சம்பவத்தின் கதாநாயகி சாந்திதேவி. மகாத்மா காந்திஜி அவர்களால் இந்த முற்பிறவிச் சம்பவம் கூர்ந்து கவனிக்கப்பட்டதுடன், அவரது உத்தரவின் பேரில் ஒரு குழு அமைக்கப்பட்டு சாந்திதேவியின் முற்பிறவி பற்றிய வாழ்க்கையை ஆராய்ந்து அது அறிக்கை சமர்ப்பித்தது.

சாந்திதேவி

பாபு ரங் பகதூர் மாதூர் என்பவர் டெல்லியை ஒட்டிய சிரவாலா பகுதியில் வசித்து வந்தார்.

அவருக்கு 1926ம் ஆண்டு, டிசம்பர் மாதம் 11ம் நாள் ஓர் அழகான பெண் குழந்தை பிறந்தது. குழந்தைக்கு சாந்திதேவி என்ற பெயர் சூட்டி அன்போடு வளர்க்க ஆரம்பித்தனர் பெற்றோர். சாந்திதேவியும் மற்ற குழந்தைகளைப்போல வளர்ந்தாள். ஆடிப்பாடி ஓடினாள். ஆனால் அவளுக்குப் பேச்சு மட்டும் சரியாக வரவில்லை. மற்றபடி பிற சிறுவர், சிறுமிகளைப் போலவே வளர்ந்தாள். ஆனால் அவளுக்கு நான்கு வயதாகும்போது அவள் நடத்தையிலும் பேச்சிலும் சிறு சிறு மாற்றங்கள் தெரிய ஆரம்பித்தன.

குழந்தை சாந்திதேவி தனது தந்தை மற்றும் குடும்பத்தாருடன்

வயது வந்த வளர்ந்த பெரிய பெண்ணைப்போல் நடக்க ஆரம்பித்த சாந்திதேவி, அடிக்கடி கணவன், குழந்தை என்ற வார்த்தைகளை உச்சரிக்கலானாள். நான்கு வயதே நிரம்பிய, உலகம் அறியாத குழந்தை இதுபோன்ற வார்த்தைகளைப் பேசுவது கண்டு பெற்றோர்கள் திடுக்கிட்டனர். யாராவது சொல்லிக்கொடுத்து இவ்வாறு இவள் பேசுகிறாளோ எனச் சந்தேகம்கொண்டு ஆராய்ந்து பார்த்தனர். ஆனால் யாரும் அவ்வாறு எதுவும் சொல்லிக்கொடுக்கவில்லை என்றும், தானாகவேதான் அவள் அவ்வாறு பேசுகிறாள் என்றும் அறிந்து திடுக்கிட்டனர்.

முதலில் குழந்தை ஏதோ விளையாட்டாகச் சொல்கிறதோ என்று நினைத்தனர். ஆனால் சாந்திதேவியோ தான்தான் திருமதி சௌபே என்றும், தன் கணவர் மதுராவில் வசிக்கிறார், தனக்குக் குழந்தைகள் இருக்கின்றன என்றும் அடிக்கடிச் சொல்ல ஆரம்பித்தாள். மேலும் தங்கள் வீட்டில் உணவுப் பதார்த்தங்கள் இப்படி இருக்காது என்றும் ஆடைகளை இப்படி அணியமாட்டோம் என்றும் குற்றம் சொல்ல ஆரம்பித்தாள். மதுரா, துவாரகதீஷ் ஆலயம் அருகே இருக்கும் தங்களுக்குச் சொந்தமான கடை பற்றி, அதில் எப்போதும்

கம்பீரமாக அமர்ந்து வியாபாரம் செய்யும் தன் கணவரின் நடை, உடை, பாவனைப் பற்றியெல்லாம் அவள் விரிவாகத் தினம்தோறும் சொல்லச் சொல்லப் பெற்றோர்கள் மிகுந்த கவலை கொண்டனர்

சாந்திதேவி வளர வளர அவளது இந்தப் பேச்சு மேலும் தொடர்ந்தது. மேலும் தான் முற்பிறவியில் எப்படி இறந்தேன், தனக்குப் பிரசவத்தின்போது என்ன ஆனது என்றெல்லாம் அவள் சொன்னதும் தாய் மிகுந்த அதிர்ச்சியடைந்தாள். ஒரு சிறு குழந்தையால் இதையெல்லாம் கற்பனை செய்துகூடச் சொல்ல முடியாது என்பதை உணர்ந்தவள், குழந்தைக்குப் பேய் ஏதேனும் பிடித்திருக்குமோ அல்லது மனநோய் ஏதேனும் ஏற்பட்டிருக்குமோ என்று அச்சமும் சந்தேகமும் கொண்டாள். உடனே கணவரிடம் தன் சந்தேகம் பற்றித் தெரிவித்தாள். அவர்கள் சாந்திதேவியை அருகில் இருக்கும் ஒரு மருத்துவமனைக்கு அழைத்துச்சென்று பரிசோதிக்க முடிவு செய்தனர்.

மருத்துவமனைக்கு வரவழைக்கப்பட்ட சிறுமியைப் பரிசோதித்த டாக்டர், அவள் சொன்ன விவரங்களைக் கேட்டு வியந்து போனார். ஒரு சாதாரணச் சிறுமியால் இவ்வளவு துல்லியமாக, தெளிவாகச் சில சம்பவங்களைப் பற்றிக் கூற இயலாது என்று கூறியவர், ஒருவேளை சிறுமி தனது முற்பிறவியின் தாக்கத்தினால் இவ்வாறு கூற வாய்ப்புள்ளது அவள் வளர வளர இந்த நினைவுகளின் தாக்கம் மறைந்துவிடும், அதனால் கவலைப்பட வேண்டியதில்லை என்று தெரிவித்தார். பெற்றோர்களும் அவ்வாறே நம்பி அருகில் உள்ள பள்ளியில் சேர்த்து அவளைப் படிக்க வைத்தனர்.

ஆனால், சிறுமி வளர வளர அவர்கள் நம்பிக்கை பொய்யானது. தன்னை மதுராவிற்கு அழைத்துச் செல்லவேண்டும் என்றும், அங்கே தன் கணவர், குழந்தைகள் தனக்காகக் காத்திருப்பர் என்றும் அழுது அடம்பிடிக்க ஆரம்பித்தாள் சாந்திதேவி. பெற்றோர்கள் மறுத்தனர். விஷயம் மெல்ல மெல்ல அக்கம்பக்கத்தில் பரவியது. பலரும் வந்து சாந்திதேவியைப் பார்த்துச் செல்ல ஆரம்பித்தனர். இது குடும்பத்தினருக்கு மிகுந்த சங்கடத்தை ஏற்படுத்தியது.

கணவனின் பெயரை வெளிப்படையாக உச்சரிப்பதோ, அந்நியர்களிடம் கணவன் பெயரைத் தெரிவிப்பதோ அக்காலத்தில் பண்புக் குறைவாகவும், குற்றமாகவும் கருதப்பட்டது. அதன்படி தன்னை 'திருமதி சௌபே' என்று தன்னைக் காண வந்த எல்லோரிடமும் கூறிக்கொண்ட சாந்திதேவி, பலர் பல முறை கேட்டும் தன் கணவனின் பெயரை வெளிப்படையாகக் கூறவில்லை. 'என்னை அங்கே அழைத்துச்செல்லுங்கள். நான் அவரை யார் என்று அடையாளம் காட்டுகிறேன். ஆனால் பெயரை மட்டும் சொல்ல மாட்டேன்' என்றே கூறி வந்தாள்.

இந்நிலையில் சாந்திதேவியின் உறவினர்களுள் ஒருவரும், பள்ளி ஆசிரியருமான பிஷன் சந்த், சாந்திதேவி தனது முற்பிறவிக் கணவர் பெயரைக் கூறினால் அவளைத் தான் உடனடியாக அங்கு அழைத்துச் சென்று காட்டுவதாக வாக்களித்தார். பலமுறை அதற்கு மறுத்த சாந்திதேவி, இறுதியில் பிறர் யாரும் கேட்க முடியாதவாறு, பிஷன்சந்தின் காதில் 'பண்டிட் கேதார் நாத் சௌபே' என்னும் தனது முற்பிறவிக் கணவனின் பெயரை உச்சரித்தாள். மேற்கொண்டு சில விசாரணைகளுக்குப் பின் அவளை மதுராவிற்கு, அவள் கணவன் வீட்டிற்கு விரைவில் அழைத்துச் செல்வதாக உறுதி அளித்தார் பிஷன் சந்த்.

பின் கேதார்நாத் சௌபேயின் முகவரியைக் கண்டறிந்த பிஷன் சந்த், சாந்திதேவி கூறிய விவரங்கள் அனைத்தையும் தொகுத்து, அது உண்மைதானா என்பது பற்றிய விரிவான விளக்கம் வேண்டி ஒரு கடிதமாக அவருக்கு அனுப்பி வைத்தார். கடிதத்தைப் பார்த்து வியந்த சௌபே, டில்லியில் வசிக்கும் தனது உறவினரான பண்டிட் கன்ஜிமால் என்பவர் சாந்திதேவியைச் சந்தித்துப் பேசுவார் என்றும், அவர் பரிசோதித்து ஒப்புதல் தந்த பின்னரே தாம் வர முடியும் என்றும் பதில் தெரிவித்தார். பிஷன் மற்றும் சாந்திதேவி குடும்பத்தினர் அதற்கு ஒப்புக்கொண்டனர்.

குறிப்பிட்ட நாளில் கன்ஜிமால் சாந்திதேவியைச் சந்தித்தார். அவர் தனது கணவரின் ஒன்றுவிட்ட சகோதரர் என்று அடையாளம் கண்டுகொண்டு அவரை வரவேற்றாள் சாந்திதேவி. அதுமட்டுமல்லாமல் தனது கணவரின் நிறம், உயரம், அவர் உடையணியும் விதம், அவரது பழக்க வழக்கங்கள், மதுராவில் இருக்கும் தங்களது வீட்டின் அமைப்பு, வீட்டில் இருக்கும் கிணறு என எல்லாவற்றையும் அவரிடம் தெளிவாகச் சொன்னாள். அது மட்டுமல்லாமல் வீட்டில் குறிப்பிட்ட இடத்தில் தான் புதைத்து வைத்திருந்த பணம் பற்றிய தகவலையும் அவள் அவரிடம் தெரிவித்தாள்.

சாந்திதேவி கூறிய தகவல்களைக் கண்டு வியந்து போனார் கன்ஜிமால். அவை அனைத்தும் உண்மை என்பதையும், சிறுமி பொய் ஏதும் சொல்லவில்லை என்பதையும் உணர்ந்துகொண்ட அவர், உடனடியாக மதுராவிற்குப் புறப்பட்டுச் சென்றார். கேதார்நாத் சௌபே அவர்களைச் சந்தித்து, தான் ஆராய்ந்து பார்த்தவரை சாந்திதேவி கூறும் சம்பவங்கள் அனைத்தும் உண்மையே என்றும், அவர் உடனடியாக டெல்லி புறப்பட்டுச் சென்று அவளைச் சந்தித்தால் மேற்கொண்டு விஷயங்களைத் தெரிந்துகொள்ளலாம் என்றும் எடுத்துரைத்தார். அதைக் கேட்ட கேதார் நாத் சௌபே, தனது மூத்த மகன் நவ்நீத் மற்றும் தனது மூன்றாவது மனைவி மா பாய் ஆகியோருடன் டெல்லிக்குப் புறப்பட ஆயத்தமானார்.

நவம்பர் *12, 1935* அன்று டெல்லிக்கு வந்து சேர்ந்த கேதார்நாத்தால் இந்தச் சம்பவத்தை நம்பவும் முடியவில்லை. நம்பாமல் இருக்கவும் முடியவில்லை. ஆகவே அவர்கள் தங்களுக்குள் கலந்து பேசி ஒரு முடிவிற்கு வந்தனர். மறுநாள் அனைவரும் சாந்திதேவியைச் சென்று சந்திப்பது என்றும் தகவலை அவர்களுக்கு முன்கூட்டியே தெரிவிக்கவேண்டாம் என்று ஏற்பாடானது.

மறுநாள் காலை நேரம். சற்றே படபடப்புடனும் இனம் புரியாத பரவச உணர்வுடனும் சாந்திதேவி இல்லத்திற்குள் பிரவேசித்தார் கேதார்நாத். அதே சமயம் சாந்திதேவியைக் குழப்பவேண்டும் என்றும், அதன்மூலம் உண்மை என்னவென்பதைத் தெரிந்துகொள்ள வேண்டும் என்றும் ஆவல் கொண்டிருந்த கன்ஜிமால், சாந்திதேவியை வெளியே வருமாறு அழைத்தார். சற்றே கதவுக்கு வெளியே தலையை நீட்டிப் பார்த்த சாந்திதேவி வெளியே வராமல் கதவுக்குப் பின்னாலேயே நின்றுகொண்டிருந்தாள். அதைக் கண்ட

கன்ஜிமால், சாந்திதேவியைக் காண கேதார்நாத்தால் வர இயலவில்லை என்றும் அதனால் அவரது சகோதரர் வந்திருப்பதாகவும், ஆகவே தயக்கம் இல்லாமல் வெளியே வந்து உரையாடுமாறும் அவளை அழைத்தார்.

ஆனால் மெல்லிய ஆனால் உறுதியான குரலில் சாந்திதேவி, ‘இவர் எனது கணவரின் சகோதரர் அல்ல. என்னைத் தொட்டுத் தாலி கட்டிய கணவர் இவர்தான்’ என்றாள். பின் தன் அன்னையிடம், ‘அம்மா, நான் முன்பே உன்னிடம் சொல்லியிருக்கிறேன் அல்லவா, என் கணவர் அழகாக, உயரமாக இருப்பார். அவரது காதுக்குக் கீழே ஒரு தழும்புகூட இருக்கும் என்று. இப்போது நீயே சரி பார்த்துக்கொள்’ என்றாள். வந்தவர்கள் அனைவரும் வியப்புத் தாளாமல் அப்படியே நின்று விட்டனர்.

பின்னர் தன் தாயிடம் சாந்திதேவி, ‘அம்மா, அவருக்கு உருளைக்கிழங்குக் கறி என்றால் மிகவும் இஷ்டம். சப்பாத்தியும் அதையும் செய்து எடுத்துக்கொண்டு வா’ என்றாள் படபடப்புடன்.

ஆனால் கேதார்நாத் சாந்திதேவியை முழுமையாக நம்பவில்லை. ஆகவே அவர் “நீதான் முற்பிறப்பில் என் மனைவி என்றால் அதற்கு ஆதாரமாக, நான் நம்பக் கூடிய வகையில் வேறு ஏதாவது விஷயங்களைக் கூறு” என்றார்.

“சொல்கிறேன். ஆனால் என்னைத் தவிர வேறு யாரையும் கனவில்கூட நினைக்க மாட்டேன் என்று தனியறையில் எனக்குச் சத்தியம் செய்து சொன்ன நீங்கள், தற்போது மூன்றாவதாக ஒரு பெண்ணைத் திருமணம் செய்துகொண்டிருப்பது ஏன் என்று சொல்லுங்கள்” என்று கேட்டாள் சாந்திதேவி.

பதில் கூற முடியாமல் திகைத்துப்போய் நின்று விட்டார் கேதார்நாத். ஏனென்றால் அது அவருக்கும் அவரது மனைவியான லக்டிக்கும் மட்டுமே தெரிந்த ரகசியம். லக்டி இறக்கும் தறுவாயில் தன்னிடம் கேட்டுக்கொண்ட அந்த விஷயம், எந்த விதத் தொடர்பும் இல்லாத, முன் பின் அறிமுகமில்லாத இந்தப் பெண்ணால் எப்படிச் சொல்லமுடிந்தது என்று ஆச்சரியப்பட்டுப் போனார் கேதார்நாத் சௌபே.

சாந்திதேவியின் முற்பிறவி லக்டி பாய்

1902ம் ஆண்டு ஜனவரி மாதம் 18ம் தேதி மதுராவில் வசிக்கும் சதுர்புஜ் என்பவருக்குப் பிறந்த குழந்தைதான் லக்டி. லக்டி

வளர்ந்து பெரியவளானதும் கேதார்நாத் சௌபேவுடன் திருமணம் நடந்தது. சௌபே மதுராவில் ஒரு சிறிய துணிக்கடையை நடத்தி வந்தார். அவருக்கு அது இரண்டாவது திருமணம். முதல் மனைவி ஏற்கெனவே இறந்து விட்டதால் சற்று வயது வித்தியாசம் இருந்தாலும் பரவாயில்லை என்று அவர் லக்டியைத் திருமணம் செய்துகொண்டார். அவர்களது மணவாழ்வு இன்பமாகவே கழிந்தது.

மதுரா ஒரு புனிதத் தலம். கேதார்நாத்திற்கும் பக்தி அதிகம். ஆகவே அவரும் லக்டியும் இணைந்து பல புனிதத் தலங்களுக்கு யாத்திரை சென்றார்கள். புனித நதிகளில் நீராடி இறைவனை வழிபட்டார்கள். வாழ்க்கை இன்பமாகவே கழிந்தது. விரைவிலேயே லக்டி கருவுற்றாள். சிசேரியன் அறுவைச் சிகிச்சை மூலம் முதற் குழந்தை பிறந்தது. வாழ்க்கை இனிமையாய்க் கழிந்த நிலையில் மீண்டும் லக்டி கருவுற்றார். பிரசவத்திற்காக அவரை ஆக்ராவில் உள்ள அரசுப் பொது மருத்துவமனையில் சேர்த்தார் கேதார்நாத். அறுவை சிகிச்சை மூலம் செப்டம்பர் 25, 1925 அன்று ஓர் அழகான ஆண் குழந்தை பிறந்தது. ஆனால் குழந்தை பிறந்த 10 நாள்களுக்குப் பிறகு திடீரென உடல்நலக் குறைவு ஏற்பட்டு மரணமடைந்தார் லக்டி. அன்று தேதி அக்டோபர் 4. அப்போது லக்டிக்கு 23 வயதே பூர்த்தியாகியிருந்தது. தனது கணவனையும், ஆசைக் குழந்தைகளையும் தவிக்க விட்டுவிட்டு அகால மரணமடைந்தார் லக்டி.

மரணமடையும்முன் தனது கணவரைத் தனியாக அழைத்த லக்டி, குழந்தைகளைப் பத்திரமாகப் பார்த்துக்கொள்ள வேண்டும் என்றும், தன்னை என்றும் மறக்காமல் இருக்கவேண்டும் என்றும் கண்ணீருடன் கேட்டுக்கொண்டாள். அதற்குக் கேதார்நாத், தான் அவள் நினைவுடனேயே எதிர்காலத்தைக் கழிக்கப் போவதாகவும், மீண்டும் மறுமணம் என்ற பேச்சுக்கே இடமில்லை என்றும் தெரிவித்தார். ஆனால் லக்டி இறந்து சில வருடங்களிலேயே கேதார்நாத் மீண்டும் ஒரு பெண்ணை மூன்றாவதாகத் திருமணம் செய்துகொண்டு விட்டார். தற்போது அந்தப் பெண்ணுடன் தான் சாந்திதேவியைப் பார்க்க வருகை தந்திருந்தார்.

ஆகவே சாந்திதேவி, “எனக்கு அளித்த வாக்குறுதிக்கு மாறாக மூன்றாவதாக ஒரு பெண்ணை ஏன் திருமணம் செய்து கொண்டீர்கள்?” என்று கேள்வி கேட்டபோது அவரால் பதில் சொல்ல இயலவில்லை. மேலும் கணவன்,

மனைவியான தங்களுக்கு மட்டுமே தெரிந்த இந்த ரகசியம், இந்தப் பெண்ணிற்குத் தெரிந்திருப்பதால் இவள் நிச்சயம் லக்டியின் மறுபிறவியாக இருக்க வாய்ப்புள்ளது என்று தீர்மானித்தார். ஆனாலும் மேலும் சில கேள்விகள் கேட்டு தனது சந்தேகத்தை உறுதிப்படுத்திக்கொள்ள நினைத்தார். அதன்படி சாந்திதேவியை அன்றிரவு தனியறையில் சந்தித்து உரையாடினார். வெகுநேரம் இருவரும் பல விஷயங்கள் குறித்துப் பேசிக்கொண்டிருந்தனர்.

மறுநாள் காலை எழுந்ததும் "இவள் முற்பிறவியில் என் மனைவியான லக்டி பாய்தான் என்பதில் எனக்கு எவ்விதச் சந்தேகமுமில்லை" என்று எல்லோரிடமும் தெரிவித்தார் கேதார்நாத். சில நாள்கள் அங்குத் தங்கியிருந்த பின்னர் மதுரா புறப்பட்டார். அவருடன் தானும் செல்லவேண்டும் என்று அழுது அடம் பிடித்தாள் சாந்திதேவி. ஆனால் பெற்றோர்கள் அதற்கு மறுத்துவிட்டனர். அவளுடைய வாழ்க்கை டெல்லியிலேயே தொடர்ந்தது.

ஆனால் இந்தச் சம்பவம் நகரெங்கும் பரவியதுடன், அக்கால நாளிதழ்கள், புத்தகங்களிலும் செய்திக் கட்டுரையாக வெளியானது. தகவல்கள் மகாத்மா காந்திஜியின் காதுகளுக்கும் எட்டியது. சாந்திதேவியைத் தனது ஆசிரமத்திற்கு அழைத்தார். மகாத்மாவின் அழைப்பை ஏற்ற சாந்திதேவி தனது தந்தை மற்றும் குடும்ப நண்பருடன் அவரைச் சந்திக்கப் புறப்பட்டார்.

திலுக்ஷியின் முற்பிறவி

திலுக்ஷி இலங்கையில் பிறந்தவள். 2 வயதாக இருக்கும்போது தனது பெற்றோரை அப்பா, அம்மா என்று அழைப்பதற்குப் பதிலாக மாமா, மாமி என்று அழைக்க ஆரம்பித்தாள். குழந்தை விளையாட்டாகக் கூறுகிறாள் என்று முதலில் பெற்றோர் நினைத்தனர். ஆனால் திலுக்ஷி தனது வீடு இதுவல்ல என்றும் தன்னை தம்புல்லாவில் இருக்கும் தனது பெற்றோரிடம் அழைத்துச்செல்லுமாறும் அடம்பிடிக்க ஆரம்பித்தாள். 'தான் தம்புல்லாவில் வசித்தவள், தனது பெற்றோர் தன் மீது மிகவும் அன்பாக இருந்தனர், அங்குள்ள ஒரு நதியில் தவறிக் கீழே விழுந்து தான் இறந்து விட்டதாக' கூற ஆரம்பித்தாள்.

குழந்தையின் கூற்றைக்கேட்டுக் கவலைகொண்ட பெற்றோர்கள் அவளை ஒருபௌத்தத் துறவியிடம்

அழைத்துச்சென்று காட்டினர். அவர் அவளை விசாரித்துவிட்டு அவள் கூறுவது முழுவதும் உண்மைதான் என்று அறிவித்தார். அதற்குள் சிறுமியின் முற்பிறவி பற்றிய செய்திகள் பரவி, பலரும் அவளை வந்து பார்க்க ஆரம்பித்தனர். பத்திரிகையிலும் செய்தி வெளியாகியது.

செய்தியை தம்புல்லாவில் வசித்த விவசாயி ஒருவரும் படித்தார். அந்தச் சிறுமி ஒருவேளை தனது மகள் ஷிரோமியின் மறுபிறவியாக இருக்குமோ என நினைத்து, அவளைக் காணப்புறப்பட்டார். அவர் அந்தச் சிறுமி வசித்த ஊருக்கு வெகுதொலைவில் வசித்து வந்தார். பெற்றோர் இருவரும் மிகுந்த ஆர்வத்துடன் அவளைக் காண வந்தனர். சிறுமியின் இருப்பிடத்தை அறிந்து அவள்முன் சென்று நின்றனர். அவ்வளவுதான், அம்மா, அப்பா என்று ஓடிச் சென்று அவர்களைக் கட்டிக்கொண்டவள், தனது முற்பிறவி சகோதர, சகோதரிகள், பாட்டி, மாமா பற்றி ஆர்வத்துடன் விசாரிக்க ஆரம்பித்தாள். குழந்தையைக் காண வந்த அவர்கள், அடையாளத்துக்காக அவளது முற்பிறவித் துணிமணிகளை, பள்ளி பாட நோட்டுப் புத்தகங்களைக் கொண்டு வந்திருந்தனர். அவற்றை அடையாளம் காட்டிய திலுக்ஷி, தான் முற்பிறவியில் ஷிரோமியாக இருந்தபோது ஓர் ஓவியத்தை அரைகுறையாக வரைந்து முடிக்காமல் விட்டுவிட்டதாகக் கூறி, நோட்டுப் புத்தகத்தைத் திறந்து, அந்தக் குறிப்பிட்ட ஓவியத்தை அடையாளம் கண்டு, அதை முழுவதுமாக வரைந்து முடித்தாள்.

அது மட்டுமல்லாமல் தம்புல்லாவிற்குச் சென்று தான் இறந்த நதியையும், தவறி விழுந்த இடத்தையும் மிகச் சரியாக அடையாளம் காட்டினாள். இது பற்றிய செய்திகள் பத்திரிகைகளில் புகைப்படங்களுடன் வெளியாகி மிகுந்த பரபரப்பை ஏற்படுத்தியது. பேராசிரியர் ஹரால்ட்சன் இது பற்றிய விரிவான ஆய்வுகளை மேற்கொண்டு சிறுமி திலுக்ஷி சொல்வது உண்மைதான் என்றும், அவள் ஷிரொமியின் மறுபிறவிதான் என்பதில் எவ்வித ஐயமுமில்லை என்றும் அறிவித்தார்.

22

சாந்திதேவியின் முற்பிறவி – 2

ஆசிரமத்தில் காந்திஜியைச் சந்தித்தார் சாந்திதேவி. அவளுடன் சில மணி நேரம் உரையாடினார் காந்திஜி. அவள் கூறிய விஷயங்களை எல்லாம் பொறுமையாகக் கேட்டுக்கொண்டவர், அவள் வாழும் இரட்டை வாழ்க்கை குறித்து மிகவும் மனம் வருந்தினார். அவள் விரும்பினால் தன் ஆசிரமத்திலேயே தங்கிக்கொள்ளலாம் என்றும் கூறினார். ஆனால் அதற்கு சாந்திதேவி ஒப்புக்கொள்ளவில்லை. தன்னைத் தன் முற்பிறவிக் கணவரான கேதார்நாத்துடன் சேர்த்து வைக்குமாறு வேண்டிக் கொண்டாள்.

பதின்ம வயதுச் சிறுமியை 50 வயதிற்கு மேற்பட்ட ஒரு முதியவரோடு சேர்த்து வைப்பதன் நடைமுறை சாத்தியமின்மையை உணர்ந்த காந்திஜி, சாந்திதேவி கூறும் தகவல்கள் பற்றிய உண்மைத் தன்மையை அறிய ஒரு குழுவை நியமித்தார். அந்தக் குழு சாந்திதேவியை மதுராவிற்கு அழைத்துச்சென்று, அவள் கூறும் தகவல்கள் பற்றி ஆராய்ந்து தனக்கு அறிக்கை சமர்ப்பிக்கவேண்டும் என்று காந்திஜி கேட்டுக்கொண்டார். அதன்படி பாராளுமன்ற உறுப்பினர்கள், பத்திரிகையாளர்கள், நகரின் பிரபல மனிதர்கள் எனப் பலர் கொண்ட ஒரு குழு அமைக்கப்பட்டது. அவர்கள் சாந்திதேவியை மதுராவிற்கு அழைத்துச்சென்று, ஆய்வு மேற்கொண்டு அதன் முடிவை காந்திஜியிடம் சமர்ப்பித்தனர்.

அந்த அறிக்கையில் ‘சாந்திதேவி, தன் வாழ்க்கையில் அதுவரை சென்றிராத மதுராவுக்குள் நுழைந்ததும் அவள் குடியிருந்த வீட்டின் தெருவையும், அதற்குச் செல்லும் வழியையும் அடையாளம் காட்டினாள். துவாரகநாத் ஆலயம் இதுதான் என்று செல்லும் வழியில் இருந்த ஆலயத்தை அடையாளம் காட்டினாள். முன்பின் தெரியாத தனது உறவினர்களை, தனது மாமனாரை, தன் கணவரின் மூத்த சகோதரர் உட்படப் பலரை அடையாளம் காட்டினாள். அதுபோல வீட்டில் இருந்த முக்கியமான இடங்களை, முன்பு கிணறு இருந்த இடம், தோட்டம் போன்றவற்றையும் மிகத் தெளிவாக அடையாளம் காட்டினாள். அவள் வீட்டில் எங்குப் பணத்தைப் புதைத்து வைத்திருந்தாள் என்பதையும் சுட்டிக்காட்டினாள். ஆனால் அந்தப் பணம் அப்போது அங்குக் காணப்படவில்லை என்பதால் அவள் திகைத்தாலும், அதைத் தான் முன்பே கண்டறிந்து எடுத்துக்கொண்டதாக அவள் முற்பிறவிக் கணவர் கேதார்நாத் தெரிவித்தார்’ என்று குறிப்பிடப்பட்டிருந்தது.

மேலும் ‘சாந்திதேவி தனது கணவன் வீட்டாரை மட்டுமல்லாது முற்பிறவியில் தனது தந்தை, தாய், அத்தை போன்றவர்களையும், பிற உறவினர், நண்பர்களையும் அடையாளம் கண்டுகொண்டு பேசினாள். அவர்களைப் பிரிந்ததை நினைத்துக் கண்ணீர்விட்டு அழுதாள். அவர்களை அதுவரை சந்தித்திராத, அவர்களைப் பற்றி முன்பின் அறிந்திராத சாந்திதேவியின் இந்தச் செயல்பாடுகள், அவள் லக்டியின் மறுபிறவிதான் என்பதை எடுத்துக்காட்டின. லக்டியின் மறுபிறவிதான் சாந்திதேவி என்பதில் எவ்வித ஐயமுமில்லை’ என்று தெரிவிக்கப்பட்டிருந்தது.

இந்த அறிக்கை வெளியானதும் உலகின் பல பாகத்திலிருந்தும் பல ஆராய்ச்சியாளர்கள் இதுபற்றிய உண்மையை அறிந்துகொள்ளும் நோக்கத்தில் இந்தியாவிற்கு வந்தனர். அவர்களில் சிலர் சாந்திதேவியை மீண்டும் மதுராவிற்கு அழைத்துக்கொண்டு போய் ஆய்வுகள் செய்தனர். ஆய்வின் முடிவில் சாந்திதேவி லக்டி பாயின் மறுபிறவியே என்ற முடிவிற்கு அவர்கள் வந்தனர்.

ஆனால் அவர்களில் ஒரு சில ஆராய்ச்சியாளர்கள் இம்முடிவை ஏற்கவில்லை. ‘இதெல்லாம் கட்டுக்கதை. இந்தியர்கள் மூடர்கள். இப்படி எதையாவது நம்பிக் கொண்டிருப்பதுதான் அவர்கள் வழக்கம்’ என்றனர். அப்படிப்பட்ட ஆராய்ச்சியாளர்களுள் ஒருவர் ஸ்டெளர் லொனாஸ்ட்ரண்ட். ஸ்வீடனைச் சேர்ந்த

அவர், இது எல்லாம் பொய் என்று தாம் நிரூபிப்பதாகக் கூறினார். அதற்காக ஸ்வீடனிலிருந்து புறப்பட்டு இந்தியா வந்து சேர்ந்தவர், சாந்திதேவியைச் சந்தித்தார். மதுராவிற்கும் சென்று சில ஆய்வுகளை மேற்கொண்டார்.

முதலில் இதெல்லாம் ஏமாற்று வேலை என்று கூறிக் கொண்டிருந்தவர், பின்னர் விரிவான ஆய்வுகளின் அடிப்படையில் 'சாந்திதேவி, லக்டி பாயின் முற்பிறவிதான். இதில் யாருக்கும் எந்தச் சந்தேகமும் வேண்டியதில்லை' என்று அறிவித்தார். பின்னர் 'இதுதான் உலகிலேயே முழுமையாக ஆய்வு செய்யப்பட்ட முதல் மறுபிறவிச் சம்பவம்' என்றும் தெரிவித்தார். மேலும் சாந்திதேவியின் வாழ்க்கையை 'I Have Lived Before' என்ற தலைப்பில் புத்தகமாகவும் எழுதி வெளியிட்டார்.

இப்படிப் பல விஞ்ஞானிகளுக்குச் சவாலாக விளங்கிய சாந்திதேவியைப் பிரபல ஆராய்ச்சியாளர் டாக்டர் இயான் ஸ்டீவன்சன் அவர்களும் சந்தித்து உரையாடினார். டெல்லி, மதுரா என்று பல இடங்களுக்கும் பலமுறை பயணம் செய்து முறையான ஆய்வுகளை மேற்கொண்டார். பின்னர் தனது ஆராய்ச்சி முடிவுகள் பற்றி, 'நான், சாந்திதேவி, அவளது தந்தை, அவளது முற்பிறவிக் கணவர், உறவினர்கள் எல்லோரிடமும் தனித் தனியாகப் பேசிக் குறிப்பெடுத்தேன். பல்வேறு கேள்விகள் கேட்டு சந்தேகங்களைப் போக்கிக்கொண்டேன். தனித்தனியாகப் பலரை, பலமுறை சந்தித்து ஆய்வுகளை மேற்கொண்டேன். அதன்படி அவள் முற்பிறவி பற்றிக் கூறிய 24க்கும் மேற்பட்ட கூற்றுக்கள் அனைத்தும் உண்மையாகவே இருந்தன. அவள் லக்டி பாயின் மறுபிறவிதான் என்பதில் எவ்வித ஐயமுமில்லை' என்று தெரிவித்தார்.

இந்தியாவின் பிரபல முற்பிறவி-மறுபிறவி ஆராய்ச்சியாளரான டாக்டர் ராவத் அவர்களும் திருமதி சாந்திதேவி அவர்களைச் சந்தித்து உரையாடியிருக்கிறார். அவரது முற்பிறவிக் கணவரான கேதார்நாத் அவர்களையும் சந்தித்து உரையாடியவர், எப்படி அவர் சாந்திதேவி தான் அவருடைய முற்பிறவி மனைவி என்ற முடிவிற்கு வந்தார் என்று கேட்டார். அதற்கு கேதார்நாத், சிறுமியான சாந்திதேவி, தனக்கும் லக்டிக்கும் இடையில் நடந்த மிக அந்தரங்கமான உரையாடல்களை, பிறர் யாருமே அறிந்துகொள்ள முடியாத தாம்பத்திய விஷயங்களை, அந்தரங்கமான செயல்பாடுகளைப் பற்றித் தெள்ளத் தெளிவாகக் கூறியதாகவும், ஒரு சிறுமியால் அவற்றைச் சிந்தித்துப் பார்க்கக்கூட முடியாது என்பது மட்டுமல்ல; அவை தன்னையும் லக்டி பாயையும் தவிர வேறு யாருக்குமே தெரியாத ரகசியங்கள் என்பதால்தான், லக்டி பாயின் மறுபிறவிதான் சாந்திதேவி என்பதை ஒப்புக்கொண்டதாகக் கூறியிருக்கிறார்.

சாந்திதேவி நடுத்தர வயதில்

இதுபற்றி சாந்திதேவியிடம் டாக்டர் ராவத் கேட்டதற்கு, அவரும், 'ஆமாம். அந்த அந்தரங்கமான விஷயங்களை நான் சொல்லவும்தான் அவர் என்னை லக்டியின் மறுபிறவி என்று ஏற்றுக் கொண்டார்' என்று ஒப்புக்கொண்டார். இவ்வாறு பல ஆராய்ச்சியாளர்களுக்குச் சவாலாகவும், முற்பிறவி-மறுபிறவி பற்றிய கருத்துகளுக்கு உண்மை ஆதாரமாகவும் விளங்கிய சாந்திதேவி திருமணமே செய்துகொள்ளாமல் வாழ்ந்து 1987ம் வருடம் தனது 61ம் வயதில் காலமானார்.

சாந்திதேவி மட்டுமல்ல இதுபோல ஆய்வுகள் மேற்கொள்ளப்பட்டுப் பல முற்பிறவி-மறுபிறவிச் சம்பவங்கள் உண்மை என்று உறுதிப்படுத்தப்பட்டுள்ளன. அதே சமயம் சரியாக, ஆராயப்படாத சம்பவங்களும், ஆராய்ச்சியாளர்களின் கவனத்துக்கே வராத பல மறுபிறவி நிகழ்வுகளும் உலகில் உள்ளன என்பதும் உண்மை. அதே போன்று இம்முற்பிறவி பற்றிய ஆய்வுகளில் நிரூபிக்கப்படாத சில நிகழ்வுகளும் உள்ளன. அதாவது ஒருவருக்கு முற்பிறவி ஞாபகங்கள் வந்தபோதிலும், அதனால் நடைமுறை வாழ்க்கையில் பல்வேறு பாதிப்புகள் ஏற்பட்டபோதிலும் அந்த முற்பிறவி ஞாபகங்களில் முழுமை இல்லாததால், முற்பிறவியில் அவர் பெயர், குடும்பம், ஊர், வாழ்க்கைச் சம்பவங்கள் போன்ற அம்சங்களைத் தெளிவாகக் குறிப்பிட முடியாததால் அவை சரிவர நிரூபிக்க இயலாமல் போயிருக்கின்றன.

உலகெங்கிலும், இந்தியாவிலும் இதுபோன்ற சம்பவங்கள் பல நிகழ்ந்துள்ளன. இந்தியாவில் நிகழ்ந்த சம்பவங்கள் குறித்து டாக்டர் சத்வந்த் பஸ்ரிச்சா தனது ஆய்வுக் குறிப்புகளில் விவரமாகத் தெரிவித்துள்ளார்.

சந்தோஷ் என்னும் சிறுவன் அதீதப் பாலுணர்வு வேட்கை உடையவனாகவும், பார்க்கும் பெண்களைத் தவறான கண்ணோட்டத்தில் பார்ப்பவனாகவும், தவறான செயல்களில் ஈடுபட விழைபவனாகவும் இருந்தான். அவன் தனது முற்பிறவி பற்றிக் கூறும்போது, தான் ஒரு பைக்கில் வேகமாகச் சென்றுகொண்டிருக்கும் போது விபத்து ஏற்பட்டு இறந்து விட்டதாகத் தெரிவித்தான். அவனால் மற்ற எந்த விவரங்களையும், அவனது முற்பிறவிக் குடும்பம், ஊர், தொழில், பெற்றோர் பற்றித் தெளிவாக விளக்கிக்கூற முடியவில்லை. அவனுடைய பாலுணர்வு வேட்கையோ நாளுக்கு நாள் அதிகரித்த வண்ணம் இருந்தது. பள்ளியிலும்கூட அவனால் சக மாணவிகள், ஆசிரியைகளுக்குப் பிரச்சினை ஏற்பட்டதால்

அவனது பள்ளிப்படிப்பு தடைப்பட்டது. மருத்துவரிடம் காண்பித்தும் அவரால் சிறுவனின் இந்த மனநிலைக்கான காரணத்தைக் கண்டறிய இயலவில்லை.

இதேபோன்று சுனில் என்ற சிறுவனும் அதீதப் பாலுணர்வு வேட்கை உடையவனாக எப்போதும் இருந்திருக்கிறான். அவனாலும் அவனது முற்பிறவி பற்றித் தெளிவான விஷயங்களைக் கூற முடியவில்லை. தனக்குத் திருமணமாகி விட்டது; மனைவி இருக்கிறாள்; ஒரு வாகன விபத்தில் நான் இறந்துவிட்டேன் என்பது தவிர வேறு விஷயங்களை அவனால் தெளிவாக விளக்கிக்கூற இயலவில்லை. அவனுடைய அதீதப் பாலுணர்வு வேட்கை காரணமாக அவனுக்கு மருத்துவச் சிகிச்சை அளிக்கப்பட்டது என்றாலும் அந்த உணர்வுகளுக்கான காரணத்தை மருத்துவர்களால் கண்டறிய இயலவில்லை. மேலும் இந்த இரு சிறுவர்களது பெற்றோர்களும், தங்கள் குழந்தையை மிகவும் கட்டுப்பாட்டோடு வளர்த்ததாகவும், வேறு புறத் தூண்டல்களால் அல்லது காட்சிகளால் அவர்களுக்கு இந்த உணர்வுகள் ஏற்பட வழியில்லை என்றும் மருத்துவர்களிடம் தெரிவித்தனர்.

இறுதியில் இந்த இருவரைப் பற்றியும் ஆய்வுகள் மேற்கொண்ட டாக்டர் சத்வந்த் பஸ்ரிச்சா, முற்பிறவியில் பாலுணர்வின் உச்சக்கட்டத்தில் - அதாவது தனது இளமைப் பருவத்தில் - இவர்கள் இறந்ததால் இப்பிறவியில் அதன் தாக்கம் தொடர்கிறது என்ற தனது கருத்தினைத் தெரிவித்தார். ஆனாலும் அவர்களது முற்பிறவி பற்றிய செய்திகள் முழுமையாக இல்லாததால் அந்த வாழ்க்கை பற்றி முழுமையாக அறிய இயலவில்லை என்றும் அவர் அறிவித்தார்.

அதுபோல சுரேஷ் என்ற சிறுவன் தான் முற்பிறவியில் பெண்ணாக இருந்ததை நினைவு கூர்ந்ததாகவும், ஆனால் அது பற்றிய முழுமையான விவரங்களை அவனால் சொல்ல முடியவில்லை என்றும் பஸ்ரிச்சா கூறுகிறார். சிறுவயதில் தன் சகோதரியினுடைய ஆடைகளை அணிவதற்கே அதிக ஆர்வம் காட்டிய சிறுவனின் மனநிலை வளர வளர சுற்றுப்புறச் சூழலினால் மாற்றமடைந்தது. தான் அவனுடைய 25வது வயதில் அவனைச் சந்தித்தபோது அவன் மற்ற ஆண்களைப் போலவே நடந்துகொண்டான் என்றும் ஆனால் பெண்ணாக வாழ்வதன் விருப்பத்தை, அதனால் ஏற்படும் மன மகிழ்ச்சியைத் தன்னிடம் அவன் தெரிவித்தான் என்றும் அவர் குறிப்பிடுகிறார்.

இதுபோன்று பல சம்பவங்களைத் தனது ஆய்வு நூலில் டாக்டர் சத்வந்த் பஸ்ரிச்சா தெரிவித்துள்ளார். தான் முற்பிறவியில் ஒரு பிராமணப் பெண் என்று கூறி இறைச்சி உணவை உண்ண மறுத்த பத்மாவதி என்னும் சிறுமி, தான் முற்பிறவியில் ஒரு காஷ்மீரி முஸ்லிம் என்று சொல்லி, தனக்குத் தினந்தோறும் இறைச்சிவேண்டும், ஆப்பிள்வேண்டும் என்று கேட்டு அடம்பிடித்த அனுராதா என்னும் இந்துக் குடும்பச் சிறுமி ஆகியோரைப் பற்றி பஸ்ரிச்சா கூறியிருக்கும் தகவல்கள் பெரும் வியப்பைத் தந்தது. அதிலும் அனுராதா என்னும் அந்த இரண்டு வயதுச் சிறுமி, நமாஸ் செய்வதுபோல தினம்தோறும் தொழுகை செய்ய முற்பட்டதையும், இந்துக் கோயில்களுக்குச் செல்ல மறுத்ததையும், உருது மொழியில் எழுதுவதுபோல் வலமிருந்து இடமாக எழுதியதையும் தனது ஆய்வுக்கட்டுரையில் குறிப்பிட்டிருக்கிறார் பஸ்ரிச்சா.

பகவான் புட்டபர்த்தி சாயிபாபாவின் முற்பிறவி-மறுபிறவி

மறுபிறவி என்பது மனிதர்களுக்கு மட்டும்தானா? மகான்கள், சித்தர்கள், யோகிகள் போன்றவர்களுக்கு மறுபிறவிகள் உண்டா?

இந்தச் சந்தேகம் நமக்கு எப்போதும் தோன்றக் கூடியதுதான். ஞானிகள், மகான்களின் மறுபிறவியை நிச்சயிப்பது இறைவன். சிலசமயம் மனிதக் குலம் காக்க இம்மகான்களே வலிந்து உலகில் பிறந்து மக்கள் குறைகளைத் தீர்ப்பதுண்டு. சுவாமி விவேகானந்தர் மிகப் பெரிய ரிஷி ஒருவரின் அவதாரம் என்றிருக்கிறார் பகவான் ராமகிருஷ்ணர். ராமனாகவும், கிருஷ்ணனாகவும் வந்தவன் எவனோ, அவனே ராமகிருஷ்ணனாக வந்திருப்பதாகத் தன் சீடர்களிடம் அவர் தெரிவித்துள்ளார். மேலும் நான் பலகாலம் கழித்து மீண்டும் பிறப்பேன் என்றும் சீடர்களிடம் உறுதி கூறியிருக்கிறார்.

அகில உலகம் காக்கும் பராசக்தியே ஸ்ரீ அன்னை உருவில் தோன்றியுள்ளதாகச் சாதகர்களிடம் கூறியிருக்கிறார் யோகி அரவிந்தர். ஒவ்வொரு யுகத்திலும் ஸ்ரீ அரவிந்தர் பல்வேறு ரூபங்களில் தோன்றி இந்த உலகம் உய்ய உழைத்திருக்கிறார் என்று கூறுகிறார் ஸ்ரீ அன்னை.

சமீபத்தில் மறைந்த புட்டபர்த்தி சத்ய சாயிபாபா அவர்கள் தன்னை ஸ்ரீ ஷிர்டி சாயிபாபாவின்

மறுபிறவி என்று கூறியதுடன், ஷிர்டி பாபாவின் வாழ்க்கையில் நடந்த பல நிகழ்ச்சிகளைத் தெள்ளத் தெளிவாக நினைவுகூர்ந்து, பாபாவுடன் தொடர்பில் இருந்த சிலரையும் சந்தித்துத் தான் ஷிர்டி பாபாவின் மறுபிறவிதான் என்பதை நிரூபித்தார். தங்களது உடல்தான் வேறு வேறு என்றும் ஆன்மா ஒன்றுதான் என்றும் கூறிய பாபா, ஸ்ரீ கிருஷ்ணரின் அவதாரமாகக் கருதப்படுகிறார். நவம்பர் 23, 1926 அன்று பாபா பிறந்தார். கிருஷ்ணரின் அவதாரமான அவர் பிறந்து சத்திய யுகத்தை நிலைநாட்டவேண்டும் என்று பல யோகிகளும், முனிவர்களும் பிரார்த்தனை செய்துகொண்டதால்தான் தன் அவதாரம் நிகழ்ந்தது எனப் பாபா குறிப்பிட்டிருக்கிறார்.

யோகி ஸ்ரீ அரவிந்தர், அலிப்பூர் சிறையில் பகவான் கிருஷ்ணரின் காட்சியும், விவேகானந்தரின் தரிசனமும் கிடைக்கப்பெற்று, சுதந்திரப் போராட்டத்திலிருந்து விலகி யோக வாழ்க்கையில் ஈடுபட்டவர். மானிடன் அதி மானிட நிலைக்கு உயரவேண்டும் என்று பாடுபட்டவர். தெய்வீகச் சக்தியைப் புவிக்கு இறங்கி வரவேண்டும் அதி தீவிரமாக உழைத்தவர். அவர் 1926ம் ஆண்டு ஆகஸ்ட் 15 தனது பிறந்தநாள் அன்று ஓர் அறிவிப்பை வெளியிட்டார். தன் யோக சாதனையில் கடந்த ஆண்டுவரை இருந்த தடைகள் முற்றிலுமாய் விலகி விட்டன என்றும், இனி விரைவில் பல மகத்தான செயல்கள் நடக்கும் என்றும் அவர் அறிவித்தார்.

அதே ஆண்டு நவம்பர் 24 அன்று சாதகர்கள் அனைவரும் ஸ்ரீ அன்னை, ஸ்ரீ அரவிந்தர் முன் அமர்ந்து தியானத்தில் மூழ்கினர். சற்று நேரத்தில் ஒரு மிகப் பெரிய பேரொளி மேலிருந்து கீழே இறங்கி வருவதை அனைவரும் உணர்ந்தனர். தங்கள் தலைக்கு மேலே ஒரு தெய்வீகச் சக்தி வியாபிப்பதை அறிந்து பரவசப்பட்டனர். மேலிலிருந்து இறங்கியது ஸ்ரீ கிருஷ்ண பரமாத்மாவின் சக்தி என்றும், மேல் நிலை மனத்திற்கான புதிய திரு உரு மாற்றப்பணி தொடங்கி இருப்பதாகவும் ஸ்ரீ அரவிந்தர் அறிவித்தார். அன்று முதல் அது ஆசிரமத்தில் 'சித்தி நாள்' என்று கொண்டாடப்படலாயிற்று.

அன்றைய நவம்பர் 24ம் தேதிக்கு முந்தைய தினமான நவம்பர் 23 அன்று தான் பகவான் ஸ்ரீசத்ய சாயிபாபாவின்

திரு அவதாரம் நிகழ்ந்தது. இதுகுறித்து பிற்காலத்தில் பக்தர் ஒருவர் பாபாவிடம் கேட்டதற்கு, பாபா, 'இறைவனின் அவதாரம் நிகழும்பொழுது அவனது அடியார்களும் அவருடனோ அல்லது அதற்கு முன்போ பிறந்து அதற்கான ஆயத்தமாகச் சில செயல்களைச் செய்யவேண்டி வரும். அப்படித் தனது சக்தியின் உயிர்ப்புடன் புவியில் தோன்றியவர்தான் அரவிந்தர் என்றும், தனது அவதாரம் துரிதமாக நிகழ்வதற்கான பணிகளை அவரும், வெங்க அவதூதர் போன்ற யோகிகளும் முன்னரே புவியில் தோன்றிச் செய்தனர் என்றும் தெரிவித்தார். தனக்கு உதவியாளராக இருந்த கஸ்தூரி யசோதையின் அவதாரம்' என்றும் பாபா குறிப்பிட்டார்.

மேலும் அவர் 'இதுபோன்ற விஷயங்கள் விஞ்ஞான அறிவிற்கு அப்பாற்பட்டது. சாதாரணப் புலன்களால் இதுபோன்ற விஷயங்களை ஆராய இயலாது' என்றும் குறிப்பிட்டார். எங்கே விஞ்ஞானம் முடிவுறுகிறதோ அங்கே மெய்ஞ்ஞானம் தொடங்குகிறது என்பது பாபாவின் கூற்று.

ஸ்ரீ பாபாவின் நாடி ஜோதிடக் குறிப்பு கீழ்க்கண்டவாறு அவர் அவதாரம் பற்றிச் சொல்கிறது.

'அழகுமகன் வழிவழியாய் யுகத்திலேதான்
சுந்திரமாய்க் கிருட்டிணனின் அவதாரத்தில்
சுழற்சிபல வித்தைகளும் விந்தை கூட
விந்தை பல புரிந்துபின் அவதாரம் தான்
கோதில்லா ராமனவன் கடவுளாக
பாடபல நிலைகளுடன் புண்ணியங்கள்
பல படைத்து சிர்டி சாயிபாபா
பாபாவின் அவதாரப் புருடனாக
பக்குவமாய் அவதரித்தான் சாயிபாபா'

என்று வரும் பாடலில் பாபா பல்வேறு அற்புதங்கள் புரிந்து, மக்கள் குறை தீர்த்து மறுபிறவியில் பிரேம சாயியாக அவதரிப்பார் என்றும் குறிப்பிடுகிறது.

'அருள்மகனே அழிவுநிலை ஏதுமில்லா
ஆயுளதை வளர்த்திடவும் வல்லவன்தான்
பொருள்முதலாம் அறநிலைகள் பலவும்காட்சி
புண்ணியமாய் வரும்பிறவி அடுத்த சென்மம்

பிறவியிலே பிரேமசாயி அவதாரமாக
பெருங்கடவுள் நிலைவாழ்வு லீலை பல்வார்
இறவாத வழிகாட்டி சத்திய செய்கை
ஏகாம்பர மாகவே வாழி முன்னே'

என்று குறிப்பிடுகிறது.

இதன்மூலம் ராமனின் அவதாரமாகத் தோன்றிய ஷிர்டி பாபாவின் மறுபிறவியே புட்டபர்த்தி பாபா என்பதும், அவர் ஸ்ரீ கிருஷ்ணரின் அருள் சக்தியோடு இவ்வுலகில் அவதரித்தார் என்பதும் தெரிய வருவதுடன், மறுபிறவியில் அவர் பிரேமசாயி ஆக அவதரிப்பார் என்பதும் தெரியவருகிறது.

உண்மையில் முற்பிறவி-மறுபிறவி பற்றிய பல ரகசியங்கள் நமது சாதாரண மானுட அறிவிற்கு அப்பாற்பட்ட ஒன்றாகவே உள்ளன என்பதையும், ஓரளவிற்கு மேல், ஏன் இவை நிகழ்கின்றன போன்ற காரணங்களையும் விஞ்ஞானத்தால் முற்றிலுமாக அறிய இயலவில்லை என்பதையும் நாம் ஒப்புக்கொண்டே ஆகவேண்டும்.

23

பிரபலங்களின் முற்பிறவி – மறுபிறவிகள்

இந்தியாவில் டாக்டர் சத்வந்த் பஸ்ரிச்சா போல் வெளிநாடுகளில் முற்பிறவி-மறுபிறவி ஆய்வுகளை மிகத் தீவிரமாக நடத்திக் கொண்டிருந்தவர் டாக்டர் வால்டர் செம்கிவ். வித்தியாசமான பல ஆராய்ச்சிகளை மேற்கொண்ட இவர் கூறியிருக்கும் ஒரு செய்தி நம்மை வியப்பின் உச்சிக்கே அழைத்துச் செல்லக்கூடியது.

‘மகாத்மா காந்தி மீண்டும் மறுபிறவி எடுத்திருக்கிறார். அமெரிக்காவில் பிறந்திருக்கும் அவர், இப்பிறவியிலும் சமூக சேவை, மனித நலத்திலேயே ஆர்வம் காட்டி வருகிறார்’ இதுதான் டக்டர் வால்டர் கூறும் ஆச்சரியத் தகவல்.

எளிய மக்களின் வாழ்க்கை உயர்விற்காகத் தனது வாழ்க்கையையே தியாகம் செய்தவர் மகாத்மா காந்தி. மகாத்மாவின் வாழ்க்கையை, அவர் போராட்டத்தை, அவர் தத்துவத்தை, அவரது கொள்கைகளை உலகெங்கிலும் உள்ள பலர் ஆராய்ச்சி செய்துள்ளனர். இன்னமும் ஆராய்ச்சி செய்துவருகின்றனர். அவர்களுள் வால்டர் செமிகேவும் ஒருவர். ஆனால் இவர் செய்திருப்பது ஒரு வித்தியாசமான ஆராய்ச்சி. வால்டர் ஒரு வித்தியாசமான மனிதர். தனது இளமைப் பருவத்தில் கிட்டத்தட்ட நாத்திகராக வாழ்ந்த அவருக்கு அதிசயமான வகையில் முற்பிறவி நினைவுகள் பற்றிய ஆர்வம் ஏற்பட்டிருக்கிறது. அதைப் பற்றி விரிவாக ஆராய்ச்சி மேற்கொண்ட அவர், முற்பிறவியில் தான்

அமெரிக்காவின் ஜனாதிபதியாக வாழ்ந்த ஜான் ஆடம்ஸ் என்பதைக் கண்டறிந்தார். தனது வாழ்க்கைச் சம்பவங்களும், குணாதிசயங்களும் அமெரிக்க முன்னாள் ஜனாதிபதி ஜான் ஆடம்ஸுடன் பெருமளவு ஒத்துப்போவதைக் கண்ட அவர், முற்பிறவி-மறுபிறவி பற்றி மேலும் தீவிரமாகத் தனது ஆய்வுகளைத் தொடர்ந்தார்.

டாக்டர் வால்டர்

சிகாகோவின் புகழ்பெற்ற இல்லினாய்ஸ் பல்கலைக்கழகத்தில் மருத்துவத்துறையில் டாக்டர் பட்டம் பெற்றிருக்கும் வால்டர், தொடர்ந்து டென்வரில் உள்ள கொலராடோ பல்கலைக்கழகத்தில் உளவியல் துறையில் பணியாற்றினார். அப்போது இதுபோன்ற சம்பவங்கள் பற்றி பல்வேறு ஆய்வுகளை மேற்கொண்டார். 1996ல் இருந்தே இது போன்ற முற்பிறவி-மறுபிறவி பற்றிய ஆய்வுகளில் தனித்து ஈடுபட்டு வந்த இவருக்கு, பின்னர் கெவின் ரியர்ஸன் என்ற புகழ்பெற்ற மீடியமுடன் தொடர்பு ஏற்பட்டது. அவர் மூலம் 3000 ஆண்டுகளுக்கு முன்பு எகிப்தில் தலைமை மருத்துவராக வாழ்ந்த 'அதுன் ரே' என்ற மதகுருவின் ஆவியுடன் பேசும் வாய்ப்புக் கிடைத்தது. இதுவரை மறுபிறவி எடுக்காத அந்த 'மகா ஆவி'யையே தனது வழிகாட்டும் ஆவியாகக்கொண்டு, பல்வேறு சிக்கல்களுக்கு விடை கண்டறிந்தார் டாக்டர் வால்டர்.

வால்டரின் ஆராய்ச்சி தனித்துவமானது. முதலில் முற்பிறவியில் வாழ்ந்த மனிதரைப் பற்றிய தரவுகளைத் திரட்டுவார். அவர் வாழ்க்கை முறை, குணாதிசயம், உருவ அமைப்பு, நடை, உடை,

பாவனைகள்,தனிப்பட்ட செய்கைகள்,முக்கியமான வாழ்க்கைச் சம்பவங்கள் போன்றவற்றைக் குறித்துக் கொள்வார். பின்னர் அவரது மறுபிறவியாகக் கருதப்படும் நபரின் வாழ்க்கையையும் அதேபோன்று ஆய்வுக்குள்ளாக்குவார். வாய்ப்பு அமைந்தால் அவருடன் பேட்டி காண்பார். இரண்டு நபர்களின் வாழ்க்கையுடன் சம்பந்தப்பட்ட நபர்களைச் சந்திப்பார். பல தகவல்களைத் திரட்டுவார். பின்னர் இரண்டையும் ஒப்பிட்டு சோதனைக்குள்ளாக்குவார். அப்படியும் தனக்குச் சந்தேகம் தோன்றும்போது வழிகாட்டி ஆவியான 'அதுன் ரே'விடம் பேசி, உண்மையை உறுதிப்படுத்திக்கொண்டு ஆய்வு முடிவுகளை உலகுக்கு அறிவிப்பார். சமயங்களில் 'அதுன் ரே'வே சில பிரபலமான மனிதர்களின் மறுபிறவிகளைப் பற்றி வால்டரிடம் கூறி ஆய்வுகள் மேற்கொள்ளச் சொல்வதும் உண்டு.

வான் ஜோன்ஸ்

இம்மாதிரி ஆய்வுசெய்து வால்டர் பல புத்தகங்களை எழுதியிருக்கிறார். அமெரிக்காவில் அதிகம் விற்பனையாகும் நூல்களில் டாக்டர் வால்டர் செமிகேவின் நூல்களும் உண்டு.

இந்தியாவில் வாழும் பிரபல மனிதர்களின் மறுபிறவிகளைப் பற்றி ஆய்வுசெய்து எழுதியிருக்கும் டாக்டர் வால்டர், மகாத்மா காந்திஜியின் மறுபிறவியாகக் குறிப்பிட்டிருப்பது அமெரிக்காவில் வாழும் சமூக ஆர்வலரான வான் ஜோன்ஸ் என்பவரை. மனித உரிமைகள் பாதுகாப்பு மற்றும் சுற்றுச்சூழல் ஆர்வலராக விளங்கும் ஜோன்ஸ் சமீபத்தில் புகழ்பெற்ற டைம் பத்திரிகையால் 'சுற்றுச்சூழல் நாயகன்' என்ற பட்டத்தைப் பெற்றார். ஜோன்ஸின் நடை, உடை, பாவனை, உடல் மொழிகள், முக அமைப்பு என அனைத்தும் காந்தியை

ஒத்திருப்பதாகக் கூறும் வால்டர், காந்திஜி 1930ல் தென் ஆப்பிரிக்காவில் எதுபோன்ற பணிகளை மேற்கொண்டாரோ அதேபோன்ற பணிகளைத்தான் இன்று ஜோன்ஸ் செய்து வருவதாகக் கூறுகிறார். காந்திஜி 1930ல் எப்படி இதே 'டைம்' பத்திரிகையால் அந்த ஆண்டின் 'மிக முக்கியமான மனிதர்' என்று போற்றப்பட்டாரோ அதே போன்று இன்று ஜோன்ஸ் போற்றப்படுகிறார் என்று கூறுகிறார்.

இதுபோன்ற சம்பவங்களையும், இன்னும் பல சுவாரஸ்யமான செய்திகளையும் தனது 'Born Again' நூலில் தெரிவித்திருக்கும் வால்டர், 2009ல் இந்தியாவிற்கு வந்திருந்தார். அப்போது தமிழ்நாட்டிற்கும் வருகை தந்திருந்த அவர், முற்பிறவி-மறுபிறவி பற்றிய தனது புதிய நூலான 'Origin of the Soul: And the Purpose of Reincarnation' என்ற புத்தகத்தை இங்கு வெளியிட்டார். இந்த நூல்களில் அன்னே பிராங்க், மைக்கெல் ஏஞ்சலா, மைக்கேல் ஜாக்ஸன், பராக் ஒபாமா ஆகியோர் உட்படப் பல அமெரிக்க வாழ் பிரபலங்களின் முற்பிறவிகளைப் பற்றி விரிவாக ஆய்வுசெய்து வெளியிட்டிருக்கும் வால்டர், அதேபோன்று பல இந்தியப் பிரபலங்களின் முற்பிறவிகள் பற்றியும் ஆராய்ந்து கட்டுரைகள் எழுதியிருக்கிறார். காந்திஜியின் மறுபிறவியைப் பற்றி மட்டுமல்லாது அமிதாப்பச்சன், ரேகா, ஜெயா பச்சன், ஷாருக்கான், அப்துல்கலாம், மேனகா காந்தி, ஜவஹர்லால் நேரு, பெனசிர் புட்டோ, விக்ரம் சாராபாய், இந்திரா காந்தி, ராஜீவ் காந்தி எனப் பலரது முற்பிறவிகளைப் பற்றி அந்நூலில் ஆச்சரியமூட்டும் சம்பவங்கள் பல உள்ளன.

உதாரணமாக அமெரிக்க அதிபர் பராக் ஒபாமா, அமெரிக்க அதிபர் லிங்கனின் ஆட்சிக்காலத்தில் பாராளுமன்றத்தில் பொறுப்பில் இருந்த லைமென் ட்ரம்பல் என்பவரின் மறுபிறவி என்று குறிப்பிட்டுள்ளார் வால்டர். பிரபல ஹிந்தி நடிகர் அமிதாப்பச்சன், அமெரிக்க நடிகர் எட்வர்ட் பூத்தின் மறுபிறவி. ஷாருக்கான், நடிகையும், பாடகியுமான சாதனா போஸின் மறுபிறவி. பிரபல விஞ்ஞானி டாக்டர் அப்துல்கலாம்தான் முற்பிறவியில் திப்புசுல்தான், ஹைதர் அலியின் மறுபிறவிதான் விஞ்ஞானி விக்ரம் சாராபாய். இது போன்று வியப்பூட்டும் பல தகவல்கள் அந்நூலில் காணக்கிடைக்கின்றன.

ஆனால் அந்நூலில் கூறப்படும் சில சம்பவங்களை அப்படியே ஏற்க இயலவில்லை என்பதும் உண்மை. உதாரணமாக ஷாருக்கான் 1965ல் பிறந்தவர். அவரது முற்பிறவியாகக் கருதப்படும் சாதனா போஸ் மரணமடைந்தது 1973ல். அப்போது

ஷாருக்கானுக்கு 8 வயது. அவர் எப்படி சாதனா போஸின் மறுபிறவியாக இருக்க முடியும்? அதேபோல் பெனசிர் புட்டோ 1953ல் பிறந்தவர். நேரு இறந்தது 1964. அப்போது பெனசிருக்கு 11 வயது. ஆக அவர் நேருவின் மறுபிறவியாக இருக்க வாய்ப்பே இல்லை என்பதுதான் உண்மை. ஆனால் டாக்டர் வால்டர் இதனை ஒப்புக்கொள்ளவில்லை. சமயங்களில் ஒரே ஆன்மா இரண்டு உடல்களில் வசிக்கவேண்டிய நிர்ப்பந்தம் ஏற்படும் என்றும் அதன்படியேதான் அவர்கள் ஜனமும் மரணமும் நிகழ்ந்தது என்றும் குறிப்பிடுகிறார்.

இதுபோன்ற ஒரு மறுபிறவிச் சம்பவத்தை டாக்டர் இயான் ஸ்டீவன்சன் அவர்களும் குறிப்பிட்டுள்ளார். (நைலேங் என்பவர்தான் மறுபிறவியில் சௌகுன் ராஜ் சுதாஜார்ன் என்னும் பௌத்த மத மாங்க் ஆகப் பிறந்தார் எனும் சம்பவம். இதில் நைலேங் இறப்பதற்கு ஒருநாள் முன்னதாகவே சௌகுன் ராஜ் பிறந்து விட்டார். ஆனால் அவர் தான்தான் முற்பிறவியில் நைலேங் என்று குறிப்பிட்டார்.) ஆனால் இதை, இது விதிவிலக்கான சம்பவம் காரணம் அறிய இயலாதது 'Couldn't find an explanation for the discrepancy' என்று டாக்டர் இயான் ஸ்டீவன்சன் தனது ஆய்வுக் குறிப்புகளில் தெரிவித்துள்ளார்.

பிரதமர் நரேந்திர மோடியின் முற்பிறவி

டாக்டர் வால்டர் ஆய்வுசெய்து வெளியிட்டுள்ள ஒரு குறிப்பு பிரதமர் நரேந்திர மோடியின் முற்பிறவியைப் பற்றிச் சொல்கிறது. அது மேலும் நமக்கு வியப்பைத் தருகிறது.

'ஹிந்துக்களும் முஸ்லிம்களும் இந்தியாவின் இரு கண்கள்' என்று சொன்னவர் சையத் அகமத் கான். ஹிந்துக்களும் முஸ்லிம்களும் இணைந்து இந்தியாவைக் கட்டமைக்கவேண்டும். மிகவும் வளர்ச்சியடைந்த முன்னேறிய நாடாக விரைவில் இந்தியாவை ஆக்கவேண்டும் என்று கனவுகண்டார். இஸ்லாமியச் சமுதாயம் உயர்வடைய அலிகரில் முஹம்மடன் ஆங்கிலோ ஓரியண்டல் கல்லூரியைத் துவக்கினார். இதுவே பின்னாளில் அலிகார் முஸ்லிம் பல்கலைக்கழகமாக வளர்ந்தது. இந்துக்களுக்கு இணையாக இஸ்லாமியர்களுக்கும் கல்வி, சமுதாயம், வேலைவாய்ப்பு போன்றவற்றில் முக்கியத்துவம் கொடுக்கப்பட வேண்டும் என்று சையத்கான் ஆங்கிலேய அரசை வலியுறுத்தினார். 1894ல் சர் சையத் அகமத்கான், நவாப் முஹ்ஸினுல் முல்க் ஆகியோர் இணைந்து முஸ்லிம் பொலிடிகல் அஸோஸியேஷன் என்ற

அமைப்பை உருவாக்கினர். ஒன்றுபட்ட இந்தியா கானின் கனவாக இருந்தது. ஆனால், மிகப் பெரும் சீர்திருத்தவாதியாக விளங்கிய அவரது கனவு நிறைவேறவில்லை. இந்தியா – பாகிஸ்தான் என்று இரண்டு நாடுகளாக அது பிளவுண்டது. அந்த லட்சியத்தோடு இருந்த கான், அதை நிறைவேற்ற மீண்டும் மறுபிறவி எடுத்திருக்கிறார்.

ஆமாம். அன்றைய சையத் அகமத் கான் தான் இன்றைய பிரதமர் நரேந்திர மோடி என்று அறுதியிட்டுச் சொல்கிறார் டாக்டர் வால்டர். இதை 'அதுன் ரே' என்ற எகிப்திய மதகுருவின் ஆவியும் உறுதி செய்திருக்கிறது. இன்றைய பிரதமர் ஒரு தீவிர ஹிந்து. ஆனால் அவர் முற்பிறவியில் ஒரு முஸ்லிமாக இருந்திருக்கிறார் என்று வால்டர் சொல்வது வியப்பைத் தருகிறது.

வாழும் கலை ஸ்ரீ ஸ்ரீ ரவிஷங்கரின் முற்பிறவி

வாழும் கலை ஸ்ரீ ஸ்ரீ ரவிஷங்கரை எல்லாருக்கும் தெரியும். ஆன்மிகவாதியாக மட்டுமல்லாமல் பல பொது நல பிரச்சினைகளுக்காகவும் குரல் கொடுத்து வருபவர். பிரபலங்களைச் சந்தித்து வலியுறுத்தி வருபவர். அவர் முற்பிறவியில் யார் என்று தெரியுமா?

'மகா அவதார் பாபாஜியின் முதன்மைச் சீடரும், யுக்தேஸ்வர் மஹாராஜின் குருவும், ஸ்ரீ பரமஹம்ச யோகானந்தரின் பரம குருவும், காசி வாசி ஸ்ரீ த்ரைலிங்க சுவாமிகளின் சமகாலத்தவரும் காசி பாபா என்று மற்றொரு பெயரும் கொண்டவருமான ஸ்ரீ லஹரி மஹா சாயர்தான் இப்போது ஸ்ரீ ஸ்ரீ ரவிஷங்கராக மறுபிறவி எடுத்திருக்கிறார்' என்கிறார் டாக்டர் வால்டர்.

இருவருமே ஆன்மிகத் துறையைச் சேர்ந்தவர்கள். மக்கள் நலம் பற்றிய சிந்தனை கொண்டவர்கள். மக்களுக்குப் பல நன்மைகளைச் செய்தவர்கள். அமைதி வழி நின்றவர்கள். இருவரது முகங்களிலும் ஒற்றுமை இருப்பதாக வால்டர் ஆய்வு செய்து கூறியுள்ளார்.

ஸத்குரு ஜக்கி வாசுதேவின் முற்பிறவி

இன்றைக்கு உலக அளவில் மிகவும் புகழ்பெற்றவர் ஸத்குரு ஜக்கி வாசுதேவ் அவர்கள். ஈஷா யோகம் என்ற வழிபாட்டு அமைப்பின் நிறுவனர். அவர் நிர்மாணித்திருக்கும் தியான

லிங்கத்தையும் ஆதியோகியையும் வழிபடுவதற்காகத் தமிழகத்தின் ஈஷா யோக மையம் அமைந்திருக்கும் வெள்ளியங்கிரிக்கு உலகெங்கிலிருந்தும் பக்தர்கள் திரண்டு வருகின்றனர். மக்கள் நலனுக்காக 'லிங்க பைரவி'யையும் நிர்மாணித்திருக்கிறார். அமெரிக்காவில் உள்ள பக்தர்களுக்காக ஆதி யோகியான சிவனுக்கு ஒரு வழிபாட்டு மையத்தை அமைத்துள்ளார். உலகெங்கும் இவரைப் பின்பற்றுபவர்கள் கோடிக்கணக்கில் உள்ளனர். இவரது முற்பிறவி பற்றி வால்டர் ஆராய்ந்து கூறியிருக்கும் செய்தி நிஜமாகவே வியப்பைத் தருகிறது.

கர்னல் ஹென்றி ஸ்டீல் ஆல்காட்டின் மறுபிறவிதான் ஸத்குரு ஜக்கி வாசுதேவ் என்கிறார் வால்டர். கர்னல் ஆல்காட், தியோசபிகல் சொசைட்டி என்னும் வழிபாட்டு அமைப்பை அமெரிக்காவில் நிறுவியவர். மறைஞான வித்தையில் தேர்ந்தவர். 1879ல் சென்னையில் அதன் கிளை அமைப்பை மாற்றிக்கொண்டார். மேடம் பிளாவட்ஸ்கியுடன் இணைந்து புதிய பல மறைஞான ஆராய்ச்சிகளை மேற்கொண்டார். ஜே.கே. என்று அழைக்கப்படும் ஜே.கிருஷ்ணமூர்த்தியை ஓர் அவதாரப் புருஷராக முன் நிறுத்தச் செய்யப்பட்ட ஆரம்பக் கால முயற்சிகளில் தியோசபிகல் சொசைட்டிக்கு மிக முக்கியப் பங்குண்டு.

அதுன்ரே என்னும் 3000 வருடங்களாக மறுபிறவி எடுக்காத எகிப்திய மதகுருவின் ஆவி, மீடியம் கெவின் ரியன்ஸன் மூலம், கர்னல் ஆல்காட்டின் மறுபிறவிதான் ஸத்குரு ஜக்கி வாசுதேவ் என்று டாக்டர் வால்டருக்கு உறுதிபடத் தெரிவித்திருக்கிறது. கர்னல் ஆல்காட், பிப்ரவரி 17, 1907ல் சென்னை அடையாறில் மறைந்தார். ஸத்குரு ஜக்கி வாசுதேவ், மைசூரில் செப்டம்பர் 3, 1957ல் பிறந்தார். ஆல்காட் மறைந்த 50 வருடங்களுக்குப் பிறகு ஸத்குரு ஜக்கி வாசுதேவ் பிறந்திருக்கிறார். அதுன்ரேவின் ஆவி அவரே இவர் என்கிறது, மிக உறுதியாக.

ஸத்குரு ஜக்கிவாசுதேவ் தனது மூன்று முந்தைய பிறவிகளைப் பற்றி நினைவுகூர்ந்து பக்தர்களிடம் சொல்லியிருக்கிறார். அதில் ஆல்காட் பற்றி எதுவும் அவர் குறிப்பிட்டிருக்கவில்லை.

ஸத்குரு, தனது முதல் பிறவியில் இந்தியாவின் வட பகுதியில் 'பில்வா' என்ற பெயரில் பிறந்து, உயர்ஜாதிப் பெண்ணை விரும்பிய காரணத்திற்காக நாகப்பாம்பால் கடிக்க வைக்கப்பட்டு மரணம் அடைந்திருக்கிறார்.

இரண்டாவது பிறவி சிவயோகியாக. பழனி சுவாமிகளை குருவாகச் சரணடைந்தார். அவர் மூலம் 'தியான லிங்கம்' நிறுவ ஆணை கிடைத்தது. ஆனால் அதை நிறைவேற்ற முடியாமல் மரணமடைந்து விட்டார். மூன்றாவது பிறவி சத்குரு ஸ்ரீ பிரம்மாவாக. அதிலும் தியான லிங்கம் நிறுவும் முயற்சிகளை மேற்கொண்டார். ஆனால் பலனளிக்கவில்லை. சதானந்தம் என்ற யோகியின் உடலுக்குக் கூடு விட்டுக் கூடு பாய்ந்து முயன்று பார்த்தார். அப்போதும் பலனில்லை. பின் மரணமடைந்தார். தற்போது தியான லிங்கம் நிறுவும் பணியை நிறைவேற்றுவதற்காகவே தான் பிறப்பெடுத்ததாகத் தெரிவித்திருக்கிறார் ஸத்குரு ஜக்கி வாசுதேவ்.

கர்னல் ஆல்காட்தான் இந்த ஜென்மத்தில் ஜக்கி வாசுதேவ் ஆகப் பிறப்பெடுத்திருக்கிறார் என்று டாக்டர் வால்டர் கூறியிருப்பது உண்மையா அல்லது ஜக்கி வாசுதேவ் அவர்கள் நினைவு கூர்ந்திருக்கும் தனது மூன்று முற்பிறவிகள்தான் உண்மையா என்று தெரியவில்லை.

இது பற்றிய மேலும் விரிவான செய்திகளை இங்கே பார்க்கலாம்: https://www.reincarnationresearch.com/case-categories/

இதுபோன்று பலரது முற்பிறவிகளைப் பற்றி ஆராய்ந்து கூறியிருக்கிறார் டாக்டர் வால்டர். ஆனால் இவற்றில் பல நடைமுறைக்கு ஒத்துவராததாலும் விஞ்ஞானபூர்வமாக நிரூபிக்க முடியாததாலும் மறுபிறவிச் சம்பவங்கள் பலவற்றையும் ஆராய்ச்சியாளர்கள் உண்மையில்லை என்று கூறி நிராகரித்து விடுகின்றனர். அதேசமயம் பத்திரிகைகளிலும் அவ்வப்போது இதுபோன்ற முற்பிறவி-மறுபிறவிச் சம்பவங்கள் பற்றிய குறிப்புகள் வெளியாகிக் கொண்டுதான் இருக்கின்றன.

24

முற்பிறவி – மறுபிறவிகள் உண்மைதானா ?

முற்பிறவி-மறுபிறவி பற்றிய இந்த ஆய்வு நூலின் இறுதிப்பகுதிக்கு வந்திருக்கிறோம். இதுவரை நாம் உலகின் பல பகுதிகளிலும் மற்றும் இந்தியாவிலும் நிகழ்ந்த முற்பிறவி-மறுபிறவிச் சம்பவங்களைப் பற்றிப் பார்த்தோம். முற்பிறவி-மறுபிறவி என்றால் என்ன, அவற்றில் மனிதனின் 'கர்மா'வுக்கு எவ்வளவு முக்கியத்துவம் உள்ளது, மனிதனின் இறப்பிற்குப்பின் என்ன நிகழ்கிறது, ஆவிகள் உலக வாழ்க்கை எப்படி இருக்கும் என்பது பற்றியும், முற்பிறவி-மறுபிறவிச் சம்பவங்கள் பற்றியும், அவை பற்றிய ஆராய்ச்சியாளர்களின் கருத்துகள் பற்றியும் அறிந்துகொண்டோம். இனி முற்பிறவி-மறுபிறவிகள் உண்மைதானா என்பது பற்றியும், விஞ்ஞானம் அது பற்றிக்கூறும் கருத்துகளையும், பிற தகவல்களையும் பார்ப்போம்.

தற்போது இதுவரை நாம் பார்த்த விஷயங்களிலிருந்து சில விளக்கங்களையும், உண்மைகளையும் தெரிந்துகொள்ள வேண்டியது அவசியமாகிறது. மறுபிறவி என்பது உண்மையானதாகக் கருதப்பட்டாலும் அவை ஏன் ஏற்படுகிறது, ஏன் ஒரு சிலருக்கு மட்டுமே அந்த நினைவுகளின் தாக்கம் உள்ளது என்பது சரிவர 'இது இது - இப்படித்தான்' என்ற வகையில் இது பற்றி ஆய்வு செய்யும் ஆய்வாளர்களால் முழுமையாக நிரூபிக்கப்படவில்லை. அதே சமயம் ஆதாரபூர்வமாக ஒருவரது மறுபிறவிதான் மற்றவர் என்பதைப் பலர் ஆய்வுகள் மேற்கொண்டு நிரூபித்துள்ளனர்.

இந்தியாவில் முற்பிறவி-மறுபிறவி ஆய்வுகள்

இந்த நூலை வாசிக்கும் வாசகர்களுக்குப் பல்வேறு விதமான ஐயங்கள் தோன்றக்கூடும். குறிப்பாக ஏன் வெளிநாட்டுச் சம்பவங்களே அதிகம் விவரிக்கப்படுகின்றன என்பது அவற்றுள் ஒன்று. அதற்கான காரணம், இந்தியா போன்ற நாடுகளைவிட வெளிநாடுகளில்தான் இதுபோன்ற ஆய்வுகளுக்கு அதிகம் முன்னுரிமை அளிக்கப்படுகின்றன என்பது. அதற்கான நிதி ஆதாரமும் அங்கே அதிகம் உள்ளது. மேலும் முற்பிறவி-மறுபிறவிகள் பற்றி ஆராய்வதற்காக அமெரிக்காவின் புகழ்பெற்ற விர்ஜீனியா பல்கலைக்கழகத்தில் தனித்துறை அமைக்கப்பட்டு ஆய்வுகள் மேற்கொள்ளப்பட்டன. ஆனால் அந்த நிலை இந்தியாவில் இல்லை. இங்குள்ள பலருக்கு இதுபோன்ற ஆய்வுகளில் நம்பிக்கை இல்லை என்பது ஒருபுறம் இருக்க, இது போன்ற ஆய்வுகளில் ஈடுபடுவது முட்டாள்தனமானது, தங்களது பகுத்தறிவுக் கொள்கைகளுக்கு விரோதமானது என்ற எண்ணமும் காணப்படுகிறது.

ஆனால் இவர்களால் பிறப்பதற்கு முன்னால் மனிதன் என்ன நிலையில் இருந்தான், இறப்பிற்குப்பின் அவன் என்ன ஆகிறான், அதுகாறும் அவன் வாழ்ந்த வாழ்க்கையின் எண்ணங்கள், எச்சங்கள், ஆசைகள், அபிலாஷைகள் என்னவாகின்றன என்பதற்குத் தெளிவான பதில்களைக் கூற முடிவதில்லை. ஆத்மா என்ற ஒன்று இருப்பதை ஏற்றுக்கொள்ளாதவர்கள், உடலையே ஆன்மாவாகக் கருதிச் செயல்படுகிறார்கள். எதையும் ஆராய்ந்து பார்க்கவேண்டும் என்ற மனப்பான்மை பலருக்கும் இல்லாத காரணத்தினால்தான் இந்தியாவில் இது போன்ற ஆய்வுகள் அருகி உள்ளன.

அதேசமயம் இந்தியாவில் மட்டுமல்ல; உலகெங்கிலும் முற்பிறவி-மறுபிறவி பற்றிய நம்பிக்கைகள் மிக ஆழமாக உள்ளன என்பது நிச்சயமான உண்மை. உலகெங்கிலும் உள்ள விஞ்ஞானிகளால் இதுபற்றிய ஆய்வுகள் தொடர்ந்து நிகழ்த்தப்பட்டு வருகின்றன. சில விஞ்ஞானபூர்வமாக ஆராயப்பட்டு 'முற்பிறவிகளின் தாக்கங்கள் ஒரு சிலருக்கு ஏற்படுவது உண்மைதான்' என்றும் நிரூபிக்கப்பட்டும் உள்ளன. சில நிரூபிக்கப்படாமலும் போயுள்ளன. இந்த ஆய்வுகள் மேற்கொள்வோர் அனைவருமே உளவியல், மூளை நரம்பியல், மனோதத்துவம் போன்ற பல்துறைகளில் டாக்டர் பட்டம் உட்படப் பல்வேறு பட்டங்கள் பெற்ற அறிவார்ந்தவர்கள், மேதைகள், ஆராய்ச்சியாளர்கள் என்பது குறிப்பிடத்தக்கது

மேலும் இதுபோன்ற விஷயங்கள் நாம் அறிந்ததைப் பற்றி மட்டுமே பேசக் கூடியதான அறிவியலின் எல்லைக்கு அப்பாற்பட்டு இருப்பதால் இவற்றை 'Para Psychology' மற்றும் 'Occult Science' என்னும் துறைகளில் உள்ளடக்கி ஆராய்ச்சிகளை மேற்கொண்டு வருகின்றனர். விர்ஜினியா பல்கலைக்கழகப் பேராசிரியர்கள் இதுபோன்ற ஆயிரக்கணக்கான மறுபிறவி சம்பவங்கள் பற்றி ஆராய்ச்சிகள் செய்ததுடன், ஆய்வு முடிவுகளைப் புத்தகங்களாகவும் கட்டுரைகளாகவும் வெளியிட்டனர். இந்தியாவிலும் பெங்களூருவில் உள்ள 'NIMHANS' பல்கலைக்கழகம் இத்துறை குறித்து ஆராய்ச்சிகள் செய்துவருகிறது. மேலும் 'The Foundation for Reincarnation and Spiritual Research' என்ற அமைப்பு, அகமதாபாதிலிருந்தும், 'International Center for Reincarnation and Survival Researches' என்ற அமைப்பு, இந்தூரிலிருந்தும் மறுபிறவிச் சம்பவங்கள் குறித்துப் பல ஆண்டு காலமாக ஆராய்ச்சிகள் செய்து வருகிறது.

இந்தியாவைப் பொறுத்தவரை டாக்டர் பானர்ஜி, டாக்டர் கே.எஸ். ராவந்த், டாக்டர் சத்வந்த் பஸ்ரிச்சா, டாக்டர் ஷிகா, பேராசிரியர் திரிவேதி போன்ற ஒரு சிலர் மட்டுமே இதுபோன்ற ஆய்வுகளில் ஈடுபட்டனர். அதிலும் குறிப்பாக பெங்களூரின் NIMHANS (National Institute of Mental Health & Neurosciences) பேராசிரியர் சத்வந்த் பஸ்ரிச்சா தலைமையிலான குழு 1974ம் ஆண்டு முதலே இதுபோன்ற முற்பிறவி-மறுபிறவி ஆராய்ச்சிகளில் தொடர்ந்து ஈடுபட்டது. கிட்டத்தட்ட 500க்கும் மேற்பட்ட நிகழ்வுகள் இவர்கள் மூலம் ஆராயப்பட்டு அவற்றுள் 77% உண்மை என்று நிரூபிக்கப்பட்டுள்ளன. ஆனாலும் வடநாட்டிலேயே இதுபோன்ற நிகழ்வுகள் அதிகம் காணப்படுகின்றன. தென்னகத்தில், குறிப்பாகத் தமிழகத்தில் முற்பிறவி-மறுபிறவி பற்றிய ஆதாரச் செய்திகள் மிகக் குறைவு. (டாக்டர் ஸ்டீவன்சன் மல்லிகா என்ற பாண்டிச்சேரி வாழ் பெண்ணைச் சந்தித்து, முற்பிறவி பற்றிய ஆய்வுகளை மேற்கொண்டிருக்கிறார். ஆனால் அதுபற்றிய முழுமையான விவரங்கள் கிடைக்கவில்லை.) இதுபோன்ற ஆய்வுகளுக்கு அரசு அமைப்புகள் முன்னுரிமை தருவதில்லை என்பதும் உண்மை. முற்பிறவி, மறுபிறவி என்பதெல்லாம் பெரும்பாலானவர்களால் மூட நம்பிக்கையாகவே கருதப்பட்டு வருவதால், இந்தியாவில் இதுபோன்ற ஆராய்ச்சிகள் பின் தங்கியே இருக்கின்றது.

முற்பிறவி-மறுபிறவிகள் உண்மைதானா?

சில ஆய்வு முடிவுகளின்படி முற்பிறவி-மறுபிறவிகள் உண்மைதான் என்றாலும், ஏன், எதற்கு, எப்படி

இவை ஏற்படுகின்றன என்பதுபோன்ற விஷயங்களுக்கு விஞ்ஞானிகளால் சரியான விளக்கம் கூற முடிவதில்லை.

மனிதன் இறந்து விட்டால் அவன் உடலும் அழிந்துவிடுகிறது. அவன் மூளையில் பதிவான எண்ணங்களும் நினைவுகளும், ஆசை, நிராசைகளும் அவ்வாறே அழிந்துதான் ஆகவேண்டும். அதுதான் பௌதிக, விஞ்ஞான விதி. அப்படியிருக்க இறந்துபோன ஒரு மனிதனின் நினைவுகள், சில மாதங்கள் அல்லது ஆண்டுகளுக்குப் பிறகு பிறந்த வேறொரு மனிதருக்கு ஏற்படுகிறது என்பது விஞ்ஞான விதிகளுக்குப் புறம்பானது. ஏற்கவொண்ணாதது. அதனாலேயே மறுபிறவி பற்றிய கருத்துகளைத் தாங்கள் ஒதுக்கி விடுவதாகப் பல விஞ்ஞானிகள் கூறுகின்றனர்.

ஆனால் இந்து தர்ம சாஸ்திரம் இதற்குப் பல விளக்கங்களை அளிக்கிறது.'மனிதன் இறந்தாலும் அவன் ஆன்மா அழிவதில்லை. உடல் என்பது அதற்கு ஒரு சட்டை போன்றதுதான். ஒரு சட்டையைத் துறந்துவிட்டு இன்னொரு சட்டைக்குள் அது புகும்போது இயல்பாகவே அந்தப் பழைய ஆசை, நிராசைகள், எண்ணங்களும் அதற்குள் புகுந்துகொள்கின்றன. ஆனால் 'மாயை' என்னும் மறை சக்தியால் பெரும்பாலானவர்கள் அதுபற்றி விரிவாக அறிந்துகொள்ளாமல் இருக்கின்றனர். விதிவிலக்காக ஒருசிலருக்கு மட்டும் தங்கள் முற்பிறவி எண்ணங்கள் எழுகின்றன. அதுவும் பெரும்பாலும் அவர்களது முந்தைய பிறவியைப் பற்றியதாக மட்டும்தான் இருக்குமேயன்றி, அதுவரை வாழ்ந்த அனைத்துப் பிறவிகளின் ஞாபகமும் ஒருவருக்கு ஏற்படுவதில்லை' என்கிறது அது.

நமக்கு ஏன் முற்பிறவி நினைவு வருவதில்லை என்ற கேள்விக்கு சுவாமி விவேகானந்தர் தரும் பதில் முக்கியமானது. அவர் 'நாம் குழந்தைகளாக இருந்தபோது என்ன நடந்தது என்பது நம்மில் எத்தனை பேருக்கு நினைவில் இருக்கிறது? நினைவுதான் ஆதாரம் என்றால் நம் நினைவில் இல்லாத நாள்கள் நாம் வாழாத நாள்கள் என்று ஆகிவிடும். சிலருக்கு நோய் காரணமாகவோ வேறு சில காரணங்களாலோ முற்றிலும் நினைவு இல்லாமல் இருப்பதைக் காணலாம். சிலருக்குச் சில வருடங்களில் நடந்தவை மட்டும் நினைவில் இருப்பதில்லை. அவர்கள் நினைவில் இல்லாத காலங்கள் அவர்கள் வாழாத காலம் என்று சொல்லிவிட முடியுமா? முற்பிறவியில் உள்ள மூளை அழிந்துவிட்டது. இப்போது உள்ளது புதிய மூளை. ஒருவன் புதிய மூளையுடன் தான்

மறுபிறவி எடுக்கிறான்' என்கிறார் சுவாமி விவேகானந்தர். மேலும் அவர் 'நாம் நினைக்கும் ஒவ்வொரு எண்ணமும், செய்யும் ஒவ்வொரு செயலும் மனதில் நுட்பமான பல அதிர்வுகளாகப் பதிவாகிறது. இதை 'சம்ஸ்காரம்' என்பார்கள். நாம் இறக்கும்போது இந்த சம்ஸ்காரத்தின் பலனே அடுத்த பிறவி எடுப்பதற்குக் காரணமாக அமைகிறது' என்கிறார். இக்கருத்து சிந்திக்கத்தக்கதாய் உள்ளது.

பகவான் கிருஷ்ணர் கீதையில் 'பார்த்தா, உனக்கும் எனக்கும் இதற்குமுன் எத்தனையோ பிறவிகள் உண்டு. அவற்றை நான் அறிவேன். நீ மாயையால் அறியாமலிருக்கிறாய்' என்று கூறியிருக்கிறார். பகவான் புத்தரும் பல்வேறு பிறவிகள் எடுத்து வாழ்ந்ததாகப் புத்தர் ஜாதகக் கதைகள் கூறுகின்றது.

இவற்றைப் பற்றியெல்லாம் 'ஊழ், கர்மா, விதி' என்று சாத்திரங்கள் பேசுகின்றன. ஆனால் அவற்றை ஆய்வாளர்கள் நம்புவதில்லை. ஏற்பதுமில்லை. அதனாலேயே உலகெங்கிலும் இத்துறை பற்றிய ஆய்வுகள் விரிவாக மேற்கொள்ளப்பட்டு வந்தாலும், ஒரு கட்டத்தில் அவை அப்படியே தேங்கிவிடுகின்றன. அல்லது பெரும்பாலானோரால் நிராகரிக்கப்பட்டு விடுகின்றன.

மற்றொரு சந்தேகம், எல்லாச் சம்பவங்களும் பெரும்பாலும் 19ம் நூற்றாண்டிலும், 20ம் நூற்றாண்டின் முற்பகுதியிலும் நிகழ்ந்தவைகளாகவே உள்ளது. சமீபத்தில் நிகழ்ந்த முற்பிறவி-மறுபிறவிச் சம்பவங்கள் பற்றி ஏன் அதிகம் குறிப்பிடப்படவில்லை என்பது. அதற்கான பதில், இந்தியாவைப் பொறுத்தவரை இக்காலத்தில் அவை அதிகம் வெளித்தெரிவதில்லை. ஒருவேளை அவ்வாறு தெரியவந்தாலும் மக்கள் அதுபற்றிய அறியாமை மற்றும் பயத்தில் அதைப் பற்றி வெளிப்படுத்துவதில்லை என்பதுதான். ஆனால் வெளிநாடுகளில் தொடர்ந்து அது பற்றிய ஆய்வுகள் மேற்கொள்ளப்பட்டு வருகின்றன.

உதாரணமாக அமெரிக்காவில் செப்டம்பர் 11 இரட்டைக் கோபுரத் தாக்குதலில் உயிரிழந்த பலர் தற்போது மறுபிறவி எடுத்திருப்பதும், அவர்கள் தங்களது தற்போதைய குழந்தைப் பருவத்தில் அந்தச் சம்பவத்தையும், அப்போது தங்களுக்கு நிகழ்ந்தனவற்றையும் பற்றிக் கூறியிருப்பதும் அமெரிக்காவில் பிரபலப் பத்திரிகைகளிலும் இணைய தளங்களிலும் வெளியாகி இருக்கின்றன. தற்போதும் வெளியாகிக் கொண்டிருக்கின்றன.

அதுபோல இலங்கையிலும் சமீபகாலத்தில் ஏராளமான முற்பிறவி நினைவுகூர்தல் நிகழ்வுகள் நடந்திருக்கின்றன. சில சம்பவங்கள் ஆராய்ச்சியாளர்களால் ஒப்பு நோக்கப்பட்டு, ஆய்வுகள் மேற்கொள்ளப்பட்டு புத்தகங்களாகவும் வெளியாகி இருக்கின்றன. ஆனால் இந்தியாவில் இந்த நிலை இல்லை. சொல்லப்போனால் முற்பிறவி-மறுபிறவி பற்றிய ஆய்வு நூல்களே தமிழில் அதிகம் இல்லை எனலாம்.

முற்பிறவி-மறுபிறவி உண்மைகள்

- மறுபிறவி என்பது உண்மைதான். ஆனால் அது இன்னமும் முழுமையாக அறிவியல் பூர்வமாக மெய்ப்பிக்கப்பட வேண்டிய நிலையிலேயே உள்ளது.
- உடல் மறைந்தாலும் எண்ணங்கள் மறைவதில்லை; அது மறுபிறவி எடுக்கும் காலத்தில் சிலருக்கு மீண்டும் தோன்றுகின்றது.
- பெரும்பாலும் சிறுவர், சிறுமியர்களுக்கே அதிகமாக முற்பிறவி பற்றிய நினைவுகள் வருகின்றன.
- மறுபிறவி எடுப்பது என்பது இறந்த உடனேகூட நிகழலாம். பல ஆண்டுகள் கழிந்த பின்னும் ஏற்படலாம்
- மறுபிறவி எடுப்பவர்களுக்குத் தூரம் ஒரு பொருட்டல்ல. அவர்கள் எந்தத் தொலைவில், எந்த நாட்டில் பிறந்திருந்தாலும் தங்களது முற்பிறவி நினைவுகளைக் கொண்டிருக்கின்றனர்.
- மறுபிறவி எடுத்தவர்கள் முற்பிறவியில் தாங்கள் யாராகப் பிறந்திருந்தார்களோ அவர்களது நடை, உடை, பாவனைகளைக் கொண்டிருக்கின்றனர்.
- முற்பிறவியில் அவர்களுக்கிருந்த அங்க அடையாளங்கள், உடற்குறைகள், குறிப்பிட்ட சில உடல் பாதிப்புகள் மறுபிறவியிலும் தொடர்கின்றன.
- முற்பிறவியில் ஆணாகப் பிறந்தவர் மறுபிறவியிலும் ஆணாகத்தான் பிறக்கவேண்டும் என்பதில்லை. பெண்ணாகவும் பிறக்க வாய்ப்புண்டு.
- முற்பிறவி எண்ணங்கள் பெரும்பாலானோருக்கு வளர வளர மறைந்து விடுகிறது. ஒரு சிலர் மட்டுமே அதை இறுதிவரை ஞாபகம் வைத்திருக்கின்றனர். முற்பிறவி

எண்ணங்கள் ஒருவருக்கு வருவதால் யாதொரு தீமையும் ஏற்படுவதில்லை. குழப்பங்கள், சில சமயங்களில் மனப்பாதிப்புகள் ஏற்படுமே தவிர, அதனால் வேறு பிரச்சினைகள் எதுவும் தோன்றி உயிருக்கு ஆபத்துக்கள் ஏற்படுவதில்லை.

- முதன்முதலாக மனிதனாகப் பிறவி எடுப்பவர்கள் (மிருக நிலையிலிருந்து உயர்ந்து மனிதனாக மறுபிறவி எடுப்பவர்கள்) மந்த மனநிலை உடையவர்களாகவும், எதையும் அச்சத்தோடு எதிர்நோக்குபவர்களாகவும், பயந்த சுபாவங்கள் கொண்டவராகவும் இருப்பர். மிருக நிலையிலிருந்து பரிணாம வளர்ச்சிப்படி மனித நிலைக்கு உயர்வுற்றவர்களுக்கு எல்லாமே புதிதாகவும் புதிராகவும் இருக்கும். காரணம், அவர்கள் முதன்முதலாக அப்பிறவி எடுப்பதால்தான்.

- இஸ்லாம், கிறித்துவம் போன்ற மதங்கள் மறுபிறவியை ஏற்பதில்லை. ஆனால் இந்து, பௌத்தம், சமணம் ஆகியவற்றில் இதுபற்றிய ஆழமான நம்பிக்கைகள் உண்டு. ஊழ்வினையை வலியுறுத்தி இளங்கோவடிகள் சிலப்பதிகாரத்தையும், சீத்தலைச்சாத்தனார் மணிமேகலையையும் இயற்றியுள்ளார். இந்துமதப் புராணங்களிலும் முற்பிறவி-மறுபிறவி பற்றிய பல சம்பவங்கள், கதைகள் காணப்படுகின்றன. தமிழ் இலக்கியங்களிலும் ஊழ், பிறவி பற்றிய செய்திகள் காணக் கிடைக்கின்றன.

- முற்பிறவிக்கும், மறுபிறவிக்கும் இடையே மிகப் பெரிய பாலமாக விளங்குவது ஆவிகள் உலகம்.

- உலகெங்கிலும் முற்பிறவி-மறுபிறவிகள் மட்டுமல்லாது, ஆவிகள் பற்றியும் ஆவியுடல் பயணங்கள் பற்றியும் மரணத்திற்குப் பின்பான மனிதர்களின் நிலை பற்றியும் ஆய்வுகள் தொடர்ந்து நிகழ்ந்தவண்ணம் உள்ளன.

- பெஞ்சமின் பிராங்ளின், தாமஸ் ஆல்வா எடிசன் போன்ற பல விஞ்ஞானிகள், புகழ்பெற்ற மருத்துவர்கள், அறிஞர்கள் மறுபிறவி மீது நம்பிக்கை கொண்டிருந்தனர்.

- நவீன விஞ்ஞானம், மறுபிறவி பற்றிய செய்திகளை, விஞ்ஞானத் தரவுகளின்படி சரியாக மெய்ப்பிக்க இயலாததால் உண்மை என்று ஏற்றுக்கொள்வதில்லை.

இவையே முற்பிறவி-மறுபிறவி பற்றிய ஆய்வில் நாம் அறிந்துகொள்ளும் உண்மைகளாகும்.

முற்பிறவி-மறுபிறவி பற்றி மகான்கள்

பகவான் ரமணரிடத்தில் ஓர் அன்பர் முற்பிறவியைப் பற்றிக் கேட்டபோது, 'முதலில் இந்தப் பிறவியைப் பற்றி, நீங்கள் யார் என்பது பற்றி உங்களுக்குத் தெரியுமா? அதை முதலில் தெரிந்துகொண்டு வாருங்கள். பின்னர் முற்பிறவியைப் பற்றி ஆராய்ச்சி செய்யலாம்' என்று கூறி விட்டார்.

ஒரு சமயம் பக்தர் ஒருவர், 'நான் முன் ஜென்மத்தில் எப்படி இருந்தேன், என்னவாக இருந்தேன் என்பதை எப்படிக் கண்டுபிடிப்பது?' என்று கேட்டதற்கு, அவர், 'முன் ஜென்மங்களைப் பற்றி விசாரிக்கும்முன் இப்போது உமக்கு இருக்கும் ஜென்மம் உண்மையா? இப்போது உமக்கு ஜென்மம் எது என்று பார்க்கலாமே! நம் எல்லாரிடமும் உள்ள குறை என்னவென்றால், கடந்த காலத்தில் நாம் எவ்வாறு இருந்தோம், எதிர்காலத்தில் எப்படி இருப்போம் என்று தெரிந்துகொள்ள முற்படுகிறோம். ஆனால் கடந்த காலத்தைப் பற்றியோ, வரப்போவதைப் பற்றியோ நமக்கு எதுவும் தெரியாது. நிகழ்வது தெரியும். நேற்றும், நாளையும் இன்றைய தினத்தைப் பொறுத்தே உள்ளன. நேற்றை, அப்போது இன்று என்றே அழைத்தோம். நாளையும் இன்று என்றே நாளைக்குச் சொல்வோம். ஆக, அதற்கு இறந்த காலமும், எதிர்காலமும் இல்லை.

நிகழ்காலத்தின் உண்மை இயற்கையை, நிரந்தர, சாஸ்வதமான இருப்பைத் தெரிந்துகொள்ள முயலவேண்டும். நிகழ்காலத்தைப் பொறுத்தே, சென்றகாலம், வருங்காலம் என்ற இரண்டும் தோன்றும். இரண்டும் நிகழ்கின்றபோது அவை நிகழ்காலமாகவே தோன்றும், நிகழ்காலம் என்ற ஒன்றே இம்மூன்றுமாம். ஆகையால் இப்போதே தன் உண்மையைத் தெரிந்துகொள்ளாமல் சென்ற கால, வருங்கால ஆராய்ச்சிகள் செய்வது, ஒன்று என்னும் முதல் எண்ணை விட்டுவிட்டு எண்ண முயல்வது போலத்தான் ஆகும்' என்றார்.

மற்றுமொரு சமயம் பகவானைச் சந்தித்த பக்தர் ஒருவர், 'பகவானே! பிறப்பு, இறப்பு, மறுபிறப்பு இதெல்லாம் உண்மையா, இறப்புக்கும், மறுபிறப்பிற்கும் இடையில் பல ஆண்டுக்காலம் இடைவெளி இருக்கும் என்பது உண்மைதானா?' என்று கேட்டார்.

பகவான் அதற்கு மிக விரிவாக விளக்கமளித்தார்.

‘பிறப்பு, இறப்பு இரண்டுமே ஒரு விதமான மன விழிப்புத்தன்மைக்கும், மற்றொரு நிலையிலான மன விழிப்புத் தன்மைக்கும் உள்ள வேறுபாடுதான். இதற்குச் சிலர் நீண்ட காலத்தையும் வேறு சிலர் குறைந்த காலத்தையும் எடுத்துக் கொள்கின்றனர் என்பதும் உண்மைதான். ஆனால், உண்மையில் மனிதனுடைய மனமே இப்படித் தோன்றச் செய்கின்றது. எந்த நிலையிலிருந்து இயங்க வேண்டியதிருந்தாலும், மனமானது அதற்கேற்றாற்போல ஓர் உடலை உண்டாக்கிக் கொள்கிறது. இந்த உலகில் ஒருமானுட உடல், கனவுலகில் ஒரு கனவு உடல். இந்தக் கனவு உடல், கனவுலகில் பெய்யும் மழையால் நனைகிறது. நோயால் தாக்குகிறது. மரணத்திற்குப் பிறகு அது சிலகாலம் இயங்காமல் இருக்கிறது. கனவில்லாத் துக்கம் போல். அப்போது அது உடலில்லாமல் இருக்கிறது. பின்னர் அது புதிய உலகில், புதிய உடலில் இயங்க ஆரம்பிக்கின்றது. அதுவே மறுபிறப்பு என்று சொல்லப்படுகின்றது. ஆனால், தன்னைத்தானே உணர்ந்துகொண்ட ஞானியின் மனமானது, மனமே அற்றது என்பதால் மரணத்தினால் அவன் பாதிக்கப்படுவதில்லை. அவனது மனமானது மறுபடியும் எழுந்து பிறப்பையும், மறுபிறப்பையும், வாழ்க்கையையும் மரணத்தையும் ஏற்படுத்துவதில்லை.

உண்மையில், உண்மையான இறப்போ அல்லது உண்மையான பிறப்போ கிடையாது. மனமே இதுபோன்ற பிரமிப்புக்களை உருவாக்குகின்றது. ஆத்மா, ஞானம் அடையும்வரை, இவ்வகையான பிரமைகள் தொடர்கின்றன. ஆத்மஞானம் அடைந்து விட்டால் அங்கே பிறப்புமில்லை; இறப்புமில்லை’ என்றார் பகவான்.

பகவான் ரமண மகரிஷி அவர்களது இந்தக் கருத்து நமது சிந்தனையைத் தூண்டுவதாக அமைந்துள்ளது.

ஸ்ரீ அன்னையிடம் அதே போன்று சாதகர் ஒருவர் மறுபிறவி பற்றிக் கேட்டபோது, அவர், ‘மறுபிறப்பைப் பொறுத்தவரை எல்லோருக்கும் பொருந்தக்கூடிய பொது விதி என்று ஏதும் கிடையாது. சிலர் கிட்டத்தட்ட உடனேயே திரும்பப் பிறக்கிறார்கள். தம் குழந்தைகளிடம் மிகவும் பற்றுதல் வைத்துள்ள பெற்றோர்களுக்குப் பெரும்பாலும் இப்படி நடக்கிறது. சிலர் மறுபிறப்பு எடுக்க நூற்றாண்டுகள் அல்லது ஆயிரக்கணக்கான ஆண்டுகள்கூடப் பிடிக்கலாம். தமக்குப்

பொருத்தமான சூழலை அளிக்கக்கூடிய வாய்ப்புகள் பக்குவமடையும் வரை அவர்கள் காத்திருக்கிறார்கள். நமக்கு எதற்கு இறைவன் இந்தப் பிறவியை அளித்திருக்கிறான், அதன்மூலம் நாம் என்ன செய்யப் போகிறோம் என்பதை யோசிக்காமல், மறுபிறவியைப் பற்றி ஆராய்வதெல்லாம் வீண் முயற்சி' என்றும் கூறியிருக்கிறார்.

மேலும் நாடி ஜோதிடத்தில் விவேகானந்தரின் மறுபிறவி, காளமேகப் புலவரின் மறுபிறவி, குந்தவையின் மறுபிறவி, பிருங்கி மகரிஷியின் மறுபிறவி, குபேரனின் மறுபிறவி என்று பலரைப் பற்றிய மறுபிறவித் தகவல்கள் கூறப்படுகின்றன. ஆனால் அவை அனைத்தும் ஓரளவிற்காவது நம்மால் ஆராய்ந்து பார்க்கக் கூடியதாய் இருக்கவேண்டும். ஆனால் அது எவ்விதத்திலும் சாத்தியமானதாக இல்லை. ஒருவரைப் பார்த்து அவர்தான் விசுவாமித்திரரின் மறுபிறவி, குபேரனின் மறுபிறவி ஒரு சாபத்தினால் இவ்வாறு பிறந்திருக்கிறார் என்று நாடி ஜோதிடம் கூறும்போது அவ்வளவு எளிதில் நம்மால் நம்ப முடிவதில்லை. எதைக்கொண்டு அதை ஆராய்வது, ஒப்புநோக்குவது. இதுபோன்ற நடைமுறைச் சிக்கல்களால் நாடி ஜோதிடம் கூறும் முற்பிறவி-மறுபிறவித் தகவல்களை ஆராய்வது கடினமான ஒன்றாக உள்ளது.

இறைவன் நமக்களித்திருக்கும் இப்பிறவியில், நாம் எப்படி வாழ்கிறோம், எப்படி வாழப் போகிறோம், இந்தச் சமூகத்திற்கும், நாட்டிற்கும் எப்படி உதவப் போகிறோம் என்பதே முதலில் முக்கியம். அதன் பின்னர்தான் முற்பிறவி-மறுபிறவி பற்றிய சிந்தனைகளுக்கு முக்கியத்துவம் கொடுக்கவேண்டும். முற்பிறவி-மறுபிறவி பற்றி அறிந்துகொள்வதில் தவறில்லை. ஆனால் என்னுடைய முற்பிறவியை ஆராயப் போகிறேன், மறுபிறவியைப் பற்றி ஆராய்ச்சி செய்யப்போகிறேன் என்று நாம் நம்மைக் குழப்பிக்கொள்ளக் கூடாது. ஒருவிதத்தில் பார்த்தால் நமக்கு முற்பிறவி நினைவுகள் தோன்றாததே, மாயையால் அவை மறைந்திருப்பதே ஒருவிதத்தில் நல்லதுதான். இல்லாவிட்டால் முற்பிறவி மனைவி, முற்பிறவிக் கணவன், முற்பிறவிக் குழந்தை, முற்பிறவி எதிரி என்று எல்லோரும் அவற்றைத் தேடிக் கிளம்பி விட்டால் இந்த நாடு என்ன ஆகும்?

இதுவரை பொறுமையாக இந்த நூலைப் படித்த வாசகர்கள் அனைவருக்கும் நன்றி. 'இப்பிறவி தப்பின் எப்பிறவி வாய்க்குமோ' என்ற கூற்றிற்கேற்ப, நம்மால் முடிந்த

நன்மைகளை இப்பிறவியில் செய்து என்றும் நலமுடன் வாழ்வோமாக! பிறரையும் வாழ வைப்போமாக!

டாக்டர் வால்டர் செம்கிவ் தனது நூல்களிலும் இணையதளத்திலும் குறிப்பிட்டுள்ள உலகளாவிய பிரபலங்களின் முற்பிறவி, மறுபிறவிப் பட்டியல்.

நபர்	முற்பிறவி
டொனால்ட் ட்ரம்ப்	நீரோ
எலான் மஸ்க்	தாமஸ் ஆல்வா எடிசன்
விளாடிமிர் புதின்	ஜூலியஸ் சீசர்
வான் ஜோன்ஸ்	மகாத்மா காந்தி
நரேந்தர் தாமோதர் தாஸ் மோதி	சையத் அகமத்கான்
அப்பாஸ் அலிஸாடா	புரூஸ்லீ
அலெக்ஸாண்ட்ரா நெச்சிதா	பிகாஸோ
ஜார்ஜ் புஷ்	டேனியல் மோர்கன்
வால்டர் செம்கிவ்	ஜான் ஆடம்ஸ்
ஹேன்ஸ்கிறிஸ்டியன்கிங்	நாஸ்ட்ரடாமஸ்
பில் கிளிண்டன்	பேடன் ரண்டோக்ப்
ஜார்ஜ் வாஷிங்டன்	டோமி ஃபிராங்க்ஸ்
ஸ்டீவ் ஜாப்ஸ்	சார்ல்ஸ் பாப்பேஜ்
ஓப்ரா வின்ஃப்ரே	ஜேம்ஸ் வில்சன்
ஜாக் வெல்ச்	நெப்போலியன்
ஜெஃப்ரி சாஹ்ஸ்	ஆடம் ஸ்மித்
டாம் க்ரூஸ்	ஜோசப் ஜெஃபர்ஸன்
ஸ்டீஃபன் ஸ்பீல்பெர்க்	ராபர்ட் டோட் லிங்கன்
டேனியல் டி ஹோம்	யூரிகெல்லர்
ஆகஸ்ட் வில்சன்	வில்லியம் ஷேக்ஸ்பியர்

ஜான் எஃப் கென்னடி	வில்லியம் ஜான்சன்
ரொனால்ட் ரீகன்	லூதர் மார்டின்
மைக்கேல் ஜாக்ஸன்	ஈஸ்டன் ஹெமிங்
டேனி பேச்சர்	ஆலிவர் ஹார்டி
ஜோஷ் பேச்சர்	டேன் லாரல்
ஜே.கே. ரௌலிங்	சார்லஸ் டிக்கன்ஸ்
மலாலா	ஹெலன்கெல்லர்
உசேன் போல்ட்	ஜெஸ்சீ ஓவென்ஸ்
பராக் ஒபாமா	லைமன் ட்ரம்புல்
மடோனா	தேடா பரா
ஓரென் மொவெர்மேன்	ஆல்ஃப்ரெட் ஹிட்ச்காக்
கர்ட்வோனிகட்	மார்க் ட்வெய்ன்
டோம் வொல்ஃபி	லியோ டால்ஸ்டாய்
ரூமி	கலீல் ஜிப்ரான்
பெக்	ஜான் கீட்ஸ்
நெய்ல் சைமன்	ஆலிவர் கோல்ட்ஸ்மித்
ரசல் பேன்க்ஸ்	எர்னெஸ்ட் ஹெமிங்வே
ஃப்ரெட்டி மெர்குரி	ரபீந்திரநாத் தாகூர்
ப்ரைஸி டூடல்	பீத்தோவன்
ஜவஹர்லால் நேரு	இரண்டாம் பகதூர்ஷா
பெனசிர் புட்டோ	ஜவஹர்லால் நேரு
இந்திராகாந்தி	எட்வின் ஸ்டேண்டன்
மேனகா காந்தி	அன்னிபெசண்ட்
சோனியா காந்தி	லூஸி ஹேல்
ராகுல் காந்தி	ஜான் பி ஹேல்
நவீன் பட்நாயக்	தாமஸ் ஜெஃப்ஃர்சன்

அப்துல்கலாம்	திப்புசுல்தான்
விக்ரம் சாராபாய்	ஹைதர் அலி
ஸ்ரீ ஸ்ரீ ரவிசங்கர்	லஹரி மஹாசாயர்
ஸத்குரு ஜக்கி வாசுதேவ்	கர்னல் ஹென்றி ஸ்டீல் ஆல்காட்
அமிதாப்பச்சன்	எட்வின் பூத்
ஜெயா அமிதாப்பச்சன்	மேரி மெக் விக்கர்ஸ்
அபிஷேக்பச்சன்	எட்வின் பூத் ஜுனியர்
ரேகா	மேரி டெவ்லின்
ஷாருக்கான்	சாதனா போஸ்

உதவிய நூல்கள்

- திருக்குறள்
- ஸ்ரீமத் பகவத்கீதை
- கருடபுராணம்
- அருணாசல புராணம்
- சிலப்பதிகாரம்
- மணிமேகலை
- ஸ்ரீ அன்னை வாழ்க்கை வரலாறு
- பகவான் ரமணர் வாழ்க்கை வரலாறு
- மரணத்தின்பின் மனிதர் நிலை – மறைமலையடிகள்
- இறந்தவர்கள் வாழும் நிலையும் பேசும் முறையும் – மதுரை ஆதீனம் ஸ்ரீலஸ்ரீ சோமசுந்தர ஸ்ரீஞான சம்பந்த தேசிக பரமாச்சாரிய சுவாமிகள்
- Twenty Cases Suggestive of Reincarnation by Ian Stevenson
- Children Who Remember Previous Lives by Ian Stevenson
- European Cases of the Reincarnation Type by Ian Stevenson
- Children's Past Lives: How Past Life Memories Affect Your Child By Carol Bowman

- Life Before Life: A scientific investigation of children's memories of previous lives by Dr. Jim B. Tucker
- Reliving Past Lives: The Evidence Under Hypnosis by Dr. helen-wambach
- Life Before Life by Dr. helen-wambach
- You Have Been Here Before by Dr. Edith Fiore Ph.D.
- The Unquiet Dead: A Psychologist Treats Spirit Possession by Dr Edith Fiore
- Return from Heaven: Beloved Relatives Reincarnated Within Your Family By Carol Bowman
- Reincarnation: The Phoenix Fire Mystery: An East-West Dialogue on Death & Rebirth from the Worlds of Religion, Science, Psychology, Philosophy by Sylvia Cranston
- Reincarnation An East West Anthology: Including Quotations from the World's Religions & Over 400 Western Thinkers by Joseph Head, S.L. Cranston
- A Search for the Truth by Ruth Montgomery
- A World Beyond by Ruth Montgomery Between Death and Life – Conversations with a Spirit: An internationally acclaimed hypnotherapist's guide to past lives, guardian angels and the death experience by Dolores Cannon
- Born Again: Reincarnation Cases Involving International Celebrities, India's Political Legends and Film Stars by Dr. Walter Semkiw.
- Born Again: Reincarnation Cases Involving Evidence of Past Lives, with Xenoglossy Cases Researched by Ian Stevenson, MD by Dr. Walter Semkiw.
- Origin of the Soul and the Purpose of Reincarnation: With Past Lives of Jesus by Dr. Walter Semkiw
- Death and After by V. R. Krishna Iyer
- I have Lived Before by by Sture Lonnerstrand
- Claims of reincarnation an empirical study of cases in India by Satwant Pasricha

உதவிய இணையத்தளங்கள்

https://www.reincarnationresearch.com/

https://uvamagazine.org/articles/the_science_of_reincarnation

https://www.reincarnationresearch.com/case-categories/

https://med.virginia.edu/perceptual-studies/wp-content/uploads/sites/360/2015/11/STE29Stevenson-1.pdf

https://med.virginia.edu/perceptual-studies/wp-content/uploads/sites/360/2016/12/STE25.pdf

https://med.virginia.edu/perceptual-studies/wp-content/uploads/sites/360/2017/04/REI42-Tucker-James-LeiningerPI-IS1550830716000331.pdf

https://nimhans.ac.in/wp-content/uploads/2020/10/10.-Phobias-in-Cases-of-the-Reincarnation-Type_51-55.pdf

https://www.libopac.nimhans.ac.in/cgi-bin/koha/opac-detail.pl?biblionumber=20855

https://pmc.ncbi.nlm.nih.gov/articles/PMC3705678/

https://ramanans.wordpress.com/

https://alpha.yarl.com/forums/topic/14491

https://isha.sadhguru.org/ta/wisdom/article/murpiravi-ninaivirku-vanthal-ennagum

https://tamilbtg.com/rebirth-from-greek-to-gandhi/

அந்தக் காலச் செய்திகளின் கருவூலமாக விளங்கும் அந்தக் காலப் பக்கங்கள் புத்தகத்தின் 3ம் பாகம். நம் பழங்கால வரலாற்றைச் சுவைபடச் சொல்லும் நூல்.

எத்தனையோ பழமையான புத்தகங்களில் இருந்து செய்திகளைச் சேகரித்து, அவற்றைத் தொகுத்து நூலாக்கி இருக்கிறார் ஆசிரியர்.

ஆச்சரியப்பட வைக்கும் தகவல்கள், மலைக்க வைக்கும் செய்திகள், அந்தக் காலத்திலேயே இப்படியா என்று யோசிக்க வைக்கும் விளம்பரங்கள் என்று தகவல்கள் பக்கத்துக்குப் பக்கம் கொட்டிக் கிடக்கின்றன.

அந்தக் காலப் பக்கங்கள் என்னும் நூல் வரிசையின் நான்காவது பாகம் இது. பழங்காலம் என்பது வெறும் கடந்து போன காலம் மட்டுமல்ல. அது நினைவுகளின் தொகுப்பு. நம் வரலாற்றின் ஆதாரம். பொக்கிஷங்களின் புதையல். அதை இந்தத் தலைமுறையினருக்குக் கொண்டு சேர்க்கும் சவாலான பணியைச் சுவாரஸ்யமாகச் செய்து வருகிறார் அரவிந்த் சுவாமிநாதன். அந்த வகையில் அந்தக் காலப் பக்கங்கள் நூல் வரிசை தமிழ் எழுத்துலக வரலாற்றில் முக்கிய இடத்தைப் பிடிக்கிறது.

www.ingramcontent.com/pod-product-compliance
Lightning Source LLC
LaVergne TN
LVHW090343051026
849518LV00006B/2031
* 9 7 8 8 1 9 7 9 2 6 2 0 4 *